தமிழ் மண்ணே வணக்கம்!

த.செ. ஞானவேல்

தமிழ் மண்ணே வணக்கம்! : ஆளுமைகளுடனான தொகுப்பு

ஆசிரியர் : த.செ. ஞானவேல்

: © ஆசிரியருக்கு

முதற் பதிபு : ஆனந்த விகடன்

வம்சி முதற்பதிப்பு : டிசம்பர் 2019

அட்டை வடிவமைப்பு : பி.எஸ். வம்சி

வெளியீடு : வம்சி புக்ஸ்
19, டி.எம்.சாரோன்,
திருவண்ணாமலை - 606 601
9445870995, 04175 - 235806

அச்சாக்கம் : மணி ஆப்செட், சென்னை - 600 077

விலை : ₹280/-

ISBN : 978-93-84598-88-4

Thamizh manne vanakam : Collection of Personalities

Author : T.J. Ganaval

: © Author

First Edition : Aanandha Vikatan

Vamsi First Edition : December- 2019

Wrapper Design : B.S. Vamsi

Published by : Vamsi books
19.D.M.Saron,
Tiruvannamalai - 606 601
9445870995, 04175 - 235806

Printed by : Mani Offset, Chennai - 600 077

: ₹280/-

ISBN : 978-93-84598-88-4

www.vamsibooks.com - e-mail: kvshylajatvm@gmail.com

தமிழ்ச் சிந்தனையின் ஒரு தலைமுறையின் துடிப்பு

ஒருகாலத்தில் வாரந்தோறும் காத்திருந்து பத்திரிகையில் படித்த ஒரு தொடருக்குப் பிற்காலத்தில் அது புத்தகமாக வெளிவரும் தருணத்தில் முன்னுரை எழுத நேர்வது சுவாரஸ்யமான வாய்ப்புதான். பன்னிரெண்டு ஆண்டுகள் என்பது காலப் போக்கில் ஒரு சிறு துளி. ஆனால், என்னென்ன மாற்றங்கள் அதற்குள் நேர்ந்துவிட்டிருக்கின்றன!

அந்நாட்களில் 'ஆனந்த விகடன்' இதழைப் பிரித்தவுடன் படிக்கத் தேடும் முதல் விஷயமாக 'தமிழ் மண்ணே வணக்கம்!' தொடர் அமைந்ததற்கு நிறையக் காரணங்கள் உண்டு. முக்கியமானது, ஒரு சமூகத்தின் அரசியல் மாற்றங்களுக்கு முன்பயணமாக அமையும் கலாச்சார மாற்றத்துக்கு அது அறைகூவல் விடுத்தது. கல்வியில் தொடங்கி ஆன்மிகம் வரை; விவசாயம் தொடங்கி ஊடகங்கள் வரை; குழந்தைகள் நாடகம் தொடங்கி அகதிகள் விவகாரம் வரை ஒவ்வொரு விஷயத்தையும் நாம் எப்படிப் பார்க்கிறோம்; எப்படிப் பார்க்க வேண்டும் என்று அது பேசியது. சமகாலத்தில் நம் சமூகம் எதிர்கொள்ளும் மிக முக்கியமான சவால்களைப் பேசுவதாக அமைந்த இந்தத் தொடரில் பேசியவர்கள் யாவரும் களச் செயல்பாட்டாளர்கள்

என்பது கூடுதல் விசேஷம். சம்பந்தப்பட்ட துறையில் உலகளாவிய வாசிப்பும் விரிவான அறிவும் அவர்களுக்கு உண்டு என்றாலும், களத்தில் பணியாற்றுவதன் வழி கிடைத்த நேரடி அனுபவங்களே முன்னிறுத்தியே அவர்கள் பேசியது தமிழ்ச் சூழலின் பிரத்யேகத் தன்மையை வெளிக்கொண்டுவருவதாக அமைந்திருந்ததோடு, 'இதெல்லாம் நடைமுறை வாழ்க்கைக்குச் சாத்தியம் இல்லை' என்ற குறுக்குமறிப்பை உடைத்தெறிவதாகவும் இருந்தது. இன்ன மாதிரி ஆட்கள்தான் இத்தகைய தொடர்களில் வருவார்கள் என்ற வழமையான ஊடகச் சமன்பாட்டையும் இந்தத் தொடர் உடைத்தெறிந்தது. பொதுவுடைமை இயக்கத்தின் முதுபெரும் தலைவர் நல்லகண்ணுவும் இந்தத் தொடரில் வந்தார்; ஒரு கார்பரேட் நிறுவனத்தின் தலைவராக இருந்த பாண்டியராஜனும் இந்தத் தொடரில் வந்தார்; ஒரு கலகக்கார அமைப்பாகக் கருதப்படும், வெகுஜன ஊடகங்களில் பெரும்பாலும் தவிர்க்கப்படும் மகஇகவின் பொதுச்செயலர் மருதையன் முகத்தை அனேகமாக முதல் முறையாக இந்தத் தொடரில் வெளியான புகைப்படத்தின் வழியாகத்தான் பார்த்தேன். எல்லோருமே அவரவருக்குரிய தனித்துவமான மொழியில் பேசினார்கள்; என்றாலும் யாவருமாக சேர்ந்து ஒரு கூட்டு விழுமியத்தை உருவாக்கினார்கள். அது, தமிழ்ச் சமூகத்தின் சமகாலப் போக்கின் அவலங்களுக்கு எதிராகத் துடித்தது.

இப்போது திரும்பப் பார்க்கும்போது இந்தத் தொடரின் வேறொரு முக்கியத்துவம் புலப்படுகிறது. புத்தாயிரத்தின் தொடக்கத்தில் தமிழில் வெவ்வேறு துறைகளில் கூர்மையான விமர்சனங்களை முன்வைத்த, தாம் பேசிய நம்பிக்கைகளில் தம்முடைய வாழ்க்கையைப் பணயம் வைத்த ஒரு தலைமுறை ஆளுமைகளின் குரல்களைச் சொல்லும்

ஆவணமாகவும் இது ஆகியிருக்கிறது. இந்தக் குரல்கள் எங்கெல்லாம் ஒன்றிணைந்து செயல்பட்டிருக்கலாம்; அப்படிச் செயல்பட்டிருந்தால் மேலும் எத்தகு மாற்றங்கள் உருவாகியிருக்கலாம் என்ற கேள்விகள் எல்லாமும் உருவாகாமல் இல்லை. எப்படியும் அடுத்தடுத்த தலைமுறைகளுக்கு உத்வேகம் தரும் செய்திகள் நிறைய இந்நூலில் இருக்கின்றன.

நூற்றாண்டை நெருங்கும் பாரம்பரியமிக்க 'ஆனந்த விகடன்' போன்ற பெரிதும் கொண்டாட்டத்துக்கான வாசகப் பரப்பைக் கொண்ட ஒரு வெகுஜன இதழில் இத்தகு தொடர் வெளியானபோது தமிழ் இதழியலில் வேறொரு நகர்வும் நடந்தது. தன்னுடைய இயல்பிலிருந்து விலகிடாமல் இதழின் எல்லைகளை விஸ்தரித்துக்கொள்ளும் முனைப்பில் ஆசிரியர் ரா.கண்ணன் தலைமையில் 'ஆனந்த விகடன்' இறங்கியிருந்த காலம் அது; அதன் விஸ்தரிப்பு தமிழ் இதழியலின் எல்லைகளையும் மெல்ல விஸ்தரிப்பதானது. சுவாரஸ்யம் குன்றிடாத எளிமையான எழுத்துகளினூடாக தீவிரமான விஷயங்களைக் கொடுக்கப்பட்ட பக்க வரையறைக்குள் பேசிடும் சவாலை மிக அபாரமாகச் செய்தார் த.செ.ஞானவேல். ஆளுமைகள் இழுத்த இழுப்புக்கெல்லாம் சென்று வாரந்தோறும் தொடரின் கனம் குறையாமல் ஒவ்வோர் அத்தியாயத்தையும் குறித்த நேரத்துக்குள் வழக்கமான பணிகளினூடாக முடிக்க எவ்வளவு உழைப்பும் அர்ப்பணிப்புணர்வும் தேவைப்பட்டிருக்கும் என்பதை ஒரு பத்திரிகையாளரால்தான் உணர முடியும்; நான் வெகுவாகவே உணர்கிறேன். பல முக்கியமான குரல்களின் தொகுப்பு என்பது போக இந்தத் தொடருக்கு அவர் தேர்ந்தெடுத்த ஆளுமைகளின் வழி அவர்

நம்பும் ஒரு மாற்றுச் சமூகத்துக்கான விழுமியத்தையும் இந்தப் புத்தகத்தின் வழி அவர் தருகிறார் என்றே நான் நம்புகிறேன்.

சமீபத்தில் ஒரு நாள். என் குழந்தைகளுடன் பேசிக்கொண்டிருந்த போது இந்தப் புத்தகத்தை - 'விகடன் பிரசுரம்' வெளியிட்டிருந்த இந்நூலின் முந்தைய பதிப்பை - "நீங்கள் அவசியம் படிக்க வேண்டிய புத்தகங்களில் ஒன்று இது" என்று சொல்லி அவர்களிடம் கொடுத்தேன். ஒரு தலைமுறையின் மதிப்பீடுகளை நானும் நம்பும் சில விழுமியங்களை அடுத்த தலைமுறைக்குக் கடத்துவதாக நம்பியே அப்படிக் கொடுத்தேன். அதே நம்பிக்கையை இந்நூலை வாசிக்கவிருக்கும் வாசகர்களுடனும் பகிர்ந்துகொள்கிறேன். வாழ்த்துகள்!

அன்புடன்
சமஸ்
பத்திரிக்கையாளர்

முன்னுரை

மனிதனின் அறிவும், உழைப்பும் ஒரு குறிப்பிட்ட நிலப்பரப்பில் உருவாக்கும் மாற்றங்கள் தனித்துவமானவை. அந்த நிலத்தின் இயல்புகேற்ப மொழி, பண்பாடு, உணவு, உடை, தொழில் என அந்த நிலத்துக்குரிய மக்கள் கட்டமைக்கும் தனித்துவமானவை. உலகம் முழுமைக்கும் இது பொருந்தும். இந்திய துணைக்கண்டத்தில் உள்ள தமிழ் நிலத்தின் தொன்மையும், தொடர்ச்சியும் நீண்ட நெடிய பாரம்பரியம் கொண்டவை. நிலத்தை ஐந்து வகையாக பிரித்து, கருப்பொருள், உரிப்பொருளுடன் வகுத்த தமிழர்களின் வாழ்க்கை முறையின் நுட்பங்கள் தமிழ் இனத்தின் சிறப்பை சொல்லிவிடும்.

நீண்ட நாட்கள் பிரிந்திருந்த தலைவியைக் காண தேரில் மணி ஒலிக்க வேகமாக பயணித்த தலைவன், மலர்களில் அமர்ந்து தேன் உண்ணுகிற வண்டுகள் தேரின் அதிர்வுக்குப் பயந்து பிரிந்துவிடக்கூடாது என்பதற்காக தேரின் மணியை நிறுத்தி மெதுவாக அந்த இடத்தை கடந்து சென்றான் என்று சொல்கிறது சங்க இலக்கியம். உடல் ஊனம் கொண்டவர்களை ஊமை, செவிடு, குருடு என்று எதிர்மறை சொற்களால் காயப்படுத்தாமல், வாய்பேசாதவர், காது கேளாதவர், பார்வையற்றோர் என அழைத்து நேர்மறை

சிந்தனையுடன் வெளிப்படுத்தியது தமிழ் நாகரிகம். 'அன்பும் அறனும் கொண்டது இல்வாழ்க்கை' என மானுட அறத்தை இல்லறமாக வடிவமைத்தனர் தமிழர்கள்.

இத்தகைய பெருமைகளைப் போற்றுவதைப் போலவே, நம்மிடையே மண்டி கிடக்கும் சிறுமைகளைத் தோலுரித்துப் பார்ப்பதும் காலத்தின் அவசியம். மனிதர்களின் சிறுமைகளையும், அநீதிகளையும் தட்டி கேட்டு சமூகத்தின் சமநிலை கெடாமல் பாதுகாக்கிற சான்றோர்களும், சிந்தனை வளமும், செயலூக்கமும் நிறைந்த பல்துறை அறிஞர்களும் காலந்தோறும் வழிகாட்டுகின்றனர். ஆனந்த விடகன் இதழில் வெளியான 'தமிழ் மண்ணே வணக்கம்' தொடருக்காக தமிழகத்தின் தலைசிறந்த சான்றோர்களையும், பல்துறை அறிஞர்களையும் சந்தித்து, தமிழகம் செல்ல வேண்டிய திசை பற்றி கலந்துரையாடுகிற வாய்ப்பு கிடைத்தது. வாய்ப்பு என்பதைவிட 'கிடைப்பதற்கரிய பேறு' என்றே சொல்வதே பொருத்தமாக இருக்கும்.

வாரந்தோறும் தமிழகம் முழுவதும் பல ஊர்களுக்குப் பயணித்து தலைசிறந்த மனிதர்களுடன் நாள் முழுக்க உரையாடி இருக்கிறேன். 'சில பக்கங்களே' கருத்துகளைப் பதிவு செய்ய முடிகிற ஒரு தொடருக்காக, அவர்களுடைய ஒருநாளை முழுமையாக கேட்பேன். 'புத்தகமா எழுத போறீங்க?' என்று சிலர் கேட்டிருக்கிறார்கள். 'உங்களுடன் உரையாடுகிற அனுபவம் என் வாழ்நாளுக்கானது' என்று சொல்லி இருக்கிறேன். 14 ஆண்டுகள் கழித்து திரும்பி பார்க்கும்போது உண்மையிலேயே, இந்நூலில் இடம்பெற்றவர்களின் பலரின் வழிகாட்டுதல் என் வாழ்வை துலங்கச் செய்கிறது. வணக்கத்திற்குரிய ஆளுமைகளைச் சந்திந்து உரையாடிய அந்த அனுபவம் எனக்குள் சிலிர்ப்பை உண்டாக்குகிறது.

எதிரெதிர் துருவங்களை ஒரே தொடரில் இடம்பெறச் செய்ய நிறைய மெனக்கெடல் தேவைப்பட்டது. இயற்கை விவசாயத்திற்கென தன் வாழ்வை அர்ப்பணித்த நம்மாழ்வார் அவர்களைத் தொடர்பு கொள்ளவே சில வாரங்கள் தேவைப்பட்டது. தேடி கண்டடைந்த பிறகு திருச்சிக்கு அருகில் ஒரு கிராமத்தின் வயலில் அமர்ந்து நாள்முழுவதும் தமிழர் வேளாண்மையின் சிறப்பை உருக்கத்தோடு பேசியவரின் வார்த்தைகள் ஒவ்வொன்றும் வீரியம்மிக்க விதைகள். விகடனுடன் முரண்பட்டிருந்த எழுத்தாளர் ஜெயகாந்தன் அவர்களைச் சந்திக்க அவர் வீட்டு வாசலில் மூன்று நாட்கள் சில மணிநேரங்கள் நின்றிருக்கிறேன். 'என்னிடம் சொல்வதற்கு ஒன்றுமில்லை போ' என்று விரட்டி இருக்கிறார். 'சொல்வதற்கு ஒன்றுமில்லை சரி, உள்ளே அழைத்து ஒரு குவளை நீர் கொடுக்ககூடவா மனமில்லை?' என்ற என் துடுக்குத்தனமான கேள்வி, என்னை அவர் அருகில் அமர்த்தி நீண்ட உரையாடலுக்கு வழி வகுத்தது.

'இலக்கியம்' என்கிற தலைப்பில், அவர் பகிர்ந்து கொண்டவற்றை தொகுத்து எழுதி கொண்டு போய் அவரிடம் காட்டினேன். என் பெயர் இல்லாத கட்டுரையைப் பார்த்த ஜெயகாந்தன், 'உன்னுடைய எழுத்திற்கு என்னுடைய பெயரா?' என்று கோபமாக கேட்டார். 'தொடரை எழுதுகிறவரின் பெயரை பத்திரிகையில் இறுதி வாரத்தில்தான் குறிப்பிடுவார்கள்' என்றேன். அவர் சொன்னபடியே வந்திருப்பதாகப் பாராட்டினார். விருது வாங்கியதைப் போல மனம் கூத்தாடியது. திருநெல்வேலியில் ஒரு காலையில் தேநீருடன் தொ. பரமசிவன் அவர்களுடன் தொடங்கிய பேச்சு, அடுத்தநாள் மதுரை அருகே அழகர் கோயில் வரை தொடர்ந்தது. நான் தமிழ் இலக்கிய மாணவன் என்பதை அறிந்து, கால்டுவெல் பணியாற்றிய இடம் முதல் நெல்லையின் வரலாற்று தடங்களை, இருசக்கர வாகனத்தில் அழைத்துச்

சென்று காட்டினார். தூத்துக்குடியில் தமிழகத்தின் தலைசிறந்த வரலாற்றாய்வாளர் ஆ.சிவசுப்பிரமணியன் அவர்களின் வீட்டிற்குள் நுழைந்ததும் தமிழக ஆவண காப்பகத்தில் நுழைந்த உணர்வு ஏற்பட்டது.

குன்றகுடியில் பொன்னம்பல அடிகளாருடன் தொடங்கிய பயணம், அவருடைய அன்றாட அலுவல்களுக்கிடையில் தொடர்ந்தது. விகடனில் வெளியான ஒரு கட்டுரைக்கு எதிராக போராட்டம் நடத்திய 'மக்கள் கலை இலக்கிய கழகம்' இயக்கத்தைச் சேர்ந்த தோழர் மருதையன் அவர்களை சந்தித்தபோது, 'உங்கள் ஆசிரியருக்குத் தெரியுமா?' என்று கேட்டார். 'எங்கள் ஆசிரியர் குழுவில் எதிர் கருத்திற்கு மதிப்பு உண்டு' என்று குறிப்பிட்டேன். விழுப்புரம் மாவட்டத்தில் குடிசைகள் எரிக்கப்பட்ட மக்களைச் சந்திக்க சென்ற விடுதலைச் சிறுத்தைகள் தலைவர் திருமாவளவன் அவர்களோடு நாள்முழுக்க பயணித்த அனுபவம் மறக்க முடியாதது. அரசு மருத்துவமனையில் ஏழைகளுக்குத் தரமான மருத்துவம் கிடைக்க பல முன்முயற்சிகள் எடுத்த மருத்துவர் சுரேந்திரன் அவர்களின் பகிர்ந்தல், பேருந்துக்கு கட்டணத்திற்குகூட வழியின்றி அரசு மருத்துவ மனைகளுக்கு பல கி.மீ. நடந்துவருகிற ஏழை மக்களைப் புரிந்து கொள்ள உதவியது. இந்த நூலில் இடம்பெற்றுள்ள ஒவ்வொரு ஆளுமை குறித்து இப்படி சொல்வதற்கு நிறைய அனுபவங்கள் உண்டு.

சிந்தனையிலும், செயல் தளத்திலும் பல்வேறு வேறுபாடுகளைக் கொண்டிருந்தாலும், தமிழ் மண்ணே வணக்கம் தொடரில் இடம் பெற்றவர்களின் ஒரே நோக்கம் மக்கள் நலனாகவே இருந்தது. இதில் பெரும்பாலானவர்கள் ஏற்றத் தாழ்வற்ற சமநிலை சமூகத்தை உருவாக்க

தன் வாழ்நாளையே அர்ப்பணித்தவர்கள். சமரசம் செய்துகொள்ளாமல் தொடர்ந்து உழைத்துக்கொண்டிருப்பவர்கள். இளம் வயதில் ஒரு பத்திரிகையாளனாக அறிஞர்களோடும், சான்றோர்களோடும் நிகழ்ந் உரையாடல், என் வாழ்வின் அர்த்தத்தை மேலும் கூட்டினர். இந்த நூலில் இடம்பெற்று இருக்கிற ஒவ்வொருவரிடம் நான் கற்றுக்கொண்டதும் பெற்றுக்கொண்டதும் அதிகம்.

'தமிழ் மண்ணே வணக்கம்' தொடர் வெளிவந்த கடந்த 14 ஆண்டுகால மாற்றத்தில், இந்தத் தொடரில் பங்கு பெற்றவர்களில் சில அறிஞர்கள் இப்போது நம்மிடம் இல்லை. சிலர் அப்போது இருப்பதைவிட இப்போது மேலும் தீவிரமாக இயங்குகின்றனர். பெருமதிப்புக்குரிய வாழ்வை வாழும் தோழர் நல்ல கண்ணு அய்யா, நூறு வயதை நெருங்கும் தருணத்திலும் தன்னுடைய அரசியல் பயணத்தை வீரியத்துடன் தொடர்கிறார். எழுத்தாளர் ரவிக்குமார் இப்போது நாடாளுமன்ற உறுப்பினர். மனிதவளத் துறையில் பணியாற்றிய மாஃபா க. பாண்டியராஜன் சில அரசியல் கட்சிகளில் சேர்ந்து, இப்போது தமிழக அமைச்சராக பதவி வகிக்கிறார். தமிழக நலனுக்குப் போராடுகிறவர்களுக்கு அரண் போல துணை நின்ற வழக்கறிஞர் சந்துரு அவர்கள், சென்னை உயர் நீதிமன்றத்தின் நீதிநாயகமாக பணியாற்றி பல சரித்திர தீர்ப்புகளை வழங்கி ஓய்வு பெற்று இருக்கிறார். பேராசிரியர் கல்யாணி இப்போதும் இருளர் இன மக்களுக்கான மனித உரிமை போராட்டங்களில் செயலூக்கத்துடன் களத்தில் நிற்கிறார். முதுமை காரணமாக பலர் உடல் தளர்வுற்றாலும் மனம் தளராமல் சமூக மாற்றத்திற்கு இன்னும் பலர் பங்களித்துக் கொண்டிருக்கின்றனர்.

அரசியல், கலை, இலக்கியம், பொருளாதாரம், வரலாறு பண்பாடு, கல்வி, வேளாண்மை, ஊழல், மனிதவளம், ஈழ அகதிகள் அவலம், மனித உரிமைகள் என பல துறைகளைப் பற்றி வாசகர்கள் அறிந்து கொள்ள இந்தத் தொடர் துணையாக இருந்தது. காத்திரமான கருத்துகளைத் தாங்கிய கட்டுரைகளுக்கு வாசகர்கள் அளித்த வரவேற்பு, வெகுஜன பத்திரிகையில் பொழுதுபோக்கு கடந்து, பயனுள்ள தீவிரமான கட்டுரைகளையும் எழுதலாம் என்கிற நம்பிக்கை அளித்தது. பத்திரிகை துறைக்கு வந்த பயனை, 'தமிழ் மண்ணே வணக்கம்' என்கிற இந்த ஒரே தொடரில் அடைந்திருக்கிறேன் என்று சொன்னால் அது மிகையில்லை. இத்தொடரில் பங்காற்றிய அத்தனை அறிஞர் பெருமக்களுக்கும் என் இதயப்பூர்வமான நன்றிகள்.

இதுபோன்ற சமூக அக்கறை மிகுந்த ஒரு தொடருக்கு அதிக முக்கியத்துவம் அளித்து வாசகர்களின் சிந்தனையை மேம்படுத்திய விகடனுக்கும், ஆனந்த விகடன் இதழின் பொறுப்பாசிரியாக, என் எழுத்து பயனுள்ளதாக அமைய தொடர்ந்து வழிகாட்டிய, திரு. ரா. கண்ணன் அவர்களுக்கும், என் நன்றிகள். 'தமிழ் மண்ணே வணக்கம்' நூல் இப்போது பதிப்பில் இல்லாமல் இருக்கிறது' என்று சொன்ன கணத்தில், 'வம்சி பதிப்பகம்' மூலம் பதிப்பிக்கலாம் என்று மலர்ச்சியுடன் சொன்ன கே.வி. ஷைலஜா அவர்களுக்கும், நூல் பற்றிய சரியான அறிமுகம் வழங்கிய பத்திரிக்கையாளர் சமஸ் அவர்களுக்கு என் அன்பும் நன்றியும்... இந்த நூல் உருவாக்கத்தில் பங்களித்த அனைவருக்கும் நன்றியோடு என் அன்பையும் உரித்தாக்குகிறேன்.

அன்புடன்,
த.செ. ஞானவேல்.

1. தொல்.திருமாவளவன் 20
பொதுச்செயலாளர், விடுதலைச் சிறுத்தைகள்.

2. தோழர். நல்லக்கண்ணு 27
இந்திய கம்யூனிஸ்ட் கட்சி

3. குன்றக்குடி பொன்னம்பல அடிகளார் 34
ஆன்மீக நெறியாளர்

4. சுப.வீரபாண்டியன் 39
எழுத்தாளர்

5. தொ.பரமசிவன் 46
பண்பாட்டு ஆய்வாளர்

6. நம்மாழ்வார் 54
இயற்கை வேளாண் விஞ்ஞானி

7. வே.வசந்திதேவி 62
கல்வியாளர்

8. நீதி நாயகம் கே.சந்துரு 70
சென்னை உயர்நீதி மன்றம். (ஓய்வு)

9. பஞ்சவர்ணம் 77
மேனாள் பண்ருட்டி நகராட்சித் தலைவர் (நிர்வாகம்)

10. சிவகுமார் 82
நடிகர்

11. மாஃபா கே.பாண்டியராஜன் 89
மனிதவள மேம்பாட்டு வல்லுநர்

12. சுரேஷ் 96
மனித உரிமை ஆர்வலர்

13. ரவிக்குமார் 103
எழுத்தாளர்

14. மைதிலி சிவராமன் 111
அனைத்திந்திய ஜனநாயக மாதர் சங்கம்

15. சு.தியடோர் பாஸ்கரன் 120
சுற்றுச்சூழல் ஆர்வலர்

16. மருதையன்... 127
மக்கள் கலை இலக்கிய கழகம்.

17. பழ.நெடுமாறன்..134
தலைவர், தமிழர் தேசிய இயக்கம்

18. பாரதி கிருஷ்ணகுமார்... 141
ஆவணப் பட இயக்குநர்

19. பிருந்தா ஜெயராமன்.. 148
மனநல ஆலோசகர்

20. நன்மாறன் 156
மேனாள் சட்ட மன்ற உறுப்பினர்,
மார்க்சிஸ்ட் கம்யூனிஸ்ட் கட்சி.

21. ஞாநி... 164
பத்திரிகையாளர்

22. தமிழருவி மணியன்..173
காந்திய மக்கள் இயக்கம்

23. ஜெயகாந்தன்..180
எழுத்தாளர்

24. வேலு சரவணன்.. 188
குழந்தை நாடகக் கலைஞர்

25. ராதாகிருஷ்ணன் ஐ.ஏ.எஸ்..195
இந்திய ஆட்சி பணி தமிழ்நாடு

26. தனசேகரன், ஸ்மீதா, மீனாட்சி, ராஜீவ் ராஜன்........... 201
வித்தியாசாகர் ஊனமுற்றோர் சட்ட உதவி மையம்

27. விக்டர் லூயிஸ் ஆன்த்துவான்.................................. 207
பொருளியல் அறிஞர்

28. டாக்டர் இரா.சுரேந்திரன்... 214
அரசு ஸ்டான்லி மருத்துவமனை (ஓய்வு)

29. அ.கி.வேங்கடசுப்பரமணியன்.................................. 221
ஐ.ஏ.எஸ். (ஓய்வு) உந்துனர் அறக்கட்டளை

30. செ.மா.அரசு 228
ஊழல் எதிர்ப்பு இயக்கம்.

31. பாமா 234
ஆசிரியை, எழுத்தாளர்

32. அசோகமித்திரன் 240
எழுத்தாளர்

33. சுவாமி சத்யப்ரியானந்தா 247
இராமகிருஷ்ண வித்யா பீடம்

34. ய.சு.ராஜன் 253
அறிவியல் அறிஞர்

35. அஜிதா 260
வழக்கறிஞர்

36. ஆ.சிவசுப்பரமணியன் 267
வரலாற்றாய்வாளர்

37. பெர்னாட் ஃபாத்திமா 273
சமூக ஆர்வலர்

38. பி.எஸ்.ரவீந்திரன் 280
அரசியல் விமர்சகர்

39. வா.செ.குழந்தைசாமி, ... 286
தமிழ் இணையப் பல்கலைக்கழகம்

40. ப.கல்யாணி 292
சமூக களப்பணியாளர்

41. ஆஷா பாரதி 299
தமிழ்நாடு அரவாணிகள் சங்கம்

தொல்.திருமாவளவன்
பொதுச்செயலாளர், விடுதலைச் சிறுத்தைகள்.

'நீங்கள் இந்தக் குளத்துக்கு விடுதலை வேண்டும் என்கிறீர்கள், இந்தக் குளத்தில் எங்கள் மக்கள் குளிக்க முடியாது. நீங்கள் இந்தக் கிணற்றுக்கு விடுதலை வேண்டும் என்கிறீர்கள், இந்தக் கிணற்று நீரை எம் மக்கள் உயிர் போகும்போதுகூட தாகத்துக்கு அருந்த முடியாது. நீங்கள் இந்தச் சாலைக்கு விடுதலை வேண்டும் என்று கேட்கிறீர்கள். எங்கள் மக்களின் பிணங்கள்கூட இந்தச் சாலை வழியாகப் போகமுடியாது. முதலில் எங்களுக்குச் சமூக விடுதலை கிடைக்கட்டும்!'

இந்தியா விடுதலை அடைவதற்கு முன் அண்ணல் அம்பேத்கர் சொன்ன இந்த வாக்கியங்கள் இன்னமும் அதன் அர்த்தம் இழக்காமலேயே இருக்கிறது நம் தேசத்தில்! 'மாற்றம் ஒன்றுதான் மாறாதது'! என்கிற தத்துவம்கூட தோற்றுப்போனது சாதியிடம் மட்டும்தான். உலகமே கிராமமாகி வரும் சூழலிலும் நாம் சாதியின் முன் மண்டியிட்டுக் கிடக்கிறோம் நண்பர்களே.

பள்ளியில், வீட்டில், விசேஷங்களில், அலுவலகங்களில், தோழமையில் திருமணத்தில், சுடுகாட்டில் இப்படி ஜனனம் முதல் மரணம் வரை நம்மைத் துரத்துகிறது சாதி, "பிறப்பொக்கும் எல்லா உயிர்க்கும்" என்று சமத்துவம் பேசுகிறது வள்ளுவம். 'உன் பிறப்பே அவமானகரமானது. நீ வாழத் தகுதியற்றவன்' என்கிறது தமிழகத்தில் சாதியம். பாப்பாபட்டியும் கீரிப்பட்டியும் அதன் அடையாளங்கள்... அவமானங்கள்...

அரசும் அதிகார வர்க்கமும் மக்களைக் காப்பாற்றுவதைவிட சாதியைக் காப்பாற்றுகிற கடமையையே செய்கின்றன. 'வீரன் சுந்தரலிங்கம்' இந்த நாட்டின் விடுதலைக்காகப் போராடிய தளபதியாக இருக்கலாம். ஆனால், தீண்டக்கூடாத சாதியில் பிறந்தவனின் பெயரை உயர்சாதி மக்கள் பயணிக்கிற பேருந்துகளுக்கு வைத்தாலே தீட்டு வந்துவிடுகிறதே? அதற்காக நாடு முழுவதும் கலவரம் நடக்கிறதே? இறுதியில்' எல்லாத் தலைவர்களின் பெயர்களையும் எடுத்து விடுகிறோம், என்று சாதியத்துக்கு அடிபணிந்து போகிறது அரசு.

'கூலியை உயர்த்திக் கொடு' என்று உழைப்பவர்கள் கேட்டதைப் பொறுக்கமுடியாமல் 44 பேரை உயிரோடு வைத்து எரித்த தீயில் கோரமாய் எழுந்து நின்று பல் இளித்துச் சிரித்தது அன்று சாதி. உலகின் மிகச் சிறந்த ஜனநாயக நாடான இந்தியாவின் தேர்தல்

ஆணையத்தாலேயே, தமிழகத்தில் இன்னும் ஐந்து பஞ்சாயத்துகளில் தேர்தலை நடத்த முடியாமல், இன்றும் சவால்விடுகிறது அதே சாதி! நமது தேசத்தின் முதுகெலும்பாக இருக்கும் கிராமங்களின் நன்செய், புன்செய் நிலங்களிளெல்லாம் சாதியே விதைக்கப்பட்டிருக்கிறது. 'ஒருவன் பல்லக்கில் ஒய்யாரமாக உட்கார்ந்து வருவதற்கும், அவனை காடு, மலை, பள்ளத்தாக்குகளில் ஒரு கூட்டம் தூக்கிச் சுமப்பதற்கும் பிறப்பே காரணம்' என்கிறது சாதியம்.

குரங்கிலிருந்து வந்தவன் மனிதன் என்கிறது அறிவியல். குரங்குகளில் சாதி இல்லை. ஆனால், இங்கே ஒவ்வொரு மனிதனும் சாதி எனும் அசிங்கத்தைக் குற்ற உணர்வு இல்லாமல் சுமக்கிறான். தனது பெயருக்குப் பின்னால், தன் சாதியின் பெயரை எழுத இங்கே யாருக்கும் வெட்கமில்லை.

'தீண்டாமை ஒரு பெருங்குற்றம்' என்று பாடப் புத்தகங்களில் எழுதி வைத்துவிட்டால் தீண்டாமை ஒழிந்துவிடுமா? கல் தோன்றி மண் தோன்றாக் காலத்தே தோன்றிய மூத்தகுடியில் இன்றைக்கும் இரட்டைக் குவளை பாகுபாடு இருக்கிறது. சக மனிதனை மலம் அள்ள வைத்துவிட்டு அதற்குரிய குற்ற உணர்வு இல்லாமல் ஷாப்பிங் போக நாம் தயாராகவே இருக்கிறோம். ஒரு குலத்துக்கு ஒரு நீதி என்கிற சாதியம், ஆரம்பத்தில் எல்லோருக்கும் கற்பிக்கப்பட்டது. பின்னர் திணிக்கப்பட்டது.

இந்தியாவில் பிறந்த ஒருவன், தான் பிறந்த மதம் தனக்குப் பிடிக்கவில்லை என்றால் வேறொரு மதத்துக்கு மாறிவிட முடியும். சட்ட திட்டச் சடங்குகளால் இறுகிக்கிடக்கும் மதத்தைக்கூட ஒருவன் கடந்து வரமுடியும். ஆனால், தான் பிறந்த சாதி தனக்குப் பிடிக்கவில்லை என்றால், அந்தச் சாதியில் இருந்து வெளியேற முடியாது. இங்கே

பிறக்கிற ஒவ்வொரு குழந்தையின் மீதும் பெரியவர்கள் சாதியை எடுத்து அப்பிவிடுகிறார்கள்.

மனிதனாகப் பிறக்க வேண்டிய குழந்தைகள் பிராமணராக, நாடாராக, தேவராக, பிள்ளையாக, பள்ளராக, பறையராக, சக்கிலியராகவே பிறக்கிறார்கள். செருப்புத் தைக்கிற குடியில் பிறந்தாலும், திறமையும் உழைப்பும் இருந்தால் நாட்டின் ஜனாதிபதி யாக அமெரிக்காவில் பிறந்த ஆப்ரகாம் லிங்கனால் முடியும். இங்கே செருப்புத் தைக்கிற சாதியில் பிறந்த ஒரு குழந்தை, காலில் செருப்புக்கூட போடமுடியாது என்றால், இது என்ன நியாயம் நண்பர்களே!

'இந்தக் காலத்துல சாதியெல்லாம் யாருப்பா பார்க்கிறா? என்று வேதாந்தம் பேசுகிற சகோதரர்களின் கவனத்துக்கு செய்தித்தாள்களில் வருகிற 'மணமகள், மணமகன் தேவை' விளம்பரங்களைப் பாருங்கள் 'இன்ன சாதியில், இன்ன உட்பரிவில், இன்ன கிளைப்பிரிவில்' உள்ளவர்களையே தன் இணையாகத் தேர்வு செய்ய பகிரங்கமாக விளம்பரம் செய்கிற எம்.சி.ஏ., எம்.பி.ஏ.,பி.இ. எம்.பி.பி.எஸ் கள் நிறைய இருக்கிறார்கள் நம் தமிழ் மண்ணில்!

கிராமங்களின் எல்லாத் திசைகளிலும் சாதியின் முட்கள். இந்திய வரைபடத்தில் இருக்கிற கிராமங்களின் எண்ணிக்கையை அப்படியே இரண்டு மடங்காகக் கணக்கிடலாம். காரணம், பாரம்பரியம் பேசும் பழைமை போற்றும் ஒவ்வொரு கிராமத்துக்குள்ளும் இன்னொரு கிராமம் அவமானத்தில் கிடக்கிறது. எல்லா ஊருக்குள்ளும் ஒரு சேரி இருக்கிறது. பேருந்து நிறுத்தம், அஞ்சலகம், வங்கி, மருத்துவமனை என எல்லாமே மேல்சாதி மக்கள் வசிக்கிற இடங்களில் இருக்கும். அவ்வளவு ஏன்? எல்லோரையும் காக்கிற கடவுள் கூட மேல்சாதி

மக்களின் வீட்டுக்கு அருகில்தான் இருக்கிறார். அவர் அமர்ந்து உலா வரும் தேர் கூட சேரியின் பக்கம் வரவே வராது! ஒருவனுக்கு விதிக்கப்பட்ட சாதிக் கட்டுப்பாட்டுக்கு பணியாவிட்டால், எதிர்க்குரல் எழுப்பினால், அவன் வாயில் மலம் கரைத்து ஊற்ற, சிறுநீரைக் குடிக்கவைக்க இங்கே ஒரு கூட்டம் இருக்கிறது. இறந்துபோன மாட்டின் தோலை உரித்துவிட்டார்கள் என்று தாழ்த்தப்பட்ட சகோதரர்களை அடித்துக் கொன்ற 'விலங்கு நேயர்கள்' பரவலாக இருக்கிறார்கள்.

'இது தலித் மக்கள் போட்டியிட வேண்டிய தொகுதி' என்று தேர்தல் ஆணையம் அறிவித்த ஒரு தொகுதியில் போட்டியிட முன்வந்ததால் வெட்டிக் கொல்லப்பட்ட 'மேலவளவு' முருகேசனும் தமிழன்தான் கும்பகோணம் அருகே அரசு பணத்தில் கட்டப்பட்ட பாலத்தின் வழியாக பிணமாகக்கூட தலித் போகமுடியாது. சரி, மதம் மாறினால் சாதிய அவமானம் போய்விடும் என்று நம்பினால், கிறிஸ்துவ நாடார், கிறிஸ்துவ முதலியார் என்று அங்கேயும் தன் கூரிய பற்களைக் காட்டுகிறது சாதி.

நாட்டுக்காக, மக்களுக்காக உழைத்த தலைவர்களையும் சாதி விட்டுவைக்கவில்லையே சகோதரர்களே. காமராஜர், நாடாராகி விட்டார்; பெரியார், நாயக்கராகிவிட்டார்; வ.உ.சிதம்பரனார், பிள்ளையாகிவிட்டார்; பாரதிதாசன், முதலியாராகிவிட்டார். தேசத்துக்கு உழைத்த தலைவர்களை இதைவிட அவமானப்படுத்த முடியுமா?

இளைய தலைமுறைதான் இனி நம்பிக்கை!

சாதி என்கிற விஷத்தின் நீலம் நம் எல்லாருடைய உடலிலும், ரத்தத்திலும் கரைந்திருக்கிறது. தன் மீது அதிகாரம் செலுத்தும்

எஜமானர்களிடமிருந்து விடுதலை பெறுவதைப் பற்றி சிந்திக்காமல், தனக்குக் கீழே இரண்டு தாழ்த்தப்பட்ட அடிமைகள் இருந்தால் போதும் என்று நினைக்கிற சாதிய மனோபாவம்தான் தமிழகத்தின் முன்னேற்றத்துக்குத் தடை. வெளியே இருந்து யார் வேண்டுமானாலும் வரலாம், கொள்ளை அடிக்கலாம், கொடுமைப்படுத்தலாம். வெள்ளைக்காரர்களுக்கும், பிரெஞ்சுக்காரர்களுக்கும் ராஜமரியாதை தந்து அவர்களிடம் கைக்கட்டி சேவகம் பார்க்கத் தயாராக இருந்தது சாதி. ஆனால், அதே ஊரில் பிறந்து, வளர்ந்து, உழைக்கிறவனை கோயில் கதவுக்கு வெளியிலேயே நிற்க வேண்டும் என்று சட்டம் போட்டு நிறுத்துவதும் அதே சாதிதான். இது இன்னும் தொடர வேண்டாமே!

வெள்ளையர்கள் நம்மை சாதியை வைத்துதான் ஜெயித்தார்கள். கொள்ளையர்கள் நம்மை சாதியை வைத்துதான் வென்றார்கள். இந்த இழிவுச் சரித்திரம் இனியும் வேண்டாமே. ஒருவருக்கொருவர் எண்ணங்களால் முரண்படலாம். அது வளர்ச்சிக்கு வேர். ஆனால், எவரொருவர் மனதும் வர்ணங்களால் புண்பட வேண்டாமே! வார்த்தை தவறி விழுந்தாலே, காயப்படுகிறது மனசு. வாழ்க்கைத் தவறி விழுகிற வேதனை இன்னும் வேண்டுமா? முதல் தலைமுறையாக படித்துவரும் இளைய தலைமுறை, வீட்டுக்கு வெளியே சாதியச் சட்டைகளை உரித்துப் போடுவதை வரவேற்கப் பழகுவோம். சாதி மறுப்புத் திருமணங்களைத் திருவிழாவாக நடத்துவோம். கல்வி ,ஆட்சி, அதிகாரம், ஊடகம், கலை என எல்லா மட்டங்களிலும் இளைய தலைமுறை தடைகளைத் தாண்டி வளரட்டும்.

நமது கல்வி முறையில் சாதி ஒழிப்புப் பற்றிய அக்கறையை கொண்டு வருவது மிக அவசியம். பிற்படுத்தப்பட்ட மக்களுக்கும்,

தாழ்த்தப்பட்ட மக்களுக்கும் இடையில் உள்ள வேறுபாடுகளைச் சமத்துவமின்மையைக் களைவோம். சமூகநீதியை விரும்புகிற தோழமைச் சக்திகள், அதைச் சாதி ஒழிப்பில் இருந்தே தொடங்குவோம்.

'கண்மூடிப் பழக்கமெல்லாம் மண்மூடிப் போகட்டும்,' சாதி பேசாத, சாதி பார்க்காத, சாதி கேட்காத புதிய தலைமுறை நம் காலத்தில் தமிழகத்தில் சமத்துவமாக மலரட்டும்.

2. தோழர். நல்லக்கண்ணு

இந்திய கம்யூனிஸ்ட் கட்சி

ஒரு வெள்ளைக்கார அழகியின் ரோஸ் நிற கன்னத்தில் அழகு ததும்பும் மச்சம். இரண்டு கவிஞர்களுக்கிடையில் அந்த மச்சத்தை வர்ணிக்கிற போட்டி.

'செழித்து வளர்ந்திருக்கும் ரோஜா தோட்டத்தில் ஒரு கறுப்பு வண்டு தேன் அருந்துகிறது' என்றார் வெள்ளைக்காரக் கவிஞர். வெள்ளைக்காரன் தோட்டத்தில் அடிமையாக வேலை செய்தே களைத்துப்போன ஒரு கறுப்பனைப் போல இருக்கிறது அந்த மச்சம் எனச் சொன்னார் கறுப்பர் இனக் கவிஞர்.

த.செ. ஞானவேல்

வெள்ளைக்காரரின் கற்பனை, அழகியல் உணர்ச்சி. கறுப்பரின் கவிதை, சமூகப் பொறுப்புணர்வு!

அரசியல் என்பது ஏணி. அதை வைத்து ஏறவும் செய்யலாம், இறங்கவும் செய்யலாம். சமீபகாலமாகவே நமக்கு இறங்குமுகம்தான். பதவி அதிகாரம் தருகிற போதையில் தமிழக அரசியல் தடுமாறிக்கொண்டு இருக்கிறது. 'அதிகாரம்தான் எங்களுக்கு முக்கியம்' என்று கொள்கைகளைக் குப்பையில் தூக்கி எறிய இன்று எல்லாத் தரப்புமே தயார்! குடும்ப அரசியல், வாரிசு அரசியல், சாதி அரசியல், மத அரசியல், லஞ்ச அரசியல், ஊழல் அரசியல், வன்முறை அரசியல் என்று அரசியலின் ஓட்டைகள் இப்போது அதிகமாகிக்கொண்டே வருகின்றன தோழர்களே!

உலகின் மிகச் சிறந்த, மிகப் பெரிய ஜனநாயக நாட்டுக்குச் சொந்தக்காரர்கள் நாம். சுதந்திர இந்தியாவின் அறுபதாம் ஆண்டினை நெருங்கிவிட்டோம். எனினும், நாம் கனவு கண்ட தேசம் இன்னும் நம் கை கூடவில்லை. காரணம், தொண்டு செய்வதற்கான களமாகப் பார்க்கப்பட்ட அரசியல், இன்று வளம் கொழிக்கிற தொழிலாக மாறியிருக்கிறது. தேர்தல் என்பது இலவசங்களை அள்ளி வீசி இரை தேடும் வேட்டைக் களமாக இருக்கிறது.

சென்னையில் ஒரு கல்லூரியில், சேர்மன் தேர்தலுக்காக ஒரு மாணவன் ஐந்துலட்ச ரூபாய் வரை சாதாரணமாகச் செலவழிக்கிறான். ஜெயித்த மாணவப் பிரதிநிதி, மறுநாளே ஓர் அரசியல் கட்சியின் தலைவரைச் சந்தித்து, அவர் காலில் விழுகிறான். அந்தப் புகைப்படத்தை அவர்களே பத்திரிகைகளுக்கு அனுப்பிவைக்கிறார்கள். எதிர்கால அரசியலைத் தீர்மானிக்க,

முளைக்கிற இளைய தலை முறையிடமும் இப்படி ஓர் அநாகரிக அரசியல் கலாச்சாரம் எப்படி வந்தது?

மாற்று ஆடையை உடுத்த வழியில்லாமல் பாதி ஆடையை உடுத்திக்கொண்டு, மீதி ஆடையைத் துவைத்த பெண்மணியைப் பார்த்துக் கலங்கி, தானும் அரை நிர்வாணமானார் காந்தி. தன் தாயின் குடியிருப்புக்கு விதிமுறைகளை மீறிக் குடிநீர் இணைப்பு தரமுடியாது என்றார் காமராஜர். ரயிலில், சாதாரண வகுப்புக் கட்டணத்தில் பயணம் செய்து மிச்சம் பிடித்த பணத்தில் பாமரர்கள் அறிவு பெற மலிவு விலையில் புத்தகங்கள் அச்சடித்தார் பெரியார். பட்டினியால் துவண்டு போயிருந்த தோழர் ஜீவாவிடம் ஆயிரக்கணக்கில் பணம் இருந்தும் ஒரு டீ கூட குடிக்காமல் இருந்தார். 'பல தோழர்கள் கட்சிக்காகத் தந்த நிதி இந்தப் பணம். இதில் டீ குடிப்பதற்கு எந்தத் தனிமனிதனுக்கும் உரிமை இல்லை என்றார். அவர்களைப் போன்ற உயர்ந்த தலைவர்கள் வழி நடத்திய மக்கள் நல அரசியலை எங்கே தொலைத்தோம்?

குறுக்கு வழியில் வாழ்வு தேடிடும் உலகை நிர்மாணிக்கவா இத்தனைப் போராட்டங்கள்? அரசியல், பண்பாடு, இலக்கியம் எல்லா வற்றிலும் பழம்பெருமை பேசுவதாகவே ஒரு தேசம் இருப்பது துரதிர்ஷ்டமானது. இப்படியே போனால், அடுத்த தலைமுறை நம் நிகழ்கால அரசியலைப் பற்றி என்ன பேசும்? சுயநலங்களுக்காக நாட்டை, மக்களை, பதவிகளை விலைபேசியவர்களாக வருங்காலம் நம்மைக் குற்றம் சாட்டினால், என்ன பதில் வைத்திருக்கிறோம்.?

ஓர் அரசியல் இயக்கத்தின் அடிமட்டத் தொண்டனாக இருந்து, அந்தக் கட்சியின் தேசியத் தலைவராக வளர்ந்து, இந்தியாவின் பிரதமரையே தீர்மானிக்கிற நிலைக்கு உயர்ந்தார் படிக்காத மேதை

காமராஜர். சினிமாவில் நடித்ததை மட்டுமே தகுதியாகக் கொண்டு இன்று மக்கள் பிரதிநிதியாக, முதலமைச்சர் ஆகிவிடத் துடிக்கிறார்கள். இன்றும் வரலாறாக வாழ்கிற பெரியார், சட்டமன்ற உறுப்பினராக வேண்டுமென்று ஆசைப்பட்டதில்லை. அரசுக்குத் தலைமையேற்பது எவ்வளவு பொறுப்புள்ள காரியம் என்பது இப்போது ஆள்பவர்களுக்கும் தெரியவில்லை; ஆள நினைப்பவர்களுக்கும் தெரியவில்லை. கட்டுகிற வேட்டியில் கரை இருக்கலாம்; மனதில் கறை இருக்கலாமா?

தகுதி அடிப்படையில் இல்லாமல், சாதி வாரியாகத் தொகுதிகள் ஒதுக்கப்படுகின்ற அவலம் நடக்கிறது. அமைச்சர் பதவி முதல் பல்கலைக்கழக துணைவேந்தர் பதவி வரை எல்லாவற்றையும் தீர்மானிப்பது சாதி அரசியல்தான். கார்கில் யுத்தத்தில் நாட்டைக் காப்பதற்காகப் போராடிய ராணுவ வீரர்களுக்குச் செய்யப்பட்ட சவப்பெட்டியிலும் ஊழல் என்று புகார் எழுந்தபோது தலை கவிழ்ந்து நின்றது அரசியல். மக்களின் பிரச்சனைகளை நாடாளுமன்றத்தில் குறைந்தபட்சம் பேசவாவது செய்வார்கள் என்று எதிர்பார்ப்போடு, மக்கள் தேர்ந்தெடுத்த நாடாளுமன்ற உறுப்பினர்கள் கேள்வி கேட்கவே லஞ்சம் வாங்கியது தெரிந்தபோது கூனிக்குறுகி நின்றது அரசியல்.

குஜராத், கோத்ரா கலவரத்தில், ஒரு கர்ப்பிணியின் வயிற்றைக் கிழித்து உள்ளிருந்த சிசுவைக் கொன்று வெற்றிக்களிப்பில் சிலர் திக்கு முக்காடிய போது அகோரமாகக் காட்சி அளித்தது மதவெறி அரசியல்.

எங்கே நடந்தது தவறு? மரியாதைக்குரிய தலைவர்கள் குறிக்கோளுக்காகச் சொன்னதை நாம் மேற்கோளுக்காக மட்டுமே பயன்படுத்த ஆரம்பித்தது ஏன்?

'பசி, பிளி, பகை என்றும் இல்லாமல் இருந்தால்தான் அது நாடு' என்கிறார் வள்ளுவர். அத்தகைய நாட்டை உருவாக்க வேண்டியது அரசை ஆள்பவர்களின் கடமை. அதை அரசியல்வாதிகளிடம் எதிர்பார்ப்பதும், இல்லாமல் போனால் போராடுவதும் மக்களின் உரிமை.

ஒழுகாத வீடு, கிழியாத உடை, சூடான உணவு இந்த மூன்றும் ஒரு மனிதனின் அடிப்படைத் தேவை. அதைச் சாதாரண குடிமகனுக்கும் உருவாக்கித் தருகிற சமூகப் பொறுப்பு அரசியல்வாதிகளுக்கு உண்டு.

அரிசி விலை ஏறிக்கொண்டே போவதும், கார் விலை குறைந்துகொண்டே வருவதும் ஆரோக்கியமான நாட்டுக்கு நல்ல அறிகுறியே அல்ல! ஏழைகள் மேலும் ஏழைகளாகவும், பணக்காரர்கள் மேலும் பணக்காரர்களாகவும் இருந்தால் ஆட்சியாளர்கள் சுயநலங்களுடன் இருக்கிறார்கள் என்று அர்த்தம்.

'தேனாறு பாயுது, செங்கதிரும் சாயுது, ஆனாலும் மக்கள் வயிறு காயுது' என்கிற வேதனை அவர்கள் யாருக்கும் இல்லாமல் போனதால்தான், வயலுக்குத் தெளிக்க வேண்டிய பூச்சி மருந்தை குடும்பத்தோடு அருந்தி உயிரை மாய்த்துக்கொள்கிறார்கள் உழவர்கள். இந்த தேதசத்துக்கே சோறு போடுகிறவனுக்கு நத்தைகள்தான் உணவு. நாலு ரூபாய் ரேஷன் அரிசி வாங்க முடியாமல் பட்டினி கிடப்பவர்கள் தங்கள் தாகத்தைத் தீர்க்க பத்து ரூபாய் குளிர்பானம் அருந்த வேண்டுமாம். என்ன கொடுமை இது!

கண்டம் விட்டுக் கண்டம் பாயும் ஒரு ஏவுகணை தயாரிக்கிற செலவில் ஒரு மாநிலத்துக்கான அடிப்படை கல்வியை எல்லோருக்கும் வழங்கிட முடியும் என்பது, எப்போது நம் புத்தியில் உறைக்கப்

போகிறது! 'ஐந்து அப்பங்கள், இரண்டு மீன்களைக் கொண்டு ஐயாயிரம் நபர்களுக்கு உணவு படைத்தார் ஏசு' என்கிறது பைபுள். இன்று ஐயாயிரம் நபர்களுக்குரிய அப்பங்களையும், மீன்களையும் ஐந்தே அரசியல்வாதிகள் பங்கிட்டுக்கொள்கிறார்கள். வேரில் விஷமேறிவிட்டால் கனிகளும் அப்படித்தான் இருக்கும். ஒரு சமூகத்துக்கு அரசியல்தான் ஆணிவேர். அரசியல் அசிங்கமானால் நாடே அசிங்கமானதாகத்தான் அர்த்தம்.

வாருங்கள் தோழர்களே! எல்லோரும் இறங்கி சாக்கடையைச் சுத்தம் செய்வோம். அதை யாராவது செய்வார்கள் என்று இருந்துவிடாமல், சமூகம் அசிங்கமானதற்கு நானும் ஒரு காரணம் என்று மனமுவந்து நம் தவறுகளை ஏற்றுக்கொள்வோம்.

ஜனநாயக நாட்டில் ஆட்சியாளர்கள் என்பவர்கள் மக்களிடமிருந்து மக்களால் தேர்ந்தெடுக்கப்படுபவர்கள். தகுதியால் இல்லாமல் பிறப்பால் ஒருவர் அரசியல்வாதியாக முயற்சி செய்தால், கொள்கைகளை மறந்து கொள்ளையடித்தால், அதிகாரபோதையில் மக்களை மறந்தால் அவர்களைத் தூக்கியெறிய, வாக்குரிமை என்கிற வலுவான ஆயுதம் நம் ஒவ்வொருவரிடமும் இருக்கிறது.

ஜனநாயகத்தில் மக்கள்தான் கண்ணாடி, அவர்கள் எப்படி இருக்கிறார்களோ அப்படித்தான் அரசியலும் இருக்கும்.

பிரச்னை நம்மிடம்தான் இருக்கிறது. வருங்காலத் தலைமுறைக்கு நல்ல ஆரோக்கியமான அரசியலை அறிமுகப்படுத்துவோம். இலவசங்களிலும், அன்பளிப்புகளிலும் ஏமாந்தது போதும். ஒருமுறை வாக்குப்பிச்சை போட்டுவிட்டு ஐந்தாண்டுகளுக்கு நாம் வாழ்க்கைப் பிச்சை எடுப்பதை இனியாவது நிறுத்துவோம். நேர்மையும்,

உண்மையும் அரசியலின் இரண்டு பக்கங்களாக மாறும்போதுதான் நாம் கனவு காண்கிற சமத்துவமுள்ள நாட்டை உருவாக்க முடியும்.

இனியும் நாம் இழப்பதற்கு ஒன்றுமில்லை. மீட்பதற்கோ ஒரு சொர்க்கமே இருக்கிறது. நம் எதிர்காலத்தைத் தீர்மானிக்க, நமக்கான உலகத்தை உருவாக்க வாருங்கள் தோழர்களே, வாக்களிக்க!

3. குன்றக்குடி பொன்னம்பல அடிகளார்

ஆன்மீக நெறியாளர்

வாழ்வது வேறு; பிழைப்பது வேறு! நம்மில் பலர் பிழைக்கிறோம். ஆனால், வாழ்கிறோமா? அறம்போற்றி, பொருள் சேர்த்து, இன்பத்தோடு வாழ்கிற வாழ்க்கைக்குத்தான் 'வாழ்தல்' என்று அர்த்தம். இப்படித்தான் வாழ வேண்டும் என்கிற நெறிமுறை தவறி, எப்படியாவது பிழைத்தால் போதும் என்று நினைத்தால் என்னவாகும்?

நேர்மையாக 'வாழ' விரும்புபவர்களை, 'பிழைக்கத் தெரியாத' மனிதர் என்று சொல்லவும், சக மனிதர்களை ஏமாற்றியும் சுரண்டியும் வசதியாகப் பிழைக்கிறவர்களை 'வாழக் கற்ற புத்திசாலி' என்று சமூகம் போற்றவும் நேர்ந்தது எதனால்?

தமிழ் மண்ணே வணக்கம்!

நம்முடைய மதிப்பீடுகள் இப்படித் தலைகீழாக மாறிப் போனதற்கான காரணத்தைக் கண்டறிய வேண்டிய அவசரத்தில் இருக்கிறோம், அன்பர்களே! இல்லாவிட்டால், குறுக்குவழி அறிவுக்கு முன்னால், இதயம் தன் மதிப்பை இழந்துவிடும். இதயம் விரிந்து, அறிவும் வளர்ந்தால்தான் உலகம் தழைக்கும். இதயம் சுருங்கி, அறிவு மட்டுமே பெருகினால் உலகம் தவிக்கும்! தம் குழந்தைகள் வழக்கறிஞராக வேண்டும், பொறியாளராக வேண்டும், மருத்துவராக வேண்டும் என்கிற ஆசைதான் பெற்றோர்களுக்கு இருக்கிறதே தவிர, அவர்கள் நல்ல மனிதர்களாக வளர வேண்டும் என்கிற அக்கறை நாளுக்கு நாள் குறைந்து கொண்டே வருகிறதே. இது ஏன்?

குழந்தை பொய் சொல்லக்கூடாது என்பது பெரியவர்கள் விருப்பம். ஆனால், 'அங்கிள் கேட்டா, அப்பா இல்லேன்னு சொல்லிடு' என்று குழந்தைகளுக்குப் பொய் பேசக் கற்பிப்பதும் அவர்களேதான். 'திருட்டு வி.சி.டி.' கள் வாங்கித் திரைப்படம் பார்க்கிறோம். 'ப்ளாக் டிக்கெட்' வாங்கித் திரையரங்கில் நுழைகிறோம். வேலைக்காரர்களை, இழிவான சொற்கள் பேசி இழிவாகவே நடத்துகிறோம். குழந்தைகள் கண் முன்பே அநாகரிகமாக நடந்துகொள்கிறோம். ஆனால், எல்லா நாகரிகங்களையும் குழந்தைகளிடம் மட்டும் எதிர்பார்த்தால் எப்படி?

அம்மாவும் அப்பாவுமே அன்பில்லாமல் பேச்சற்று இருக்கும்போது, அவர்களிடம் வளர்கிற பிள்ளைகள் எப்படி அன்பைக் கற்றுக்கொள்ள முடியும்? தனக்குக் கிடைத்த இனிப்பைத் தன் சகோதரனுக்கும் பகிர்ந்து தர வேண்டும் என்ற உணர்வை சிறுவயதில் ஊட்டாவிட்டால், பிறகொரு காலத்தில் பாகப்பிரிவினை தவிர்க்க முடியாததுதானே!

இரட்டை வேடம் தரிப்பதே நமக்கு நடைமுறையாகிவிட்டது. நம் வீட்டுச் சுவரில் எச்சில் துப்புவது தவறு என்று உறைக்கிற அறிவு, அடுத்தவர் வீட்டுச் சுவரில் எச்சில் துப்பும்போது மரத்துப்போவது ஏனோ! போக்குவரத்து விதிமுறைகளை மீறி ஒருவர் உங்கள்மீது மோதிவிட்டால் கொதிக்கிற உள்ளம், வசைபாடுகிற வாய், நீங்கள் விதிகளை மீறுகிறபோது மட்டும் ஏன் அமைதியாகிவிடுகிறது? வீட்டுப்பாடம் எழுதவில்லை என்று மாணவனைப் பிரம்பால் அடிக்கிற ஆசிரியர்களில் எத்தனை பேர் தாங்கள் வீட்டில் படித்துவிட்டு வந்து பாடம் நடத்துகிறார்கள்? திருடர்களை வலைவீசிப் பிடிக்கிற காவல் துறையில் எத்தனை பேர் அப்பாவிகளை ஏமாற்றாமல், லஞ்சம் வாங்காமல்வாழ்கிறாா்கள்? இப்படி ஆன்மீகம்வரை எல்லாத்துறைகளிலும் நம்முடைய மதிப்பீடுகள் மாறிக்கொண்டே இருக்கின்றன. நாமே இப்படி இருந்தால்,நாம்வளர்க்கவேண்டியவருங்காலத்தலைமுறைஎப்படிஇருக்கும்?

கண்ணுக்கு எதிரே தவறுகள் நடக்கிறபோது, அதைத் தடுக்க வேண்டும் என்கிற உணர்வே இல்லாமல், தனக்குத் துன்பம் வந்தால் மட்டும் உலகம் கெட்டுவிட்டதாகப் புலம்புகிறோம். 'பாதகம் செய்பவரைக் கண்டால் நீ பயங்கொள்ளல் ஆகாது பாப்பா, மோதி மிதித்துவிடு பாப்பா, அவர் முகத்தில் உமிழ்ந்துவிடு பாப்பா!' என்றானே பாரதி. 'உங்களில் எவரேனும் ஒரு தீமையைக் கண்டால், தமது கைகளால் தடுக்கட்டும் இயலாவிடில், நாவால் தடுக்கட்டும். அதுவும் முடியாவிட்டால், தமது உள்ளத்தால் தடுக்கட்டும்என்கிறது இஸ்லாம். 'தன்னைப் போல் பிறரையும் நேசி' என்கிறது கிறிஸ்துவம். 'அன்பே சிவம்' என்று போதிக்கிறது இந்து தர்மம். ஆனால், எல்லாம் ஏட்டில் தத்துவமாகவே இருக்கின்றன. எவரும் எதையும் நடைமுறையில் பின்பற்றக் காணோம்! நீங்கள் பழகாத மிதிவண்டியில் உங்கள் பிள்ளைகளை எப்படி ஏற்ற முடியும்?

குருகுலக் கல்வி முறையில் இருந்த நேர்மையும், ஒழுக்கமும் நவீனக் கல்விமுறையில் இல்லை. பிரபல பள்ளியில் தங்கள் குழந்தைகளைச் சேர்க்க, பெற்றோர்கள் தேர்வு எழுத வேண்டியிருக்கிறது. இந்த நிபந்தனை முப்பது ஆண்டுகளுக்கு முன் இருந்திருந்தால், இந்தியாவின் இன்றைய குடியரசுத் தலைவருக்கு நல்ல பள்ளியில் படிக்க வாய்ப்பு இல்லாமல் போயிருக்கும். லட்சங்களை முதலீடு செய்து பெறுகிற கல்வி, கோடிகளை அறுவடை செய்வதற்கான ஆயுதமாக மாறத்தான் செய்யும். ஆனால், இதுவா கல்வி?

அடுத்த தலைமுறைக்கான ரோல்மாடல்களாக காந்தியும், நேருவும். பெரியாரும், காமராஜரும்தான் இருக்க வேண்டும் என்பது தவறான எண்ணம். தங்கள் குழந்தைகளுக்கு பெற்றோர்களும், ஆசிரியர்களுமே நல்ல ரோல்மாடல்களாக இருக்க முடியும். இருக்க வேண்டும்.

மாணவனை நன்றாகப் படிக்கப் பழக்கப் படுத்தாமல் விநாயகருக்கு தேங்காய் உடைத்துப் பிரார்த்தனை செய்ய மட்டும் சொல்லித் தந்துவிட்டு, தேர்வில் அவன் தோல்வி அடையும்போது, கடவுள் கை விட்டுவிட்டதாக இறைவன்மீது பழி போட்டால், அதற்கு இறைவனா பொறுப்பு?

தொலைக்காட்சி பெட்டியை நாக்கூசாமல் 'இடியட் பாக்ஸ்' என்று அழைக்கிறோம், புத்திசாலித்தனமான அந்த அறிவியல் கண்டுபிடிப்பைத் தகுந்தபடி பயன்படுத்திக்கொள்ளாமல், ராசிக்கல் பலன் பார்ப்பது நாம்தானே தவிர, அந்தக் கண்டுபிடிப்பு அல்லவே! இப்படி நாம் செய்யும் தவறுகளுக்கெல்லாம் மற்றவர்களின் மீது பழிபோட்டு, நம் பொறுப்பைத் தட்டிக்கழிப்தே நம் வழக்கமாக இருக்கிறது. ஆன்மீகத்தைப் புரிந்துகொள்ளாமல் சடங்குகளின் பின்னால் சென்று, சடங்குகளையே ஆன்மீகமாக்கிவிட்டோம்.

'யாதும் ஊரே, யாவரும் கேளிர்' என்று உலக சமத்துவம் பேசிய நம் முன்னோர்களின் உயரிய மதிப்பீடு, நம் காலத்தில் நம் சக மனிதனை தாழ்த்தி, அவனை தெய்வத்தின் முன்னால்கூடச் சமமாக வழிபட அனுமதிக்காத அளவுக்குத் தரம் தாழ்ந்து போயிருக்கிறது அன்பர்களே!

'ஒரு மனிதன் துன்பப்படும்போது, அவனுக்காகக் கடவுளிடம் பிரார்த்தனை செய்கிற உதடுகளைவிட, அவனுக்கு உதவி செய்கிற கரங்களே மேலானவை' என்பதை இனியாகிலும் புரிந்துகொள்வோம்!

தனி மனிதன் சுத்தமானால், வீடு சுத்தமாகும். வீடு சுத்தமானால், வீதி சுத்தமாகும். வீதியின் தூய்மை, ஊரின் தூய்மை. தவறு செய்கிற பெற்றொர், போதிக்கிற தகுதியை இழக்கிறார்கள். எனவே வீட்டின் ஒழுக்கம்தான், நாட்டின் ஒழுக்கம்.

சக மனிதனை நேசிக்காத படிப்போ, பணமோ, புகழோ அவமானத்துக்கு உரியது. மாற்றத்தை ஒவ்வொருவரும் அவரவரிடத்திலிருந்து தொடங்குவோம். அறுவடை தருகிற பயிர்களைப் போல நம் குழந்தைகளை வளர்க்க வேண்டாம். அவர்களை அறம் போற்றுகிற உயிர்களாக வளர்ப்போம்.

முன்னோர் நட்ட மரங்களின் நிழலில்தான் இன்னமும் களைப்பாறுகிறோம். எவரோ எப்போதோ வெட்டிய குளத்தில்தான் இப்போதும் தாகம் தீர்க்கிறோம். என்றோ எவராலோ போடப்பட்ட சாலைகளில்தான் நம் பயணம் தொடர்கிறது.

இதுதான் வாழ்வு. ஊர் கூடித்தேர் இழுப்பது போல், உள்ளங்கள் கூடி வாழ்வை நிறைப்போம்.

ஏனெனில், அன்பு நிறைந்த இதயம்தான் உயிர்த் துடிப்பு உள்ள இதயம். அத்தகைய இதயங்கள்தான் இறைவன் தங்கும் ஆலயம்!

4. சுப.வீரபாண்டியன்

எழுத்தாளர்

'தாய் மொழியைப் போற்றி வீழ்ந்த நாடும் இல்லை. தாய் மொழியைப் புறக்கணித்து வாழ்ந்த நாடும் இல்லை!' என்பது மூத்தோர் வாக்கு தமிழர்களே!

ஏனெனில், மொழி என்பது ஒரு வார்த்தை மட்டுமே இல்லை, அதுதான் நம் வாழ்க்கை 'அறம் செய விரும்பு' என்று வாழ்வைச் சொல்லித் தருவது மொழி. அகரத்தைக்கூட இப்படி அறமாகச் சொல்லிப் போதிப்பது நம் பண்பாடு! தமிழின் அழிவு என்பது தமிழரின் அழிவு!

சாதியோடு யாரும் வாழ வேண்டாம். மதம் இல்லாமலும் வாழலாம். ஆனால், ஒரு மொழி இல்லாமல் யாரும் வாழ முடியாது. கருவி என்பது புறவயமானது. மொழி என்பதோ அகவயமானது. கணினி என்ற கருவி இல்லாமல் என்னால் வாழ்ந்துவிட முடியும். ஆனால், எப்படி நான் சிந்திக்காமல் இருக்க முடியும்? ஏனெனில் மொழி என்பது மூளையோடு பின்னிப் பிணைந்தது.

'தாய் மொழி படி' என்று சொன்னால், வேறு மொழி எதையும் படிக்காதே என்று அர்த்தமல்ல. ஒவ்வொருவரின் தேவைக்கும் திறமைக்கும் தகுந்தபடி எத்தனை மொழிகளை வேண்டுமானாலும் படிக்கலாம். ஆனால், நீங்கள் எந்த மொழியைச் சரியாகப் படிப்பதற்கும் முதல் மொழி ஒன்று அவசியம். அந்த முதல் மொழி தாய் மொழியாகத்தான் இருக்க முடியும்.

பாரதிதாசன் புதுவையில் ஆசிரியராக இருந்தபோது 'அ' எழுத்தை சொல்லித் தர 'அணில்' படம் வரைந்திருப்பதைக் கண்டித்து பிரெஞ்சு அரசுக்கு ஒரு கடிதம் எழுதினார். 'குழந்தையின் வாழ்க்கை அம்மாவில் இருந்து தொடங்க வேண்டுமே தவிர, அணிலில் இருந்து தொடங்கக் கூடாது' என்று அவர் சொன்ன கருத்தை பிரெஞ்சு அரசாங்கம் ஏற்றுக்கொண்டு பாடப் புத்தகத்தில் மாற்றம் செய்தது. ஆனால் இன்றோ நம் பிள்ளைகளின் வாழ்க்கையை 'ஆப்பிள்' முதல் தொடங்குகிறார்கள். அந்நிய உலகத்தைத் தெரிந்துகொள்வது நல்லதே. ஆனால், தாய் மொழியைத் தவிர்ப்பதால், நாம் நம் வாழ்க்கைக்கே அந்நியமாகப் போவதை எப்போது புரிந்துகொள்ளப் போகிறோம்?

உலகமே கிராமாகிவிட்ட பிறகு 'தமிழ் தமிழ்' என்று ஏன் கூப்பாடு போடுகிறீர்கள் என்று எங்கள் மீது கோபம் வரலாம். உலகம்

கிராமமாகவில்லை... உலகம் அமெரிக்காவாகி வருகிறது! அவர்கள் அங்கே விழித்திருக்கும்போது, அவர்களுக்காக இங்கே நம் கணிப்பொறிப் பிள்ளைகள் உறங்காமல் வேலை பார்க்கிறார்கள். எஜமானர்கள் தூங்கும்போது அடிமைகள் எப்படி உறங்க முடியும்?

மாமாவுக்கும் சித்தப்பாவுக்கும் நம்மிடம் தனித்தனி உறவுப் பெயர்கள் உண்டு. அந்த உறவுகள் இல்லாத, கூட்டுக் குடும்ப வாழ்க்கையற்ற ஒரு மொழியில் இரண்டு வெவ்வேறு உறவுகளை 'அங்கிள்' என்று அழைப்பதை நாமும் பயன்படுத்துவது மூடத்தனம்தானே?

மொழி கடந்து மனிதன் சிந்திக்க வேண்டும் என்பவர்களுக்கும் ஒரு செய்தி... நீங்கள் சொல்வதும் நியாயம்தான். இந்தியாவும் பாகிஸ்தானும் பிரியும்போது ஒரு லட்சம் இந்துக்கள், ஒரு லட்சம் இஸ்லாமியர்கள் கொல்லப்பட்டார்கள் என்று பாடம் நடத்துவதைவிட, 'மொத்தமாக இரண்டு லட்சம் மனிதர்கள் கொல்லப்பட்டார்கள் என்று சொல்வது தான் மனிதநேயம். இந்தியாவின் பிரிவு மதத்தால் வந்ததாகச் சொல்லலாம். ஆனால், பாகிஸ்தானும், வங்காளதேசமும் ஏன் பிரிந்தன?

இரண்டு நாட்டிலும் ஒரே மதம்தான். ஆனாலும், 'எங்கள் வங்காள மொழியின் செழுமையை எங்களால் இழக்க முடியாது' என்று மதம் கடந்து மொழி நின்றதுதான் வரலாறு! ஆம், மனிதனையும் மொழியையும் பிரிக்க முடியாது நண்பர்களே!

'பணம் சேர்' என்று கட்டளையிடாமல், 'திறமைக்கும், தகுதிக்கும் உரிய பணம் சம்பாதிக்க வேண்டும் 'தீதின்றி ஈட்டல் பொருள் 'என

அந்தப் பணம் முறையற்ற வழியில் வரக் கூடாது என்று போதிப்பதும் மொழியின் வேலை. அப்போதுதான் மனிதம் தழைக்கும்!

இந்தியாவில் வேறெந்த மாநிலத்திலும் இல்லாத அளவு மொழி விழிப்பு உணர்வு தமிழகத்தில்தான் தொடங்கியது. இன்று இந்தியாவிலேயே மொழி அறியாமை உள்ளவர்களும் தமிழர்களாகத்தான் இருக்க முடியும். தமிழகத்திடம் இருந்து மொழி உணர்வைப் பெற்றன பக்கத்து மாநிலங்கள். இன்று கன்னடம் தெரியாமல் யாரும் கர்நாடகாவில் படிக்க முடியாது. மலையாளத்தை உயிருக்கு இணையாகக் கருதுகிறார்கள் மலையாளிகள். சுந்தரத் தெலுங்குதான் ஆந்திராவின் வீடுகளில் இன்றைக்கும் ஒலிக்கிறது. ஆனால், தமிழகத்தின் தமிழ்த் தெருவில் மட்டும் தமிழ் இல்லை.

'தேமதுரத் தமிழோசை உலகமெல்லாம் பரவும் வகை செய்தல் வேண்டும்' என்பதை, என்று நாம் நம் குழந்தைகளை வெறும் மதிப்பெண்களுக்காக, இந்தப் பாடல்களை மனப்பாடம் செய்ய வைத்தோமோ அன்று தொடங்கியது நம் வீழ்ச்சி.

முனுசாமிக்கும், கண்ணம்மாவுக்கும் பிறந்த குழந்தை பள்ளியில் தமிழில் பேசியதற்காக தண்டனை விதிக்கிறார்கள். 'அம்மா' என்று மகன் அழைத்தால் அகம் மகிழாமல், 'இவ்ளோ செலவு பண்ணி 'அம்மா'ன்னு கூப்பிடவா உன்னை இங்கிலீஷ் மீடியம் சேர்த்தேன். 'மம்மீ' ன்னு கூப்பிடு மகனே!' என்று பிள்ளையை அடிக்கிறாள் தமிழ்த் தாய்.

ஆம், தமிழர்களின் பிள்ளைகள் ஆங்கில வழிக் கல்வி பயில்கிறார்கள். தமிழ் தெரியாத ஒரு தலைமுறை தமிழ்நாட்டிலேயே உருவாகி வருகிறது.

மருத்துவம் ஆங்கிலத்தில் இருந்தாலும் நோயாளிகள் தமிழர்களாகத்தானே வருகிறார்கள். நீதிபதிகளும், வழக்கறிஞர்களும் ஆங்கிலம் தெரிந்தவர்களாக இருக்கலாம். ஆனால், குற்றம் சாட்டப்பட்டு நீதிமன்றம் வருபவர்கள் தமிழர்களாக இருக்கும்போது, தமிழ்தானே அங்கே தேவை.

' உள்ளதும் போச்சு நொள்ளக்கண்ணா!' என்று கிராமத்தில் ஒரு பழமொழி உண்டு. தமிழர்கள் ஆங்கிலம் படிக்க விரும்ப, அதுவும் தெரியாமல், தமிழையும் சேர்த்துத் தொலைக்கிறார்கள். தாய்மொழியைச் சரிவரக் கற்காத எந்த மனிதனும், வேறு மொழிகளை ஆழமாகக் கற்க இயலாது என்பது அறிவியல்.

' வல்லமை உள்ள மொழி வாழாதா? அதை ஏன் நாம் காப்பாற்ற வேண்டும்' என்று சிறுபிள்ளைத்தனமாகக் கேட்கிறார்கள். மொழி வாழ்ந்தால்தான் அந்தச் சமூகம் வாழும். பரப்பளவிலும், மக்கள் தொகையிலும் மிகச் சிறிய அளவே உள்ள இங்கிலாந்து வல்லரசாக இருப்பதற்கு, அவர்கள் மொழி உலகம் முழுவதும் பரவி இருப்பதுதான் காரணம்!

தொழிலறிவு பெற தாய் மொழிக் கல்விதான் சிறந்த வழி என்பதற்கு ஜப்பான் நாடு கண்ணுக்கு முன்னால் இருக்கும் ஓர் உதாரணம். விதவிதமான கண்டுபிடிப்புகள், ரோபோக்களைத் தாண்டியும் ஜப்பானியர்களிடம் கவிதையும் மொழியும் அதனோடு பிணைந்த வாழ்க்கையும் முக்கியமாக இருக்கிறது. வல்லரசுகளை மிரட்டுகிற தொழில்நுட்பம் இருக்கிற சீனாவின் பெருமையே அதன் தாய் மொழிப் பற்றுதான். போரினால் ஈழத்திலிருந்து புலம்பெயர்ந்துபோன தமிழர்கள்தான் ஈழ விடுதலையில் முன்னெப்போதும் இல்லாத அளவு ஈடுபாடு காட்டுகிறார்கள்.

ஜெர்மன் மொழியை இலக்கணச் சுத்தமாகப் பேசினாலும், ' நீ ஜெர்மானியன் இல்லையே' என்று புறக்கணிக்கப்படுவதன் துயரத்தை உணர்ந்தால்தான் முடியும். ஆனால், இங்கேயோ தலைகீழ். தமிழில் படிக்கிற பிள்ளைகளுக்கு வேலையில் முன்னுரிமை இல்லாமல் போவது தமிழகத்தின் அவலம்.

நம் குடும்ப உறவுகளில் சிக்கல் பெருகியதற்கும் நாம் தாய் மொழியை மறந்ததற்கும் இறுக்கமான தொடர்பு உண்டு. நாம் நம் அறிவுச் செல்வத்தை இழந்து கொண்டு இருக்கிறோம் என்கிற உணர்வு நமக்கு எப்போது வரும்? கர்ணனுக்குப் பிறகு கொடையும் இல்லை, கார்த்திகைக்குப் பிறகு மழையும் இல்லை' என்று ஒரு சமூகம் பழமொழி சொல்வது எளிதன்று. எம் முன்னோர் எத்தனை கார்த்திகைகளுக்குக் காத்திருந்து, அனுபவத்தால் உணர்ந்து இந்தப் பழமொழியை உருவாக்கி இருக்க வேண்டும் ? ஆனால், சுட்டெரிக்கும் வெயில் பகுதியில் வாழும் என் பிள்ளைகள் ' ரெயின் ரெயின் கோ அவே' என்று பாடுவது அறிவுடைமை ஆகாதே!

எம் வருத்தம் பிள்ளைகளின் மேல் இல்லை. அதைச் சொல்லித்தருகிற கல்வி முறைக்கே வெட்கம் இல்லை. அடுத்த தலைமுறை பற்றி அக்கறை இல்லாத அரசியல் தலைவர்கள் வாய்ப்பது சமூகத்துக்கு நன்மையாகாது. வீடு, தமிழை விட்டுவிட்டது. அரசியல், தமிழை விற்றுவிட்டது. இது உடனடியாகத் திருத்தப்பட்டு அடையாளம் நிலை நிறுத்தப்பட வேண்டும். ஏனெனில் அடையாளமின்றி யாரும் வாழ இயலாது.

நாம் எந்த மொழியின் மூலம் உலகத்தைத் தெரிந்து கொள்கிறோமோ அதுவே நம் அடையாளம். இதை நமக்குச் சொல்வதும் நம் முன்னோர்தான். தன் பெயர், இனம் மதம், நாடு

எதையும் தன் இலக்கியத்தில் சொல்லாத திருவள்ளுவர், தன் முதல் குறளிலேயே முதல் சொல்லிலேயே தன்னைத் தமிழர் என்று சொல்லிக்கொள்கிறார். இறைவனுக்கு இணையாக மொழியைக் கருதியவர் திருவள்ளுவர்.

'அகர முதல எழுத்தெல்லாம்' என்று தன் மொழியின் அடையாளத்தோடு ஒப்பற்ற இலக்கியத்தைப் படைத்திருக்கிறார். திருக்குறளைப் புறக்கணிக்கிற சமூகம், வளர்ச்சிக்குரிய சமூகமாகாது.

மொழிதான் நம் அடையாளம். மொழிதான் நமக்கு விழி. தன் விரல்கொண்டு தன் விழியைக் குத்திக்கொள்கிற சமூகத்தை யார்தான் காப்பாற்ற முடியும்?

தமிழா ஒன்றுபடு! தமிழால் ஒன்றுபடு!

த.செ. ஞானவேல்

5. தொ.பரமசிவன்

பண்பாட்டு ஆய்வாளர்

" கோயில் பூசை செய்வோர் சிலையைக்

கொண்டு விற்றல் போலும்

வாயில் காத்து நிற்போர் வீட்டை

வைத்து இழத்தல் போலும்..!"

பாஞ்சாலியை, 'கட்டிய கணவனே' கொண்டுபோய் எதிரிகளிடம் சூதுக்குப் பணயமாக வைத்த காட்சியை விளக்கும்போது வெகுண்டெழுந்து பாரதி சொன்னது இது. ஒவ்வொரு சமூகத்துக்கும்

ஒரு பண்பாடு உண்டு. அது அந்தச் சமூகத்தின் சுயமான அறிவு உற்பத்தி. அனுபவ உற்பத்தி!

'பண்பாடு' என்ற சொல் 'பண்படு' என்ற சொல்லில் இருந்து வருவது. பண்படுத்தப்பட்ட நிலம்தான் அதிக விளைச்சலைத் தரும். ஊட்டச்சத்து மிகுந்த உணவை உற்பத்தி செய்யும். தீங்கு தராத ருசியைத் தரும்.

கரடு முரடாக, சமமில்லாமல் இருந்த நிலப்பரப்பைச் சமப்படுத்தி, நல்விளைச்சலுக்குப் பண்படுத்துவது என்பது ஒரு நாளில் நடைபெறுகிற சாதனை இல்லை. தலைமுறை தலைமுறையாக அதற்கு உழைத்திருக்க வேண்டும். ஒரு நிலத்தைப் பண்படுத்தவே பல தலைமுறைகள் வேண்டும் என்றால், ஒரு சமூகத்தைப் பண்படுத்த எத்தனை தலைமுறைகள் தேவைப்படும்? அந்த அனுபவங்களின் பலனுக்குப் பெயர்தான் பண்பாடு. பண்பாட்டை இழப்பது என்பது நம் அறிவை இழப்பதாகும். நம் முன்னோர்களின் அனுபவங்களை இழப்பதாகும்.

நம்முடைய அனுபவங்களில் உயர்வு - தாழ்வு கற்பிக்கிற சில குப்பைகள் சேர்ந்திருக்கின்றன நண்பர்களே!

'நாகரீகம்' என்ற பெயரில், நாம் சந்திக்கிற இழப்புகள் இன்னும் நமக்கு உறைக்கவே இல்லை. உதாரணமாக ஒன்றிரண்டு பேசுவோம்... நல்லனவெல்லாம் நாம் கூடிச் சிந்திப்போம்.

கறுப்பு நிறம் என்பது நம் நிலப்பரப்பின் சூழலியல் சொத்து. சுட்டெரிக்கும் வெப்ப மண்டலவாசிகளுக்கு தோல் கறுப்பாகத்தான் இருக்கும். அப்படி இருந்தால்தான் அது ஆரோக்கியம். ஆனால், நமது

இளைய தலைமுறை தங்கள் வருமானத்தில் பெருமளவு தோலை வெள்ளையாக்கச் செலவழிப்பது, அவர்கள் நம் பண்பாட்டைப் புரிந்து கொள்ளவில்லை என்பதையே காட்டுகிறது. நமது கடவுள்கள்கூட 'கருப்பர்கள்' தான். ஆனால், நாம் கறுப்புத் தோலுடைய மணப்பெண்ணுக்கு அவளின் நிறத்தைக் காரணமாகக் காட்டி அதிக வரதட்சணை கேட்பது அவமானம் தானே?

கறுப்பும், சிவப்பும் வெறும் நிறமாக இருந்தால்தான் சமூகத்துக்கு நல்லது. கறுத்த தோலுடையவன் கீழ்ச் சாதிக்காரன், வறுமைப்பட்டவன், நாகரிகம் அற்றவன், படிக்கத் தகுதியற்றவன், அழகற்றவன் என்ற கருத்தை உருவாக்கினால்தான்' அரிசியைவிட அழகு க்ரீம்களை அதிக விலைவைத்து விற்க முடியும் என்கிற வணிக துர்புத்திக்கு, நம் பண்பாடு பலியாகிப்போனது. பண்பாடு பலியாகிறது என்றால், நாமே பலியாகிவிட்டோம் என்று அர்த்தம்.

தமிழ்நாடு நிலநடுக்கோட்டை ஒட்டிய வெப்பமண்டலப் பகுதி. இங்கே வாழும் மனிதர்களுக்கு 'நீர்' தான் முக்கியமான ஆதாரம். வெப்பம் போக்கிக் குளிர்விப்பதால் நீரைத் தண்ணீர் என்று அழைத்தனர் நம் முன்னோர். நீருக்கும் நிலத்துக்கும் தமிழர்களுக்கும் உள்ள உறவு பிரிக்க முடியாதது. நீரின் சுவை அது பிறக்கும் நிலத்தால் அமையும். நிலத்தால் திரிந்து போன நீரின் சுவையை மேம்படுத்தத் தமிழர்கள் நெல்லியினை ஒரு மருந்தாகப் பயன்படுத்தினர். கிணற்று நீர் உவர்ப்பாக இருந்தால் அதனுள் நெல்லி மரத்தின் வேர்களைப் போட்டுவைப்பது நமது பண்பாடு. நெல்லிக்காய் தின்று தண்ணீர் குடித்தால் இனிப்புச் சுவை தெரியும். நம் பாட்டன் விளைவித்த நெல்லிக்கு அமெரிக்கர்கள் 'காப்புரிமை' கேட்கிறார்கள். ஒரு கூடை ஆப்பிளுக்கு ஒரு பெரு நெல்லி சமம் என்கிறது அறிவியல். நமக்கு

நெல்லி உண்பது கேவலம். ஆப்பிள் உண்பது நாகரிகம். நெல்லியை இழக்கத் தயாராக இருப்பவர்கள், நீரைக் காப்பாற்றிக் கொள்ளப்போகிறார்களா என்ன?

இயற்கையின் பேராற்றலில் திராவிடர்கள் நீரை முதன்மைப்படுத்தினர். திட உணவைவிட, இளநீர், மோர், நீராகாரம் போன்றவை நம் தட்ப வெப்பத்துக்குத் தேவையான உணவுகள். நமக்கு வாழ்வாதாரமான நீரை எங்கிருந்தோ வந்த பன்னாட்டு நிறுவனங்களிடம் ஒப்படைத்துவிட்டு, அவர்களிடமே தண்ணீரை விலைக்கு வாங்கிக்கொண்டு இருக்கிறோம். பாலைவிட நீரின் விலை இன்று அதிகம். உணவு விடுதிகளில் தண்ணீர் வைப்பதற்குப் பதில் இப்போது வெளிநாட்டுக் குளிர்பானங்களை வைக்கிறார்கள். காரமான உணவுக்கு ஈரமான நீரை அருந்தாமல், வேதியல் பொருட்கள் கலந்த ஏதோ ஒரு பானத்தை அருந்துவது நாகரிகமாகி வருகிறது.

'கூலி கொடுத்து சூன்யம் வைத்துக் கொள்வது' என்று வட தமிழகத்தில் ஒரு பழமொழி உண்டு. பத்து ரூபாய் தந்து நாம் குளிர்பானத்தை வாங்கவில்லை. பத்து ரூபாய் தந்து நம் பண்பாட்டை விற்று வருகிறோம். அடிமை தேசத்தில் அடிமையாக இருப்பதைக்கூட சகித்துக்கொள்ளலாம். சுதந்திரமான தேசத்தில் அடிமையாக இருப்பதைவிட அவமானம் வேறென்ன இருக்க முடியும்?

'சோறும் நீரும் விற்பனைக்கு உரியவை அல்ல! என்பதுதான் நம் பண்பாடு. பத்து ரூபாய் கொடுத்து தண்ணீர் வாங்குவது என்பது வெறும் காகித நோட்டோடு சம்பந்தமுடைய விஷயமில்லை. 'காசு இருக்கிறவன் சுகாதாரமாக இருந்துகொள்வான், பணம் இல்லாதவன் எப்படியாவது கெட்டுப் போகட்டும்' என்று சொல்கிற பணக்கார ஆதிக்கச் செயல் அது. என் தாகம் தீர்க்க இரண்டு ரூபாய் கோலி

சோடாவோ, மோரோ, பதநீரோ போதுமானது. நான் செலவழிக்கிற அந்தத் தொகையும் என் சதோதரனுக்கே போய்ச் சேரும்.

என் வருமானத்தின் இரண்டு ரூபாய் மட்டுமே என் தாகத்துக்குச் செலவழிக்க முடியும் என்ற நிலை இருக்கும்போது, நான் எதற்காக யாரோ ஒரு வெளிநாட்டு முதலாளிக்குப் பத்து ரூபாய் செலவழிக்க வேண்டும்? டெண்டுல்கரும், ஐஸ்வர்யா ராயும் சிரித்துக்கொண்டே குடிக்கிற பானங்களை, ஒரு நாள் முழுக்க இந்த வெயிலில் உழைத்து முப்பது ரூபாய் சம்பளம் பெறுகிற சாதாரண மனிதனால் அருந்த முடியாது. உணவு என்பது எதையாவது உண்பது ஆகாது. ஒரு சமூகம் வாழும் பருவச்சூழ்நிலை, வாழ் நிலத்தின் விளைபொருள்கள், உற்பத்திமுறை, பொருளாதார நிலை என்ற எல்லாவற்றுக்கும் பொருந்தி வருகிற, தீங்கு இல்லாதவற்றை உண்பதுதான் உணவு. நிகழ்கால 'ஃபாஸ்ட் ஃபுட்' பண்பாட்டில் உடல் நலம் குறித்த அக்கறையைவிட சுவை குறித்த பார்வையே ஆளுமை செலுத்துகிறது.'மிகினும் குறையினும் நோய் செய்யும்!' என்று உணவையே நோயாகவும், மருந்தாகவும் பார்த்த சமூகம் நம்முடையது.

தமிழர் உணவு முறையில் வறுத்தும், சுட்டும், அவித்தும் செய்யப்படும் உணவுப் பண்டங்களே அதிகமாக இருந்தன. எண்ணெயில் இட்ட பண்டங்கள், பொரித்த உணவுகள் தமிழர்களின் உணவு ஆகாது. கடந்த ஐம்பது ஆண்டுகளில் தமிழர் வீட்டுச் சமையலில் எண்ணெயின் பங்கு பெருமளவு அதிகரித்து இருக்கிறது. பொருளாதாரச் சந்தையில் எண்ணெயின் வணிகம் முக்கிய இடத்தைப் பெறுகிறது. உணவு, ஆரோக்கியத்தை தருவதற்குப் பதில் நோயாளிகளை அதிகம் உற்பத்தி செய்யக் காரணம், நாம் நம் உணவுப் பண்பாட்டைத் தொலைத்ததுதான்.

'உன் பங்கு உணவில் ஒரு பிடியேனும் தானமிட்டு உண்!' என்று போதித்த அதே தமிழன் அடுத்த வரியில், 'ஏற்பது இகழ்ச்சி!' என்று மான உணர்வு ஊட்டுகிறான். சமத்துவமுள்ள தேசத்தில் யாரும் பிச்சை எடுத்து உண்பவர்களாக இருக்கக் கூடாது. உடலுழைக்க இயலாத முதியோர், ஊனமுற்றோர், விலங்குகள், துறவிகளுக்கு மனமுவந்து ஒரு பங்கைத் தருவது நம் கடமையாகவும் பெறுவது அவர்களின் உரிமையாகவும் இருப்பதுதான் பண்பாடு.

'ஃபரிட்ஜ்' என்கிற ஒரு கண்டுபிடிப்பு நம் வீட்டுக்குள் நுழையும்போது, இயலாதவர்களுக்குத் தானமிடவேண்டும் என்கிற நற்பண்பை வெளியில் அனுப்பிவிட்டோம். குற்றம் அந்த அறிவியல் பொருளின் மேல் இல்லை. கருவிகள், நம் தொன்றுதொட்ட பண்புகளைக் கருவறுக்க அனுமதிப்பது நம்முடைய குற்றம். நமக்கு உணவு, உடை, உறைவிடம் போன்றவற்றில் காலத்துக்கேற்ப மாற்றம் நிகழவேண்டும் என்பது இயல்புதான் ஆனால் அது பொருத்தமானதாக இருக்க வேண்டும்.

கோடை வாட்டும் ஒரு நிலப்பரப்புக்கு கோட்டும் சூட்டும் தீங்கு தரக்கூடிய உடைப் பழங்கங்கள். பள்ளிக்குப் போகும் பிள்ளைகள் மீதுகூட நாம் இரக்கம் காட்டாத நாகரிக மனிதர்களாகி விட்டோம். 'சிமெண்ட் ஷீட்' வேயப்பட்ட ஒரு வகுப்பறையில் கொளுத்தும் வெயிலில் வெம்மை தகிக்கும் சூழலில் உடல் முழுவதையும் மூடி மறைக்கிற, காற்றோட்டம் இல்லாத உடை உடுத்தி, இறுக்கமான 'ஷூ' அணிவித்து போதாதென்று 'டை' கட்டிப் படிக்கச் சொல்வது கருத்தியல் வன்முறை. மைனஸ்டிகிரி குளிர்ப்பிரதேசத்து குழந்தைகள் அப்படி படிப்பது அவர்களின் தேவை. அது அவர்களின் பண்பாடு. வெப்பமண்டலப் பகுதிக் குழந்தைகள் அப்படி உடுத்திப் பள்ளிக்குப்

த.செ. ஞானவேல்

போவதை நாகரிகம் என்றால் நாம் நம் அறிவையே அடகு வைத்துவிட்டோம் என்றுதானே அர்த்தம். குழந்தைகளின் எதிர்காலத்தை தீர்மானிக்க வேண்டிய பெற்றோர்களுக்கும், அவர்களுக்கு பாதுகாப்புத் தரவேண்டிய அரசாங்கமுமே இந்தத் தீங்கை குழந்தைகளுக்குச் செய்கிற அவலத்தை எங்கே போய்ச் சொல்வது?

கதராடை அவமானமாகவும், காற்று புகாத பாலிஸ்டர் துணி கௌரவமாகவும் ஆனது எப்படி? அந்த அவமானத்துக்கும் கௌரவத்துக்கும் இடையில்தான் தொலைந்துபோனது நம் பண்பாடு.

ஒற்றுமை உணர்த்தும் 'கபடி' விளையாட்டு மறந்து, சகோதரனையே எதிரியாகப் பாவிக்கும் 'டபள்யூ டபள்யூ எஃப்' ஆட்டத்தை நம் குழந்தைகள் ரசிப்பது ஆரோக்கியமானதல்ல 'கூட்டுணர்வுக்கும், விளையாடுவற்கும்தான் விளையாட்டு' என்பது தமிழர் பண்பாடு. 'வெல்வதற்காக மட்டுமே விளையாட்டு' என்பது வெளியிலிருந்து வந்த நாகரிகம்.

'தேவைக்குச் சேமிப்பது!' என்பது தமிழர் பண்பாடு. சேமிப்பை முறையான வழியில் செலவிட வேண்டும் என்பது அவர்களுக்கு முன்னோர் போதித்தது. முக்கியமாக சேமிப்பின் நோக்கம் கடனாளியாகக் கூடாது என்பதுதான். இன்று பல ஆயிரங்கள் சம்பாதிக்கிறவர்கள்கூட கடனாளியாகவே இருக்கிறார்கள். வருடத்தின் முதல் நாளே தவணை முறையில் வீட்டில் பொருட்களை வாங்கிக் குவிக்கிற கலாசாரம் நம்மிடம் இன்று பரவிவருகிறது.

நம்மிடம் நிகழ வேண்டிய தேவையான மாறுதல்கள்... பெண் விடுதலை, சாதி விடுதலை, எல்லோருக்கும் கல்வி, சமமான மருத்துவம்

என்று அமையவேண்டுமே ஒழிய, இருப்பதையும் தொலைப்பதாகக் கூடாது.

தமிழ் புத்தாண்டைக் கொண்டாடாமல், ' ஹேப்பி நியூ இயர்' சொல்வதும், பொங்கலுக்குப் புதுத்துணி எடுக்காமல் தீபாவளியைக் கொண்டாடுவதும், அறிமுகமாகிற மனிதரிடம் ஆங்கிலத்தில் பேச ஆரம்பிப்பதுமென பண்பாட்டு அழிவின் அடையாளங்கள் நம்மில் நிறைய இருக்கின்றன.

பட்டால், புரியும் வலி,

பண்பாட்டால் காண்போம் நல் வழி!

த.செ. ஞானவேல்

6. நம்மாழ்வார்

இயற்கை வேளாண் விஞ்ஞானி

உலகின் தொன்மையான நாகரிகத்தை உடையவர்கள் நாம்!

காட்டுமிராண்டியாக காடுகளில் அலைந்து திரிந்த மனிதனை நாகரிகமாக்கியது உழவு. அதனால்தான். ' உழந்தும் உழவே தலை' என்று கொண்டாடுகிறது திருக்குறள். மண்ணைத் தாயின் மடியாக வணங்குகிற கலாசாரம் நம்முடையது. குறிஞ்சி, முல்லை, மருதம், நெய்தல், பாலை என்று நிலத்தின் அடிப்படையே நம் வாழ்வின் அடையாளம்!

உழைப்புக்குரிய லாபம் கிடைத்தால்போதும் என்று நாம் நினைத்தவரை நமக்கு கேடு இல்லை. உழைப்பை மீறிய லாபத்துக்கு

நாம் அடிமையாக்கப்பட்டபோது ஆரம்பித்தது பிரச்சனை. தாய்ப் பாலும் பவுடர் பாலும் ஒன்றாகுமா?

அதுதான் இயற்கை முறை விவசாயத்துக்கும் செயற்கை முறை விவசாயத்துக்கும் உள்ள வித்தியாசம் தமிழர்களே!

திராட்சை, முட்டை கோஸ், காலி ஃப்ளவர், பீட்ரூட், கேரட், கொண்டைக்கடலை, தக்காளி, கத்தரிக்காய், வெண்டைக்காய், கொத்தமல்லி, புதினா, வெற்றிலை என நாம் அன்றாடம் விரும்பி உண்கிற காய்கள். பழங்களின் புத்துணர்ச்சி குறையாமல் இருப்பதற்காக நாம் என்ன செய்கிறோம் தெரியுமா?

என்ட்ரின், எக்கோளாக்ஸ், சுமதியான், மாலதியான், பாரதியான், பாலிடால், நுவோக்கரான், டெமெக்ரான், டைத்தேன், ஹினோசான், மனோகுரோடோபான், என்டோசல்பான்... இப்படி விதவிதமான நச்சுத்தன்மை உடைய ரசாயனங்களைத் தெளிக்கிறோம். விஷம் தெளித்து விஷம் வளர்த்து விஷம் சுவைத்து வளர்கிறோம் தமிழர்களே. நிலம் விஷமாகி, பயிர் விஷமாகி, உணவு விஷமாகி, உடலே விஷமாகி... நெஞ்சம் துடிதுடிக்கிறது தமிழர்களே!

எடை குறைவாகப் பிறக்கிற குழந்தைகள், குழந்தை ஈனும் ஆற்றலில்லாத சிசேரியன் தாய்கள், சின்ன வயதிலேயே மூக்குக்கண்ணாடி அணியும் பிள்ளைகள் நோய் எதிர்ப்புச் சக்தி இல்லாமல் வைட்டமின் மாத்திரைகளை நம்பி வாழும் மனிதர்கள், மருந்து மாத்திரைகளை உணவாகக்கொள்ளும் முதியவர்கள்... இப்படி நம் ஆரோக்கிய மற்ற வாழ்க்கைக்கு... நம் மரபான இயற்கை விவசாயத்தை மறந்ததுதான் காரணம்.

வெளிநாட்டுப் பூச்சிக்கொல்லி மருந்துகளும், செயற்கை உரங்களும், வாழ்க்கையையே சூறையாடும் வெளிநாட்டு முதலாளிகளையும் எப்போது அடையாளம் காணப்போகிறோம்? அக்கறையுடன் இந்த நவீன முறைகளை மேலை நாடுகள் நம்மைப்போல வளரும் நாடுகளுக்குச் சொல்லித்தருகிறதாம். மூட்டைப் பூச்சிகள் எப்படி ரத்த தானம் செய்யும்? வெளிநாட்டு விதைகளை வாங்கி, அதற்கு நோய் வராமல் இருக்க விதவிதமான ரசாயனங்களைத் தெளிக்கிறோம்.

கன்றுக்குப் பாலைத் தராமல், இயந்திரம் வைத்து எப்படிக் கறக்கிறார்களோ, அப்படியே இயற்கையையும் ரசாயனங்களை வைத்துக் கறக்க ஆரம்பித்து விட்டார்கள். ஒரு மடங்கு விதைத்தால் ஐந்து மடங்கு விளைச்சல் தர வெளிநாட்டு விதைகளை வாங்கினோம். இப்போது ஐந்து மடங்கு வறட்சிதான் மிச்சம். குறைந்த உழைப்பில் சத்துக் குறைவான விளைச்சலை பெறச் சொல்லி ஆசைத் தூண்டில் போடுகிறது செயற்கை முறை விவசாயம். எங்கும் எதையும் விதைக்கலாம் என்பதே விஷப்பரீட்சையின் ஆரம்பம்தான்.

களர் நிலத்தின் தன்மைக்கேற்ற களர் சம்பா என்கிற விதை நம்மிடம் இருந்தது. உவர் நிலத்துக்கேற்ற விதை நெல் உவர் சம்பா. வெள்ளம் ஏற்படும் காலங்களைக் கணித்து மடுவு முழுங்கி என்கிற விதை நெல்லை விதைத்தனர் தமிழர்கள். எவ்வளவு வெள்ளம் வந்தாலும் தண்ணீர் மேல் தாமரையைப் போல கதிரின் உயரம் வளர்ந்துகொண்டே போகும். மடுவு முழுங்கி விதையை செயற்கை முறை விவசாயம் விழுங்கி விட்டதால், இன்று வெள்ளத்தில் மூழ்கி பயிர்கள் அழுகிப்போகின்றன. இல்லையென்றால் தண்ணீர் இல்லாமல் பயிர்கள் கருகிப்போகின்றன.

300 அடி மரங்கள் இருந்த நீலகிரி மலையில் மரங்களை வெட்டி, மூன்று அடி உயரத் தேயிலைத் தோட்டங்களை அமைத்துவிட்டோம். மேகங்களைத் தடுத்து மழையும் வெயிலுக்கு நிழலும் தந்தன காடுகள். தோட்டங்களில் விளைகிற காபி பயிரிடத் தேவையான தண்ணீரில் ஐந்தில் ஒரு மடங்கு தண்ணீர் இருந்தால் போதும், சத்துமிக்க தானியங்களை நம்மால் பயிரிட முடியும். ஆனால், ஒரு டம்ளர் தேநீருக்காக, பத்து மடங்கு தண்ணீரைச் செலவழிக்கிறோம். தமிழன் காபி குடிக்காமல் இருந்ததற்குக் காரணம் அவன் தட்பவெப்ப சூழலுக்குரிய பயிர் காபி இல்லை என்பதுதான்.

ரசாயனப் பூச்சிக்கொல்லி மருந்துகள், உரங்கள் மூலம் செய்கிற செயற்கை விவசாயத்தைக் கொண்டாடிய ஐரோப்பிய நாடுகள் இப்போது இயற்கை விவசாயத்தை நோக்கி வேகமாக அலறியடித்துக்கொண்டு திரும்புகின்றன. அந்த நாடுகளில் மக்கள் விழித்துக்கொண்டனர். அங்கு விற்பனையாகாத ரசாயன உரங்களை, மருந்துகளை இன்று நாம் விலைக்கு வாங்கிக்கொண்டு இருக்கிறோம்.

'மக்கள் தொகை நாளுக்கு நாள் பெருகிக்கொண்டே போகும்போது உணவுத் தேவையை நிறைவேற்ற ஏதாவது ஒரு புரட்சியைச் செய்துதானே ஆக வேண்டும்' என்று நாம் பசுமை புரட்சி செய்தோம். நாடு விடுதலை அடைந்து அரை நூற்றாண்டு ஆனபிறகும் பசுமையும் வரவில்லை. புரட்சியும் வரவில்லை அதனால்தான். இந்தியாவில் இன்னும் மூன்று வேளை உணவு இல்லாதவர்கள், வறுமைக் கோட்டுக்குக் கீழே வாழ்பவர்கள் 40 சதவிகிதத்துக்கு மேல் இருக்கிறார்கள். ஆற்று நீர் பாசனம் மட்டும் போதாது, மழைக் காலங்களில் உபரியாக வருகிற நீரைச் சேமித்துவைக்க வேண்டும் என்று 40 ஆயிரம் ஏரிகளை வெட்டினர் நம் முன்னோர். ஏழு கி.மீ

த.செ. ஞானவேல்

வரையில் நீண்டிருந்த ஏரிகள் இன்று நம் வரைபடத்திலேயே இல்லை, நிலத்தடி நீரை உறிஞ்சிச் செழித்த வயல்கள் இன்று நீர் இல்லாமல் வாடியிருக்கின்றன. ஏரிப் பாசனத்துக்கான ஏரிகள் தூர்ந்துபோய் இன்று அடுக்குமாடிக் குடியிருப்புகளாக மாறி இருக்கின்றன. ஏரியை வெட்ட எவ்வளவு மனித உழைப்பும், பொருளுழைப்பும் தேவைப் பட்டிருக்கும்? எல்லாவற்றையும் தொலைத்துவிட்டு, வறுமைக்கு வாழ்க்கைப்பட்டிருக்கிறோம். உழைப்பது நாம். லாபம் யாருக்கோ போகிறது. செயற்கை விவசாயத்தை நம்பியதன் பலன் இது.

இயற்கை விவசாயம் செய்கிற காலத்தில் பசி என்று வருபவர்களுக்குத் தர நம்மிடம் ஒரு பிடி உணவு இருந்தது. காரணம், நூறு ரூபாய் முதலீடு செய்து இருநூறு ரூபாய் லாபம் பார்த்தார்கள், இன்று ஆயிரம் ரூபாய்க்கு முதலீடு செய்து ஆயிரத்து நூறு ரூபாய் சம்பாதிக்க வழி சொல்கிறது செயற்கை விவசாயம். உற்பத்தி என்பது வெறும் நெல் மட்டுமல்ல. வைக்கோலும் உற்பத்திப் பொருள்தான். மாட்டுக்குத் தீவனம் அது. மாடு பால் தருகிறது. தானியத்தைவிட பால் மதிப்புமிக்கது. அதனால்தான் 300 கிராம் நெல் விளைந்தால் 700 கிராம் வைக்கோல் வரும்படி உழுதார்கள் நம் முன்னோர்கள். நம் புரட்சி, வைக்கோல் 300 கிராம், தானியம் 700 கிராம் என்று ஆக்கியிருக்கிறது. எப்படிப் பார்த்தாலும் அதே 1,000 கிராம் அளவுதான் உற்பத்தி. ரசாயன உரங்கள் உற்பத்தியைக் கூட்டிவிட வில்லை. நம் விரல் எடுத்து நம் கண்ணையே குத்துகிற வேலை இது.

நெல்லைவிட மதிப்புடைய வைக்கோலை பொருளாதாரச் சக்தியாகக் கருதாமல் போனதுதான் நம் இயற்கை வேளாண்மை செயலிழந்துபோனதன் மூல வேர். வைக்கோல் இல்லாததால் மாடுகள் பால் கரப்பது குறைந்துவிட்டது. பயனில்லாதவை என்று முத்திரை

குத்தப்பட்ட அடிமாடுகளாக நம் செல்வங்கள் சூறையாடப்படுகின்றன. ' மாடு' என்ற சொல்லுக்குப் பொருளே ' செல்வம்' என்கிறது தமிழ். நாம் எத்தனையெத்தனை செல்வங்களைத் தொலைத்துவிட்டோம்?

மாடு தருகிற பாலுக்கு இணையான மதிப்புடையது அதன் சாணம். வீட்டுக்குள் நாம் வளர்த்த மாடு, நெல்லோடு விளைந்த வைக்கோலைத் தின்றுவிட்டு பாலும் தந்து, இலவசமாக இயற்கை உரத்தையும் தந்து, கன்றுகளையும் ஈன்று தந்தது.

மாடுகளை பலிபீடங்களுக்கு அனுப்பிவிட்டு நாமும் ரசாயன பலிபீடத்தின் மேல் ஏறி நின்று எதிரியிடம் கத்தியை கூர் தீட்டித் தந்து நம் கழுத்தையும் நீட்டிவிட்டோம். மாடு பூட்டி ஏர் மூலம் உழுவதைவிட டிராக்டர் மூலம் உழுதால் அதிக நன்மை என்கிறார்கள். ஒரு முறை டிராக்டர் வாங்கினால் அடுத்த முறை பாதி விலைக்குத்தான் விற்க முடியும். எந்த டிராக்டரும் குட்டி போடாது நண்பர்களே!

மனிதர்களைப் போலவே நிலமும் பழக்கத்துக்கு அடிமை. சில முறை வெளிநாட்டு விதைகளை விலைக்கு வாங்கி விதைத்துவிட்டால், நிலம் அந்த விதைகளுக்குப் பழக்கப்பட்டுவிடும். நம்முடைய விதைகளுக்கு நம் இயற்கை உரங்கள் போதும். அவர்களுடைய விதைகளுக்கு, , அவர்களின் ரசாயன உரங்கள்தான் தேவைப்படும். விதையில் ஒரு லாபம், உரத்தில் ஒரு லாபம் என்று முடிந்தவரை சுரண்டிக்கொண்டு இருக்கிறார்கள்.

வெளிநாட்டவர்களின் நாக்கு ருசிக்காக நாம் நம் தாய்மடி போன்ற விவசாய நிலங்களை கடல் நீருக்கு இரையாக்கி வருகிறாம். நல்ல நீரையும், உப்பு நீரையும் கலந்தால் இறால் செழித்து இனப்பெருக்கம் செய்யும். அதற்கு கடலோர வயல்களில் பள்ளம் பறித்து இறால்

வளர்ப்பு மேற்கொண்டோம். கடல் நீர் கொஞ்சம் கொஞ்சமாக உள்ளே வந்து நல்ல விவசாய நிலங்களை சூறையாடிவிட்டது. இறால் பண்ணை தொழில் நுட்பத்தை நமக்கு சொல்லித்தந்து இங்கிருந்து இறால் வாங்கிச் சாப்படுகிற புத்திசாலிகள் ஏன் அவர்கள் நாட்டில் இறால் பண்ணை அமைக்கவில்லை? இந்தக் கேள்வி நம் மண்டைக்குள் ஏறியிருந்தால் இன்று ஆயிரக்கணக்கான ஏக்கர் நல்ல விளைச்சல் நிலங்களை இழந்திருக்க மாட்டோம். மண்ணைத் தொலைப்பது என்பது மக்களைத் தொலைப்பதற்குச் சமம். வாழ்க்கையைத் தொலைப்பதற்குச் சமம்.

'சீட் லெஸ்' திராட்சை வேண்டுமென்று கேட்கிறவர்கள், விதை இல்லாமல் ஒரு பொருள் விளைவது ஆரோக்கியமல்ல என்பதை உணர வேண்டும். குழந்தை பிறக்க வாய்ப்பில்லாமல் மலடாகிப் போனால் துடிக்கிற இதயம், நம் பாரம்பரியமான நிலம் மலடாகும்போதும் துடிக்க வேண்டாமா?

நம் முன்னோர்களின் இயற்கை அறிவைக் கொண்டாட அடுத்த தலைமுறைக்குச் சொல்லித்தர வேண்டும். நாம் நம் குழந்தைகள் 'வயலை' வாழ்க்கைக் கல்வியாக, விவசாயத்தை வீட்டுப் பாடமாகப் படிக்க வேண்டும். இப்போதே காவிரி டெல்டா பகுதியில் விவசாய வேலைகளுக்கு ஆட்கள் இல்லை என்று கணிப்பொறி நிறுவனங்களுக்கு முன் காத்துக்கிடக்க அனுப்புகிறோம்.

ரசாயன உரங்கள் வெளிநாட்டு விதைகள், கால்நடைகளை மறுத்த இயந்திரமயமாக்கல் போன்ற செயற்கை முறை விவசாயத்தை அரசு ஊக்கப்படுத்தக் கூடாது. இதனால், நிலத்தின் உயிரோட்டம் இழப்பு, அதிக செலவு, உணவு நஞ்சாக மாறுதல், நோய் உருவாக்குதல், நிலம்

நீர் மாசு, உழவர் தற்கொலை போன்ற கேடுகள் நிகழ்வதோடு விதைகளோடு சேர்த்து நிலத்தையும் தொலைத்துவிடுகிறோம்.

இயற்கை வேளாண்மையில் பண முதலீடு குறைவு, நிலவளம் கெடாது, உணவு விஷமாகாது, மக்கள் நோயில் விழ மாட்டார்கள். கடன்படாத விவசாயம் நடக்கும். மக்கள், அரசு, விஞ்ஞானிகள் இந்த மூன்று சக்திகளும் கைகோக்க வேண்டிய தருணம் இது.

ஆறு மாதம் உழைத்து பிள்ளையைப் போல பார்த்து பார்த்து வளர்த்த தானியத்தை உழவன் பதிமூன்று ரூபாய்க்கு விற்றால். வியாபாரிகள் ஒரே நாளில் இருபத்தி ஆறு ரூபாய்க்கு விலை வைத்து லாபம் பார்க்கிறார்கள். இந்த முறையை மாற்றினால்தான் விவசாயத்துக்கு விடிவு பிறக்கும்.

இந்த மாற்றங்களுக்கான முதல் விதையாக ஆளுக்கொரு மரம் நடுவோம். இயற்கையைச் செழிக்கவைக்க இயற்கையிலிருந்தே உரங்களை எடுப்போம்.

இயற்கை முறையிலான உழவுக்கும் தொழிலுக்கும் வந்தனை செய்வோம்!

த.செ. ஞானவேல்

7. வே.வசந்திதேவி

கல்வியாளர்

கல்வி கடைச்சரக்கல்ல; கல்வியும், கல்யாணமும் வியாபாரமாகிவிட்ட சமுதாயத்துக்கு விடிவும் இல்லை, விமோசனமும் இல்லை. உப்பு, புளி, மிளகாய் போன்று கல்வியும் கடைச் சரக்கானால் என்னவாகும் என்பதற்கு கும்பகோணம் பள்ளியே சாட்சி. அநியாயத்துக்குப் பலியான பிஞ்சுக்களைத் தீயா தின்றது? நம் அன்புக் குழந்தைகளை ஒரு தனியார் பள்ளி முதலாளியின் ஆசைக்குப் பலி கொடுத்தோம். அரசாங்கத்தின் அலட்சியத்துக்குப் பலி கொடுத்தோம். கௌரவத்துக்காகக் கல்வி என்று நம்பிய பெற்றோர்களின் அறியாமைக்குப் பலிகொடுத்தோம். அந்தத்தீயின் கங்குகள்

அணைந்து விட்டதாக நம்பி அடுத்த வேலையைப் பார்க்கக் கிளம்பிவிட்ட நமக்கு, வரலாறு எத்தனை முறைதான் சூடு போடும்?

இனியும் விழிப்பு உணர்வு வரவில்லை என்றால், வருங்காலம் நம்மை மன்னிக்காது.

வணிகச் சந்தையில், தேசத்தின் புனிதப் பொறுப்பான கல்வி, எப்படி லாபம் தேடும் தொழிலாகி, தேசத்தின் துயரமாகி விட்டது என்பதை ஆராய்ந்தால், எல்லாத் திசைகளிலும் சுயநலமே எட்டிப் பார்க்கிறது. ஒவ்வொரு விலைக்கு ஏற்ற வகைவகையான பள்ளி என்பது உலகத்தில் எந்த வளர்ந்த நாட்டிலும் இல்லை நண்பர்களே! வணிகத்துக்கும் பேராசைக்கும் இடையில் நம் தலை முறைகளைத் தொலைத்துக் கொண்டு இருக்கிறோம். சமூகத்தில் இருக்கிற ஏற்றத்தாழ்வுகளை நீக்குவதுதான் கல்வியின் பயனாக இருக்க வேண்டுமே தவிர, மேலும் ஏற்றத்தாழ்வு உடைய சமூகத்தை உருவாக்குவதாக இருக்கக் கூடாது. பள்ளியில் ஒரு குழந்தையைச் சேர்த்துக் கொள்ள திறமையை அளவுகோலாக வைத்தால், அதுவே தவறு, ஆனால், நாம் இன்னும் மோசமாக வசதியை அளவு கோலாக வைத்திருக்கிறோம். கல்வி வணிகமானால் வாழ்க்கை நரகமாகும் நண்பர்களே! ஏழையாகப் பிறப்பது ஒரு குழந்தையின் குற்றமாகாது. ஏழை என்பதாலேயே தரமற்ற கல்விதான் கிடைக்கும் என்றால், நாம் எப்படி நாகரிகமானவர்கள் என்று சொல்லிக் கொள்ள முடியும்!

தேவையற்ற அநாகரிகங்களை மேலைநாடுகளிலிருந்து காப்பியடிக்கிற நாம், அவர்களிடம் இருக்கிற நல்ல விஷயங்களைக் கற்பதில்லை, முதலாளித்துவ நாடுகளின் சிறப்பே, எல்லோருக்கும் சமமான கல்வி முறை என்பதுதான். மந்திரியின் மகனுக்கும், மாடு மேய்ப்பவரின் மகனுக்கும் ஒரே வகுப்பறைதான். அனைவருக்கும்

த.செ. ஞானவேல்

தரமான, சமமான கல்வி கிடைக்க அரசுதான் செலவு செய்யும். அமெரிக்காவிலும், ஐரோப்பாவிலும் தனியார் பள்ளிகள் என்று சொன்னாலே சிரிக்கிறார்கள். ' கல்வி தனியாரிடம் ஒப்படைக்கப் பட்டால், பிறகு எதற்காக அரசாங்கம்?' என்று கேட்கிறார்கள்.

சென்னையின் பிரபலமான ஒரு பள்ளியில் எல்.கே.ஜி. இடம் கிடைக்க நாற்பதாயிரம் ரூபாய் நன்கொடை கேட்கிறார்கள். பெற்றோர்களும் கட்டுகிறார்கள். அவ்வளவு பணம் கட்டிப் படிக்க வைக்கும்போது, குழந்தை விளையாடலாமா என்று பெற்றவர்களுக்குக் கோபம் வருகிறது. காலையில் இரண்டு டியூஷன், மாலையில் இரண்டு ஸ்பெஷல் க்ளாஸ், ஹோம் ஒர்க் என்று குழந்தைகளை வதைக்கிறது நமது கல்வி, இன்னொரு பக்கம், அரசே நடத்துகிற பள்ளிகளில் ஒழுங்கான கூரை வசதிகூட இல்லாமல் மரத்தடியில் பாடம் படிக்கிறார்கள் நம் வருங்காலத் தூண்கள். பல வகுப்பறைகள் ஆசிரியரே இல்லாத அற்புதங்கள்.

சுமார் எழுபது லட்சம் மாணவர்கள் அடிப்படை வசதிகளே இல்லாத பள்ளிகளில் படிக்கிறார்கள். ஏராளமான தொடக்கப் பள்ளிகளுக்குத் தலைமை ஆசிரியர்களே இல்லை. ஆறாயிரத்துக்கும் மேற்பட்ட நடுநிலைப் பள்ளிகளில் உடற்பயிற்சி ஆசிரியர்கள் நியமிக்கப்படவில்லை. ஒரேயொரு ஆசிரியரை மட்டுமே வைத்து இயங்குகிற அரசுப் பள்ளிகள் ஆயிரக்கணக்கில் இருக்கின்றன. ஐந்து பாடங்களை ஒரே ஆசிரியர் நடத்தும் பள்ளியில் படிக்கிற மாணவனுக்கும் ஒரு பாடத்தை ஐந்து ஆசிரியர்கள் நடத்தும் பள்ளியில் படிக்கிற மாணவனுக்கும் ஒரே தேர்வு முறை. இங்கே ஆரம்பிக்கிற ஏற்றத்தாழ்வு, அந்தக் குழந்தையின் வாழ்நாள் முழுவதும் ஆக்கிரமிக்கிறது.

மத்திய, மாநில அரசுகள் கல்வி விஷயத்தில் பொறுப்பில்லாமல்தான் நடந்துகொள்கின்றன. பாதுகாப்புக்கு முப்பது சதவிகிதம் செலவு செய்கிறது அரசு. ஆனால், நாட்டின் தலையெழுத்தை, வருங்காலத்தைத் தீர்மானிக்கும் கல்விக்கு அதில் பத்தில் ஒரு பங்கு அளவுதான் நிதி ஒதுக்குகிறது.

'கண்டம் விட்டு கண்டம் பாயும் ஒரு ஏவுகணை தயாரிக்க ஆகிற பணத்தில் மூன்றரை லட்சம் ஆரம்பப் பள்ளிகள் கட்ட முடியும்' என்று முன்னாள் பிரதமர் இந்திரா காந்தி நாடாளுமன்றத்திலேயே அறிவித்தார். தெரியாமல் தவறு செய்தால், திருத்தலாம். தெரிந்தே செய்கிறவர்களை என்ன செய்வது?

நம் குழந்தைகளுக்கு நாம் பெரிய துரோகத்தைச் செய்துகொண்டு இருக்கிறோம் நண்பர்களே! 'மாலை முழுவதும் விளையாட்டு என்கிற பாடலின் அர்த்தம் புரியாமல் அதை ஐந்நூறு முறை மாலை முழுவதும் 'ஹோம் ஒர்க்' எழுதிக்கொண்டு இருக்கிறார்கள் நம் செல்வங்கள். முப்பது கிலோவுக்கும் குறைவான எடையே உள்ள நம் குழந்தைகள் சுமக்கின்ற புத்தகப் பைகளின் எடை இருபது கிலோ.

பந்தயத்தில் பணம் கட்டி ஓட விடுகிற குதிரைகளாகக் குழந்தைகளை மாற்றிக்கொண்டு இருக்கிறோம். வாழ்க்கையில் எந்த நல்ல பண்பையும் அவர்கள் கற்றுக்கொள்ளத் தேவையில்லை, 'மார்க்' அதிகமாக எடுத்துவிட்டால் போதும் என்று நினைக்கிறார்கள் பெற்றோர்கள், இதைச் சாதகமாக்கிக் கொண்டு பணம் கறக்கிற வித்தைகளை விதவிதமாக அறிமுகப்படுத்துகின்றன கல்வி நிறுவனங்கள்.

த.செ. ஞானவேல்

100/100 வெற்றி தராவிட்டால் பள்ளிக்கு அவமானம் என்று கருதி மாணவர்களைக் கடுமையாகத் தண்டிக்கின்றன பள்ளிகள். பத்தாம் வகுப்புக்கான பாடங்களை ஒன்பதாம் வகுப்பிலிருந்தே மாணவர்களைப் படிக்க வைக்கிற ஆசிரியர்களும், அதை அனுமதிக்கிற பெற்றோர்களும், ' எனக்கென்ன வந்தது' என்கிற தோரணையில் வேடிக்கை பார்க்கிற அரசுமே, தோல்வி பயத்தில் தற்கொலை செய்துகொள்கிற பிஞ்சு உயிர்களுக்குப் பொறுப்பேற்க வேண்டும்.

டியூஷன் சென்டர்களும், கோச்சிங் வகுப்புகளும் 14 வயதுக்குட்பட்டவர்களுக்கு இலவச கல்வி என்று சொல்கிற அரசியல் சாசனத்தையே கேலி செய்கின்றன. பள்ளிக்கு வெளியில் படித்தால்தான் வெற்றிபெற முடியுமென்றால் பிறகு எதற்குப் பள்ளிகள்? ஆசிரியர்கள்? அரசு? கோடிக்கணக்கில் செலவு?

பெரும்பணத்தை முதலீடு செய்தால்தான் தரமான கல்வி கிடைக்கும் என்றால், வரதட்சணை, லஞ்சம், ஊழல் போன்ற சமூக நோய்களும் அதிகரித்துக்கொண்டேதான் போகும். வேர் விஷமானால் கனிகள் மட்டும் எப்படி அமிர்தம் ஆகும்?

தமிழ்நாட்டில் கடந்த இரண்டு தலைமுறையாக தனியார் பள்ளிகளில், வசதிபெற்ற குழந்தைகள் தமிழே கற்றதில்லை. மறுபுறம் அரசுப் பள்ளிகள் ஏழைகளின் புகலிடமாக மாறிப்போனது. ஆங்கிலக் கல்விதான் சிறந்தது என்ற மாயை திட்டமிட்டு வளர்க்கப்பட்டுள்ளது. 80 சதவிகித கிராமப் பிள்ளைகள் தங்களுக்கு ஆங்கிலம் தெரியவில்லையே என்கிற ஆதங்கத்திலும், தாழ்வு

மனப்பான்மையிலும் தவிக்கிறார்கள். இது சமூகத்தில் பின்தங்கியுள்ள பெரும்பாலான மாணவர்களுக்கு இழைக்கப் படும் அநீதி.

கல்வியின் முக்கிய அம்சமாகக் கருதப்படும் 'சைக்கோ மோட்டார் ஸ்கில்ஸ்' என்னும் கைகளால் செய்கிற கலைநயம் மிக்க திறமைகளை நம் பள்ளிகள் கவனத்தில் கொள்ளவே இல்லை. உழைக்கும் வர்க்கக் குழந்தைகளுக்கு எளிதாகக் கைவந்த திறமைகள் இவை. ஆனால், இவற்றுக்கொல்லாம் நம் பள்ளிகளில் இடமே இல்லை. உடல் உழைப்பைக் கேவலமாகவும், மூளை உழைப்பை உயர்வாகவும் நம் கல்வி முறை மாற்றிவிட்டது. மனிதனை மேல் சாதி, கீழ் சாதி என்று வேறுபோட்ட வர்ணாசிரமத்தின் வேலையை இன்று கல்வியே செய்துகொண்டு இருக்கிறது. இந்தக் கல்வி முறை இருக்கிறவரையில் நம்நாட்டில் சாதி ஒழியாது.

இங்கு கல்வி என்பதே ஒரு வடிகட்டுதலாக மாறிவிட்டது. கல்வி அமைப்பின் ஒவ்வொரு கட்டத்திலும் கணிசமான குழந்தைகள் தகுதியற்றவர்கள் என முத்திரை குத்தப்பட்டு வெளியே தள்ளப்படுகிறார்கள். இவர்கள் அனைவருமே தலித்துகள், ஆதிவாசிகள், மிகவும் பின்தங்கியோர், ஏழைகள்தான்! எந்த அரசு ஆட்சியில் இருந்தாலும், இந்தக் கொடுமை மட்டும் தொடர்ந்துகொண்டே தான் இருக்கிறது.

வெளிநாடு செல்லவும், பன்னாட்டு நிறுவனங்களில் வேலை பார்க்கவும் விரும்புகிற 3 சதவிகிதம் பேருக்காக நமது பாடத்திட்டங்கள் தயாரிக்கப் படுவதுதான் உச்சகட்ட வன்முறை. மழைக்காகக்கூட பள்ளிக்கு ஒதுங்காத ஏழைப் பெற்றோரின் பிள்ளைகள் எப்படி இந்தப் பேராசைக் கூட்டத்தோடு போட்டி போட முடியும்? சமுதாய பிரமிடின் உச்சி கூர்ந்துகொண்டே போகிறது.

வாய்ப்புகள் குறைந்து கொண்டே வருகின்றன. வாய்ப்புகள் குறைவது ஆதிக்கம் செலுத்துபவர்களுக்கு அனுகூலமாகிறது.

சரி, இதற்கு என்னதான் தீர்வு? ஏழை, பணக்காரர் பாகுபாட்டை ஒழிக்கும் 'பொதுப் பள்ளிக் கல்விமுறை' தான்! நாட்டின் எதிர்காலத்துக்கு அதுவே நன்மை தரும். குழந்தைகளின் வருங்காலத்துக்கு வளம் சேர்க்கும். சமமான கல்வி வாய்ப்பு என்பது வேரை வளமாக்குகிற முயற்சி.

ஒன்பது மணிப் பள்ளிக்கு காலையில் ஏழு மணிக்கே புறப்படுகிறார்கள் நம் பிள்ளைகள். ஐந்து மணி நேரம் படிக்க நான்கு மணி நேரம் பயணிப்பதால், அதிலேயே களைப்படைந்து விடுகிறார்கள். பெரிய பள்ளியில் சேர்க்கிறேன் என்று பல மைல்தூரம் இருக்கிற பள்ளிகளில் மூன்று வயதுக் குழந்தையைச் சேர்ப்பது குற்றமாகக் கருதப்பட வேண்டும். அதற்கு முன் எல்லா இடங்களிலும் அரசு தரமான பள்ளிகளை உருவாக்க வேண்டியது அவசர, அவசியம்.

தாய்மொழி வழியில் கல்வி கற்பிக்கப் படவேண்டும். தமிழ் வழியில் கற்பிக்க பாடத்திட்டங்கள் உருவாக்க வேண்டும். கல்வி, அரசியல் சாசனத்தின் பொதுப் பட்டியலில் இருந்து மாநில அரசுக்கு மாற வேண்டும். மாநில அரசு பள்ளிகளை நடத்துகிற, கண்காணிகிற அதிகாரத்தைப் பஞ்சாயத்துகளிடம் ஒப்படைக்க வேண்டும். உள்ளாட்சிப் பொறுப்பில் தான் கல்வி உலகின் பெரும்பாலான நாடுகளிலும், நம் நாட்டின் பல மாநிலங்களிலும் இருக்கிறது.

அரசு, பெற்றோர், ஆசிரியர், வணிகக் கல்வி நிறுவனம் எனப் பல தரப்பினரிடமும் முடங்கிக் கிடக்கிறது, குழந்தைகளின் எதிர்காலம். பாடங்கள், வகுப்பறையின் நான்கு சுவர்களுக்கு இடையே

மனப்பாடம் செய்வதற்கு அல்ல. வாழ்க்கையை வாழக் கற்றுக் கொடுப்பதே கல்வி. குழந்தைகளின் அனைத்து வகையான திறமைகளையும் வளர்ப்பதே கல்வி. ஏழை, பணக்காரர் என்ற பாகுபாட்டை ஒழித்து, ஜனநாயக சமுதாயத்தை உருவாக்குவதுதான் கல்வி. கல்வியின் பண்பும், பயனும் இவைதான்.

இந்த லட்சியங்களை அடைவதற்கு ஏற்ற 'பொதுப் பள்ளிக் கல்வி முறையைச் செயல்படுத்துகிற கட்சிக்குத்தான் எங்கள் வாக்கு' என்று பொறுப்புள்ள பெற்றோர்களும், சமூக அக்கறை உள்ளவர்களும் அறிவித்தால், பொறுப்பான அரசு வரும். 'கல்வி சிறந்த தமிழ்நாடு' உருவாகும்!

8. நீதி நாயகம் சந்துரு

சென்னை உயர்நீதி மன்றம். (ஓய்வு)

'லஞ்சம் வாங்கினேன்

கைது செய்தார்கள்.

லஞ்சம் கொடுத்தேன்

விடுதலை செய்தார்கள்!

-என்கிறது ஒரு கவிதை.'

பசுவின் துயர் துடைக்க, தன் மகனையே தேர்க்காலில் இட்டுத் தண்டனை நிறைவேற்றச் சொன்ன மனுநீதிச் சோழனிலிருந்து

ஆரம்பிக்கிறது தமிழர்களின் நீதி வழங்கும் முறை. கண்ணகி போல பாதிக்கப்பட்ட ஒரு பெண் இன்று நீதிமன்றத்தின் படியேறினால், யாரும் காவியம்பாட மாட்டார்கள். 'கன்டெம்ப்ட் ஆஃப் கோர்ட், என்று தண்டனைதான் கிடைக்கும்.

' சட்டம் இல்லாமல் நம்மால் வாழ முடியாதா? என்று கேட்டால், 'முடியாது' என்பதே பதில். ஒவ்வொரு குடிமகனும் தன் சுதந்திரத்தை, தன் உரிமைகளை அனுபவித்து ஒரு நாட்டில் பாதுகாப்போடு வாழ வழி வகுப்பதே சட்டம். ஆனால், அதே சட்டத்தின் பாதுகாப்புடன் சுதந்திரமும், உரிமைகளும் மறுக்கப் படுவதுதான் சோகம். நம் விரலை வைத்தே நம் கண்களைக் குருடாக்குவது போல, சட்டத்தை வைத்தே ஜனநாயகப் படுகொலை செய்கிற வரலாறு இங்கே தொடர்கிறது. மக்கள் உரிமைகளை நிலைநாட்டும் சட்டத்தை நடைமுறைப்படுத்த வேண்டிய பூட்ஸ் கால்களே, அதைப் போட்டு மிதித்த நிகழ்வுகள் நிறைய உண்டு இங்கே.

வீரப்பனைப் பிடிக்கப்போன அதிரடிப் படையினர், அப்பாவி மலைவாழ் மக்களின் வாழ்க்கையைச் சூறையாடினர். தங்களை அதிரடிப் படையினர் எப்படிச் சூறையாடினர் என்பதைப் பழங்குடி இனப்பெண்கள் நீதிபதி சதாசிவா கமிஷன் முன்பு விவரித்தபோது, அவமானத்தில் தலை குனிந்தது நீதி. அப்பாவிப் பெண்களின் கண்களைக் கட்டி, மின்சாரம் பாய்ச்சியபோது, சட்டத்தின் கண்களும் கட்டப் பட்டன.

' என் கவனத்துக்குக் கொண்டுவரப்பட்ட அட்டூழியங்களை எழுத்தில் வெளிப்படையாக எழுதக்கூட எனக்குக் கூச்சமாக இருக்கிறது' என்று யாசின் என்கிற காஷ்மீர் மாநில நீதிபதியே கூசும்

அளவுக்குக் காஷ்மீரில் சட்டத்தின் பாதுகாப்புடன் அரங்கேறுகிறது அராஜகம்.

உரிமைகளைக் கோரிய ஹரியானா ஹூண்டாய் தொழிலாளர்களின் உடலில் ஓடுகிற ரத்தம் சிவப்புதானா என்று கீறிப் பார்த்ததும், நெல்லையில் கூலியை உயர்த்திக் கொடுங்கள் என்று கேட்டதற்காக, தாமிரபரணி ஆற்றில் தள்ளி அப்பாவிகளைக் கொன்றதும் சட்டத்தின் துணையுடன்தான்.

சிதம்பரம் அண்ணமாலைப் பல்கலைக்கழகத்தில் காவல்துறையின் வன்முறைக்குப் பலியானார் மாணவர் உதயகுமார். தவறை மறைக்க, மாணவர் மீது 'நக்ஸலைட்' என்றும், அவர் தலைமறைவாகிவிட்டார் என்றும் சொன்னது அரசு. மாணவர்கள் கொதித்தெழுந்து போராட்டம் நடத்த, சட்டத்தின் உதவியை நாடினார்கள். உதயகுமாரின் அப்பாவை மிரட்டிச் சித்தரவதை செய்தது காவல்துறை. தன்மகனின் ஈமக்கடன்களை முடித்த கையோடு விசாரணைக் கூண்டில் ஏறி, 'இறந்துபோனது என் மகனே அல்ல' எனத் தந்தையை வாக்குமூலம் கொடுக்கவைத்த கொடுமையும் நடந்திருக்கிறது. இப்படி உதாரணங்களை அடுக்கிக்கொண்டே போகலாம்.

சர்வாதிகாரம் செய்ய விரும்புகிறர்களுக்குச் சட்டமே முதல் ஆயுதம். அதன் பெயர்கள் மட்டும் மிசா, தடா, பொடா என்று மாறிக்கொண்டே இருக்கும். வலையில் சிக்கிக்கொண்ட மீனைப் போல சட்டத்திடம் மக்களின் உரிமைகளும் பல நேரம் சிக்கிக்கொள்வது உண்டு. அந்த வலையிலிருந்து உரிமைகளைத் திரும்பப் பெறவும் அதே சட்டத்தின் உதவியைத்தான் நாட வேண்டியிருக்கிறது.

இந்தத் தேசத்தின் பெருமையே நமது அரசியல் சாசனம்தான். மிகச் சிறந்த மனித உரிமை ஆவணமாக அதை நம் முன்னோர்கள் வடித்திருக்கிறார்கள். இந்தியாவின் பிரதமராக இருந்தாலும், சாதாரணக் குடிமகனாக இருந்தாலும் இருவருமே சட்டத்தின் முன் சமம். நம் நாட்டை யார் ஆண்டாலும் சமத்துவத்தை வலியுறுத்தும் சட்டத்தின் மூலமாகவும், சட்டத்தின் வழியாகவும்தான் ஆட்சி செய்தாக வேண்டும்.

இருந்தாலும், நீதிக்கும், நடைமுறைக்கும் இருக்கிற இடைவெளியில்தான் சட்டம் காவு வாங்கப்படுகிறது. ஏட்டில் இருப்பது அப்படியே நடைமுறைப்படுத்தப்பட்டால், உலகின் தலைசிறந்த நாடு நாம் வாழுகிற நாடாகத்தான் இருக்க முடியும். குடிமக்களின் உரிமைகளுக்கு நம் அரசியல் சாசனம் போல கேடயம் எதுவும் இல்லை. ஆனால், துரதிர்ஷ்டவசமாக இங்கு எழுதப்பட்ட சட்டங்களைவிட எழுதப்படாத சட்டங்களே ஆட்சி செய்கின்றன. தனிமனித சுயநலங்கள், சொந்த விருப்பு வெறுப்புக்கு இடையில் மாட்டிக்கொண்டு முழிபிதுங்கி நிற்கிறது சட்டம். வழி காட்டும் விளக்காக இருக்க வேண்டிய சடடங்கள் நமக்கு இருட்டறைகளாகவே இருக்கின்றன.

நூறு கோடி மக்கள் இருக்கிற ஒரு துணைக் கண்டத்துக்கே தேர்தல் நடத்துகிற பலம் சட்டத்திடம் இருக்கிறது. ஆனால், பாப்பாபட்டி, கீரிப்பட்டி, நாட்டார்மங்கலம் போன்ற சில நூறுபேர் வசிக்கிற சாதாரண பஞ்சாயத்துகளில் பல வருடங்களாக தேர்தல் நடத்த முடியாமல் திணறியது நீதி. தீண்டாமை ஒரு குற்றம் என்று தேர்தல் காலத்து அரசியல்வாதிகளைப் போல கோஷம் போடுகிற சட்டம், நடைமுறையில் தீண்டாமைக்கு வக்காலத்து வாங்குகிறது.

த.செ. ஞானவேல்

சட்டம் இயற்றும் ஆட்சியாளர்கள், அதை நடைமுறைப்படுத்தும் காவல்துறையினர், அதைக் கண்காணித்து நீதி வழங்குகிற நீதிமன்றங்கள், நமக்கு நீதி நிச்சயம் கிடைத்துவிடும் என்கிற நம்பிக்கையோடு வாழ்கிற மக்கள் எனச் சட்டம் ஒரு சதுரம்.

தங்களுக்கு ஒரு பாதிப்பு வந்தால் அலறி அடித்து மனித உரிமைக்கு எதிராகச் சட்டம் செயல்படுகிறது என்று கூப்பாடு போடுவார்கள் அரசியல்வாதிகள். 'வைகோ கைது செய்யப்பட்டபோது கொடுமையாகத் தெரிந்தது 'பொடா சட்டம். ஆனால், தர்மபுரியில் நக்ஸல்பாரிகள் கைது செய்யப்பட்டபோது அதற்கு எதிராக சின்ன முணுமுணுப்புகூட எழவில்லையே! பொடா சட்டம் வாபஸ் வாங்கப்பட்ட பிறகும் இன்னும் அவர்கள் சிறையில் துயரப்படுகிறார்கள்.

'ஒரு நாட்டு நாகரிகத்தின் அளவுகோல், அதன் சிறைச்சாலைகளின் தன்மையை வைத்தே அறியப்படுகிறது' என்று சொல்வார்கள். அந்த அளவுகோலின்படி பார்த்தால், நாம் கற்காலத்திலேயே இருக்கிறோம். நம் நாட்டில் சிறைச்சாலைகள் மனித உரிமைக்கு எதிரான அமைப்பாக இருக்கின்றன. மனிதத் தன்மை இன்றி நடந்துகொள்ளும் அதிகாரிகளுக்குப் பதவி உயர்வு தந்து கௌரவப் படுத்துகிறார்கள் ஆட்சியாளர்கள். ஆள்பவர்களை மகிழ்ச்சியடையச் செய்து பலனடைய, அப்பாவிகளின் உயிரையே பணயம் வைக்கிறார்கள் அதிகாரிகள்.

இன்னொருபக்கம், சாதாரண வரப்பு பிரச்னைக்குச் சட்டத்திடம் தீர்வு தேடி வந்தால் வயலையே இழக்க வேண்டி இருக்கிறது. ஆடு திருட்டுப் போய்விட்டது என்று வழக்கறிஞரிடம் வந்தால், மாட்டை

விற்றுத் தீர்ப்பு பெற வேண்டியிருக்கிறது. வாதிடுவதற்கு அங்கியை உடுத்துகிறபோதே, மனசாட்சியை கழற்றித் தூர எறிந்துவிட்டுதான் 'கனம் கோர்ட்டார் அவர்களே' என்று ஆரம்பிக்கிறார்கள் ஒரு சிலர்.

பொது இடங்களில் கழிப்பிடங்களுக்குள் செல்லும்போது 'ஆண்கள் - பெண்கள்' என்று தமிழில் எழுதியிருப்பதையே படிக்கத் தெரியாமல் வரைந்திருக்கும் ஆண், பெண் படங்களைப் பார்த்துத் தெரிந்துகொள்கிற மக்கள் இருக்கிற நாட்டில், மக்களின் மொழியை நீதிமன்றமே புறக்கணிக்கிறது. தன் வழக்கு பற்றி என்ன விவாதம் நடைபெறுகிறது என்பதைப் பாமரன் புரிந்துகொண்டால் வாய்தா வாங்குவதும், இழுத்தடிப்பதும் பெருமளவு குறையும்.

சட்டத்தின் பெயரிலான எல்லா அத்துமீறல்களுக்குப் பின்னாலும் மக்களின் அறியாமை இருக்கிறது. காவல் நிலையத்தையும், நீதிமன்றத்தையும் அச்சத்தோடு வணங்குகிறார்கள் பொதுமக்கள்.

சட்டத்தின் வழியே நீதி நிலை நாட்டப்படுகிறதே தவிர சட்டமே நீதி ஆகாது என்கிற விவரம் தெரியாதவர்கள் கோடிகளில் அடக்கம். கிரிமினல் வழக்குக்காக சிவில் வழக்கறிஞரைத் தேடிப் போகக் கூடாது என்பதை எப்போது புரிந்துகொள்வார்கள்?

தங்கள் உரிமைக்கு எதிரான சட்டங்கள் இயற்றப்படுகிறபோது மக்கள் ஒன்றாகத் திரண்டு தங்கள் எதிர்ப்பைக் காட்டவேண்டும். தங்களின் இறை உணர்வுக்கு எதிராக பலியிடுதல் தடை சட்டத்தை தமிழக அரசு கொண்டுவந்தபோது கிளர்ந்தெழுந்து மக்கள் போராடியதைப் போல தடாவும், பொடாவும் கொண்டுவரப்பட்ட போதும் போராடியிருக்க வேண்டும்.

த.செ. ஞானவேல்

அடிப்படைச் சட்ட அறிவு அனைவருக்கும் அவசியம்.

காவல் துறையின் அதிகாரம் என்ன... நீதிமன்றம் தங்கள் உரிமையில் எவ்வளவு தூரம் கருத்து சொல்ல முடியும்... நம்பிக்கைத் துரோகம் செய்கிற வழக்கறிஞர்களைப் பற்றி பார் கவுன்சிலில் புகார் அளித்து அவர்கள் லைசன்ஸையே ரத்து செய்ய முடியும், போன்ற சாதாரண அடிப்படைகளைக் கூட அறியாமல் இருக்கிறோம். இரவு நேரங்களில் பெண்களைக் காவல் நிலையங்களில் வைத்து விசாரிக்கக் கூடாது என்கிற உண்மை தெரியாமல், போலீஸாருடன் தங்கள் வீட்டுப் பெண்களை அனுப்பிவிட்டு, வாய் பொத்தி மௌனமாக அழுகிற அப்பாவிகளுக்கு சட்டம் பற்றிய விழிப்புணர்வு கட்டாயம் வேண்டும்.

பாலியல் கல்வி அவசியமா எனப் பட்டிமன்றம் நடத்துகிற தேசத்தில், சட்டம் பற்றிய கல்வியும் அவசியம். சாதாரண அப்பாவிகளைச் சட்டம் வதைக்காமல் இருக்க, சட்ட விழிப்பு உணர்வே நிரந்தரத் தீர்வு!

எரிவது நின்றால் புகைவதும் நிற்கும். ஏமாறுவது குறைந்தால், ஏமாற்றுவதும் குறையும், அப்போது சட்டம் ஒரு இருட்டறையாக இருக்காது. தவறுகளை வெளிச்சம் போட்டுக் காட்டும் விளக்காக இருக்கும்!

9. பஞ்சவர்ணம்

மேனாள் பண்ருட்டி நகராட்சித் தலைவர் (நிர்வாகம்)

நம்மில் யார் அரசாங்க அலுவலகத்துக்குள் நுழையாதவர்கள்? ஊழியர்களின் அலட்சிய பார்வையிலும், பொறுப்பற்ற பதில்களிலும் அவமானத்தில் கூனிக் குறுகாதவர்கள் நம்மில் எத்தனைப் பேர்? எவ்வளவு வரி கட்ட வேண்டும் என்பதைத் தெரிந்து கொள்வதற்காக செருப்புத் தேய அலைந்திருக்கிறோம்தானே? அப்படி அவமானப்படவில்லை என்றால், அலையவில்லை என்றால், நிச்சயம் நீங்கள் லஞ்சம் அளித்தவராகவோ அல்லது அதிகார மையத்துக்கு நெருக்கமானவராகவோதான் இருக்கமுடியும்.

த.செ. ஞானவேல்

குழந்தையாகப் பிறப்புச் சான்றிதழ் பெறுவதில் ஆரம்பிக்கிறது, அரசாங்க அலுவலகத்துக்கும் சாதாரண குடிமகனுக்குமான உறவு. அவன் இறந்து, ' டெத் சர்டிபிகேட்' தேடி அலைகிற வரை அது முடிவில்லாமல் தொடர்கிறது. குடிநீர் இணைப்பு, வீட்டு வரி, குழாய் வரி, வருமான வரி, மின் இணைப்பு, தபால் அலுவலகம், ரேஷன், பள்ளிகள், கல்லூரிகள், பல்கலைக்கழகம், மாவட்ட ஆட்சியர் அலுவலகம், வட்டாட்சியர் அலுவலுகம், காவல் நிலையம், நீதிமன்றம், தலைமைச் செயலகம் என நாம் ஒவ்வொருவருக்கும் ஏதோ ஒரு வகையில் அரசு நிறுவனங்களைச் சார்ந்தே இயங்க வேண்டியிருக்கிறது. ஆனால், ஒரு குடிமகனுக்குரிய மரியாதையோடு எங்கேனும் நடத்தப் படுகிறோமா? டிரைவிங் லைசென்ஸ் வேண்டும் என்று நடையாய் நடந்து ஒழுக்கமாக எல்லா ஆதாரங்களையும் தந்து நீங்கள் சாதிப்பதைவிட, ஒவ்வொரு அதிகாரிக்கும் ' அழவேண்டியதை அழுதுவிட்டால்' சில மணிநேரத்தில் லைசென்ஸ் உங்கள் பாக்கெட்டில்!

வேலைக்கு லீவு போட்டுவிட்டு, புதிதாகப் பிறந்த குழந்தைக்குப் பிறப்பு சான்றிதழ் கேட்டுச் சென்றால், சம்பந்தப்பட்ட அதிகாரி லீவு போட்டு இருப்பார். அதை நீங்கள் தெரிந்து கொள்வதற்குள் அரை நாள் முடிந்து இருக்கும். திரும்ப எப்போது வருவார் என யாரிடம் கேட்பது? சம்பந்தப்பட்ட அலுவலர் வேலைக்குத் திரும்பும் நாளில் இன்னொரு முறை லீவு போட்டு வந்தால், ' செக்ஷன் ஆபீஸர் டிரெய்னிங் போயிருக்கார், வர பத்து நாள் ஆகும். அவர் கையெழுத்துப் போடாம, கமிஷனர் பார்க்க மாட்டார்' என்று சர்வ சாதாரணமாகச் சொல்வார் அந்த அலுவலர். கமிஷனரிடம் புகார் கொடுக்க காத்திருக்கும் நேரத்தில், கடவுளையே பார்த்துவிடலாம்! ' இன்னும் எத்தனை முறை

அலைய வேண்டி வருமோ' என்று விரக்தியில் அலுவலகத்தை விட்டு வெளியில் வந்தால், ' சாருக்கு என்ன சர்டிபிகேட் வேணும்?' என்று கேட்டபடி ஒரு புரோக்கர் வருவார். அவரிடம் ஒரு தொகையைத் தந்துவிட்டு நிம்மதியாக நீங்கள் வீட்டுக்குப் போகலாம். உங்களைத் தேடி நீங்கள் கேட்டது வரும்.

தனக்கு வேண்டிய ' ஷேர்' வந்துவிட்டால், விடுமுறையில் இருந்தாலும் வந்து வேலை பார்ப்பார்கள். மற்றபடி, அதிகாரிகளுக்கும், அலுவலர்களுக்கும் ' ஷேர்' பிரித்துத் தர வசதி இல்லாதவர்கள் நாள்கணக்கில், வாரக்கணக்கில், மாதக்கணக்கில் அலைந்து திரிகிற சாபத்தை ஏற்பதைத் தவிர, வேறு வழியில்லை.

இங்கே சாதாரண கிளார்க்கில் தொடங்கி அமைச்சர் வரை, எல்லோருமே மக்களுக்கு எஜமானர்கள்தான். அலட்சியமும், பொறுப்பின்மையும் நம் ரத்தத்தில், அணுக்களில் கலந்து இருக்கிறது. பத்து நிமிட வேலை பத்து நாட்களுக்கு இழுபறியாவதைத் தடுக்க என்ன வழி? மாறிமாறி எத்தனை முதலமைச்சர்கள், எவ்வளவு அமைச்சர்கள், அதிகாரிகள் என யார் வந்தாலும், இந்த அலைச்சலுக்கும், அவமானங்களுக்கும் தீர்வு இல்லையே?

வெளிப்படையான நிர்வாகமும், நேர்மையான கண்காணிப்பும், உடனடித் தீர்வுகளும் இன்னும் எவ்வளவு காலத்துக்குதான் எட்டாக் கனிகளாகவே இருக்கப்போகின்றன? கண்காணிக்க வேண்டியவர்களும், கண்டிக்க வேண்டியவர்களும் பொறுப்பில்லாமல் நடந்துகொள்வதில் ஆரம்பக்கிறது நம்முடைய நிர்வாகச் சீர்கேடு!

த.செ. ஞானவேல்

திறமையும், நேர்மையும் நிர்வாகத்தின் இரண்டு கண்கள். நேர்மையற்ற திறமையும். திறமையற்ற நேர்மையும் எந்தவிதத்திலும் பயன்படாது. ஜனநாயக நாட்டில் பொதுமக்களுக்கும், அரசு நிர்வாகத்துக்கும் இடையில் எவ்விதமான ஒளிவு மறைவோ, இடைவெளியோ இருக்கக் கூடாது.

உதாரணமாக, 98423 99099 இந்த செல் நம்பரில் நீங்கள் எங்களின் பண்ருட்டி நகராட்சியின் ஜாதகத்தைத் தெரிந்துகொள்ளலாம். ஒரு பைசா லஞ்சம் இல்லாமல், அலைந்து திரியாமல் எல்லாவிதமான சான்றிதழ்களையும் வாங்கிவிடலாம். தமிழகத்தில் வேறெந்த நகராட்கியிலும் நடக்காத அளவு வெளிப்படையான நிர்வாகம் எங்கள் நகராட்சியில் நடக்கிறது. குடிநீர் இணைப்புக்கு அதிகபட்சம் ஒரு வாரம் போதும். அப்போதும் நடக்வில்லை என்றால் ஒரு எஸ்.எம்.எஸ். அனுப்பிக் கேட்டால், ஏன் இணைப்பு தர முடியவில்லை என்பதற்கான காரணம் விளக்கப்படும். சம்பந்தபப்பட்ட அதிகாரியின் மொபைல் எண் உட்பட உங்களுக்குத் தேவையான விவரங்கள் தெரிவிக்கப்படும். லஞ்சப் பேயை விரட்டியிருக்கிறது எங்களின் இந்த வெளிப்படையான, உடனடித் தீர்வு நிர்வாக முறை.

நகராட்சியின் எல்லா அலுவல்களையும் வெளிப்படையாக மக்களுக்குத் தெரியும்படி எழுதிவைத்தோம். ஒவ்வொரு நாளிலும் வந்த புகார்கள், அதற்கு எடுத்த நடவடிக்கைகள் என எல்லாவற்றையும் தேதியோடு அறிவிப்புப் பலகையில் எழுதிவைத்தோம்.

கைரேகைப் பதிவு மூலம் ஊழியர்களின் வருகையைப் பதிவு செய்தோம். ஐந்து நிமிடத்துக்கு மேல் நான்கு நாட்கள் தாமதமாக வந்தால் அது ஒரு நாள் விடுப்பாகக் கணக்கிடப்படும். காகிதக்

குப்பைகள் இல்லாமல் எல்லோருடைய மேஜையிலும் ஒரு கணினி மட்டுமே இருக்கும். ஒரு ஃபைலைத் தேடி விவரத்தை எடுக்க மூன்று நாள் எடுத்துக்கொண்ட ஊழியர்கள் மூன்று நொடியில் விவரங்களை விரல்நுனிக்கு கொண்டு வந்தனர். ஒரு எஸ்.எம்.எஸ். மூலம் மக்கள் தங்களுக்கு வேண்டிய விவரங்களை வீட்டிலிருந்தே பெற வசதி செய்தோம். அலுவலகம் வந்து தங்களுக்கான விவரங்களைத் தேடுபவர்கள் அவற்றைத் தெரிந்துகொள்ள ஒரு கணினி தேடுதிரை (சர்ச் ஸ்கிரீன்) வைத்தோம்.

ஒவ்வொரு ஊழியருக்கும் தன் வேலை மீதான அக்கறைக்கும் தன்னை சுயவிமர்சனம் செய்யவும் மாதாந்திரக் கூட்டங்கள் நடத்தினோம். இதையெல்லாம் நடைமுறைப்படுத்த இரண்டே ஆண்டுகள் போதுமானதாக இருந்தது. சின்ன நகராட்சியே இவ்வளவு சாதிக்க முடியுமென்றால், தமிழகம் முழுக்க இதே போல் நிர்வாகமுறை நடைபெற இனி என்ன தடை?

காலம் தாழ்த்தாத, உடனடித் தீர்வுகள் தருகிற இந்த வெளிப்படையான நிர்வாக முறை பற்றிய விளக்கங்களை தமிழகத்தின் ஆட்சி மேல்மட்டம் வரை கொண்டு சென்றோம். வெளிநாடுகளில் இருந்துகூட வந்து பார்த்து பாராட்டிச் செல்கிறார்கள். ஆனால், தமிழகத்தில் இந்த நிரூபிக்கப்பட்ட வெளிப்படையான நிர்வாக முறையைப் பின்பற்ற அரசு தயக்கம் காட்டுகிறது. புதிய ஆட்சியிலாவது, விடியல் பிறக்கும் என்று நம்புகிறேன்... நம்புவோம்!

10. சிவகுமார்

நடிகர்

' யாவர்க்குமாம் இறைவற்கு ஒரு பச்சிலை

யாவர்க்குமாம் பசுவுக்கு ஒரு வாயுறை

யாவர்க்குமாம் உண்ணும் போது ஒரு கைப்பிடி

யாவர்க்குமாம் பிறர்க்கு இன்னுரைதானே '

என மனித ஒழுக்கத்துக்கு இலக்கணம் வகுக்கிறது திருமந்திரம்.

' உன் பங்கில் கைப்பிடி அளவாவது உன் எதிரில் பசியோடு இருக்கிறவனுக்குப் பகிர்ந்து கொடு ' என்றனர் நம் முன்னோர்.

தமிழ் மண்ணே வணக்கம்!

தருவதற்கு எதுவும் இல்லாத சூழ்நிலையிலும் மனதார ஒரு வாழ்த்தையாவது தந்துவிட வேண்டும் என்று வலியுறுத்தினர் தமிழர். இந்த ஒழுக்கத்தைதான் உயிரினும் மேலாக நேசிக்க வேண்டும் என்கிறார் வள்ளுவர்.

ஒழுக்கமான வாழ்க்கைதான் சாதாரண ஆத்மாவை மகாத்மாவாக மாற்றியது. ஒரு தனிமனிதனின் ஒழுக்கம் ஒரு நாட்டின் தலை விதியையே தீர்மானித்ததுதான் இந்திய சுதந்திரப் போராட்டத்தின் வரலாறு. மதுவும் மாமிசமும் இல்லாமல் வாழவே முடியாது என்ற தட்பவெப்ப சூழல் உள்ள லண்டனிலும் காந்தியின் ஒழுக்கம் அவரை கண்ணியமாக வாழ வைத்தது.

தான் இறக்கும்போது சட்டைப்பையில் வைத்திருந்த குறைவான சில்லறைகள்தான், தமிழகத்தின் முதல்வராக இருந்ததைவிடப் பலகோடி மக்களின் இதயத்தில் இன்னும் வாழ்கிற பெருமையைக் காமராஜருக்குப் பெற்றுத் தந்தது.

ஒவ்வொரு தனிமனிதரின் வாழ்வும் பொதுவாழ்க்கையைப் பாதிக்கும். உணவுப் பற்றாக்குறை ஏற்படுவதும், ஆயுத உற்பத்தி பல மடங்கு அதிகரிப்பதும் மனித ஒழுக்கம் வழிதவறிப் போனதன் அடையாளம் அன்றி வேறென்ன?

விலங்கு வாழ்க்கையையும், மனித வாழ்க்கையையும் வேறுபடுத்திக் காட்டுகிற ' ஒழுக்கம்' என்ற சொல்லுக்கு நடை, முறைமை, நன்னடத்தை, உயர்ச்சி, உலகம் ஒம்பிய நெறி என்று பொருள் சொல்கிறது தமிழ்.

எனக்கு 62 வயதாகிறது. 40 ஆண்டு காலம் தமிழ் சினிமாவில் இருந்திருக்கிறேன். வழி தவறுவதற்கான எத்தனையோ வாய்ப்புகள் கண்ணுக்கெதிரில் காத்துக்கிடந்த நாட்கள் நிறைய. பணம், புகழ், மது, மாது என மனித ஒழுக்கத்துக்குச் சவால்விடும் எல்லா அம்சங்களும் அருகில் இருந்த சூழலிலும், 'ஒழுக்கமாக வாழ்ந்திருக்கிறேன்' என்கிற மனநிறைவுதான் இன்னும் என்னைக் கிழவனாக்காமல் வைத்திருக்கிறது. ஓடுகிற பேருந்தில் ஓடிப்போய் ஏறுகிற உடல் பலத்தைத் தந்திருக்கிறது.

'விசையுறு பந்தினைப் போல் மனம் வேண்டியபடி செல்லும் உடல் கேட்டேன்' என்று பராசக்தியிடம் பாரதி வரமாகக் கேட்ட உடல் இன்று என்னிடம் இருக்கிறது. அக ஒழுக்கம் வந்துவிட்டால் புற ஒழுக்கம் தானாக வந்துவிடும். நூறு படங்களுக்கு மேல் நடித்த பிறகும் என்னுடைய வங்கிக் கணக்கு நாலு லட்சம் ரூபாயைத் தாண்டியதில்லை. இந்த நிமிடம் வரை பயமில்லாமல் வாழ்ந்திருக்கிறேன். நான் கடைப்பிடித்த ஒழுக்கம் எனக்குத் தந்த மிகப் பெரிய பரிசு, இந்த மனநிறைவுதான்.

உடலளவில் மட்டும் சுத்தமாக இருப்பதற்கு பெயர் ஒழுக்கமல்ல. 'பாதி மனதில் தெய்வம் இருந்து பார்த்துக்கொண்டதடா... மீதி மனதில் மிருகம் இருந்து ஆட்டிவைத்ததடா...' என்கிற கண்ணதாசனின் வரிகளில் வருகிற மன ஒழுக்கம்தான் கடவுள். மிருகத்துக்கும் தெய்வத்துக்குமான இடைவெளியில் அடங்கியிருக்கிறது நம் வாழ்வு. மனம் சுத்தமாக இருந்தாலே உடலும் சுத்தமாக இருக்கும். உடலையும் மனதையும் கெடுக்கக்கூடிய செயல்களைத் தவிர்ப்பது திடீரென ஒரு நாளில் வந்துவிடாது. அது பழக்கமாக மாற வேண்டும்.

பழக்கம் குணமாக மாறும். சித்திரமும் கைப்பழக்கம், செந்தமிழும் நாப்பழக்கம் என்பது போலவே ஒழுக்கமும் ஒரு பழக்கமே!

சிறு வயதிலிருந்தே அதை ஆரம்பிக்க வேண்டும். சின்ன வயதில் திருத்தப்படாத தீய ஒழுக்கம் வளர்ந்து குற்றமாக மாறுகிறது. தான் பெற்று வளர்த்த பிள்ளைகள் வளர்ந்த பிறகு தங்களைக் கவனிக்கவில்லை என்று புலம்புகிற பெற்றோர் பெரும்பாலும் பின்னோக்கிப் பார்ப்பதில்லை. திருடக்கூடாது என்கிற ஒழுக்கத்தின் பயனைப் புரியவைக்காமல், தின்பண்டங்களை எடுத்து ஒளித்துவைத்த வீடுகளில் நிச்சயம் ஒரு திருடன் வளர்கிறான். வீடுகள், பள்ளிகள், கல்லூரிகள் போன்றவற்றில் பயின்ற மனிதர்கள் வளர்ந்த பின்பு ஏன் ஒழுக்கமாக இருப்பதில்லை என்பதை நான் அடிக்கடி யோசித்துப் பார்த்திருக்கிறேன்.

எட்டு மணிப் பள்ளிக்கு உணவைக்கூட மறுத்துவிட்டு ஓடியவர்கள் வளர்ந்து பெரியவர்களானதும் முடிந்த அளவு வேலைக்குத் தாமதமாகப் போகிறார்களே, ஏன்? ஒரு நாளைக்குப் பத்து மணி நேரத்துக்கும் மேல் படித்துக்கொண்டே இருந்த மாணவர்கள் படிப்பு முடிந்ததும் புத்தகம் இருக்கிற திசையைக்கூடத் திரும்பிப் பார்க்காமல் 'ஜாலி' யாக இருக்க விரும்புகிறார்களே!

படிக்கும்போது ஆசிரியர்களின் ஒரு பார்வைக்கே விறைத்து நிற்கிற மாணவர்கள் பள்ளி, கல்லூரியை விட்டு வெளியில் போனதும், ஆசிரியர்கள் எதிரிலேயே சிகரெட் பற்றவைக்க எப்படி தைரியம் வருகிறது? அப்பா வீட்டில் இருக்கிற நேரத்தில் ஒழுக்கமாக இருக்கிற மகன், ஸ்ட்ரைக் என்றுபஸ் கண்ணாடியை கல்லெறிந்து உடைப்பது எப்படி? இதெல்லாம் ஒழுக்கத்தைப் பழக்கம் ஆக்காமல்,

பிள்ளைகளின் விருப்பம் ஆக்காமல் வற்புறுத்துவதால் நேர்கிற விபத்துகள்.

வீடும், சமூகமும் ஒழுக்கத்தைத் திணிக்கக் கூடாது. பேச்சைப் போல, மூச்சைப் போல ஒழுக்கமும் இயல்பான விஷயமாக்கப்படும் போதுதான் நிலையான பயனைத் தரும். அதற்கு போதனைகள் மட்டுமே பயன்படாது என்பது என் அனுபவம். என் வாழ்க்கை எனக்கு அடுத்த தலைமுறையிடம் பெற்றுத் தந்துள்ள மரியாதைதான் என்னுடைய அடையாளம்.

வேலைக்காரர்களை மரியாதையோடு நடத்த வேண்டும் என்று நான் குழந்தைகளை மிரட்டியிருந்தால், நான் இல்லாதபோது வேலைக்காரர்களிடம் இன்னும் மூர்க்கமாக நடந்துகொண்டு இருப்பார்கள். நான் எப்படி வேலைக்காரர்களை மரியாதையோடு நடத்துகிறேன் என்பதே பிள்ளைகளுக்குப் போதிய பாடம்.

ஒழுக்கத்தை எப்படியாவது இளைஞர்களுக்குக் கற்றுக்கொடுத்து விட வேண்டும், போதித்துவிட வேண்டும் என்று வீடும், சமூகமும் போராடிக்கொண்டே இருக்கின்றன. நிச்சயமாக ஒழுக்கத்தை யாரும் யாருக்கும் கற்றுக்கொடுக்க முடியாது. அது தானாகக் கற்றுக்கொள்ள வேண்டிய பாடம்.

"எப்பவும் டி.வி.பார்த்துக்கிட்டே இருக்காதே, படி!" என்று வீட்டில் தாய்மார்கள் கண்டித்தால், பிள்ளைகள் கேட்பார்களா? நாள் முழுவதும் டி.வி. முன் உட்கார்ந்திருக்கிற ஒரு தாயிடம் எதைக் கற்றுக்கொள்ள முடியுமோ அதைத்தான் குழந்தையும் கற்கும்.

பருத்திக்காட்டில் தன் பிள்ளைகளுக்கும் சேர்த்து, காய்ந்துபோன பருத்திமார் பிடுங்கியே ரணமான என் தாயின் உள்ளங்கை காயங்கள்தான் என்னை உண்மையானவனாக வாழ வழி காட்டின, அவரை ஏமாற்ற, அவருடைய நம்பிக்கையைக் குலைக்கிற தைரியம் எனக்கு எப்போதும் வந்தது இல்லை.

சூர்யாவும், கார்த்தியும் சினிமாவைத் தொழிலாகத் தேர்வு செய்தபோது அவர்களிடம், "யாரையும் மோசடி செய்யாமல், யாரையும் வஞ்சிக்காமல் ஒழுக்கமான வழிகளில், சேர்க்க முடிந்தது. வெறும் ஒற்றை ரூபாயாக இருந்தாலும், அதை மட்டும்தான் பெற்றோருக்குக் காணிக்கையாக்க முடியும், உங்களை நல்ல முறையில் வளர்த்துவிட்டோம் என்கிற நம்பிக்கையே எங்கள் பெருமை. எந்தச் சூழ்நிலையிலும் ஒழுக்கமாக இருப்பீர்கள் என்று மனப்பூர்வமாக நம்புகிறோம். நீங்கள் ஒழுக்கமாக இருக்கிறீர்களா என்று நிச்சயம் வேவு பார்க்க மாட்டோம். என்னைவிட நீங்கள் அதிகப் பணம் சேர்ப்பதைவிட, என்னைப் போல ஒழுக்கமான வாழ்க்கை வாழ்ந்தால் அதுதான் எனக்குப் பெருமை" என்று சொல்லித்தான் ஆசீர்வதித்தேன்.

ஜெயிலுக்குப் போவதற்கு அவமானப் படுகிறோமே தவிர, குற்றம் செய்ததை வசதியாக மறந்துவிடுகிறோம். அவமானம் சிறைக்குச் செல்வதில் இல்லை, ஒழுக்கம் தவறுவதில்தான் இருக்கிறது. பேப்பரில் நான் படித்த செய்தி ஒன்று என்னை மிகவும் நெருடியது. 'லஞ்சம் வாங்கியபோது கையும் களவுமாகச் சிக்கியவர். அவமானத்தில் தற்கொலை!' என்பது அந்தச் செய்தி. எத்தனை முறை அவர் லஞ்சம் வாங்கி இருப்பார்... தன் கடமையின் ஒழுங்கு மீறியது அவருக்கு அவமானமாகத் தெரியவே இல்லை. ஆனால் ஒழுக்கம் தவறிய, தனது செய்கை வெளியில் தெரிந்ததும் அவமானம் பொத்துக்கொண்டு

த.செ. ஞானவேல்

வந்துவிட்டது. லஞ்சம் வாங்குவதற்காக அவமானப்படாமல், மாட்டிகொண்டதை அவமானமாகக் கருதுகிற நமது மனோபாவம்தான் நமது முதல் எதிரி.

'ஒழுக்கம் என்பது கெட்ட செய்கையிலிருந்து விலகி இருப்பது அல்ல, கெட்ட செய்கையைச் செய்யாமல் இருப்பதுதான்!' என்றார் பெர்னாட்ஷா. பள்ளியில் குழந்தைகளைச் சேர்க்கும்போது அவன் வெறும் படிப்பாளியாக வந்தால் போதுமென்று நினைக்கிறோம். ஸ்கவுட், என்.சி.சி., என்.எஸ்.எஸ். போன்ற வாழ்க்கையின் புற ஒழுக்கங்களைக் கற்றுத்தருகிற அமைப்புகளில் தன் பிள்ளைகள் மறந்தும் சேர்ந்துவிடக் கூடாது என்று நினைக்கிறார்கள் பெற்றோர்கள். அந்த அமைப்புகளில் சேர்ந்து 'டிசிப்ளின்' கற்றுக்கொள்கிற நேரத்தில் இரண்டு டியூஷன் சென்றால் அதிக மார்க் வாங்க முடியுமே என்று எண்ணுகிறார்கள். படிப்பு அறிவைத் தருமே தவிர, ஒழுக்கத்தைத் தராது. கடவுளை நேசிப்பதே உண்மையான பக்தி. கடவுளுக்குப் பயப்படுவது அல்ல. அதே போல, ஒழுக்கமும் விருப்பம் சார்ந்தது. பயத்தால் ஒழுக்கம் வராது. அப்படிப் பார்த்தால், ஒழுக்கம்தான் கடவுள்!

11, மாஃபா கே.பாண்டியராஜன்

மனிதவள மேம்பாட்டு வல்லுநர்

"நல்ல பொழுதை எல்லாம் தூங்கிக் கெடுத்தவர்கள், நாட்டைக் கெடுத்ததுடன் தானும் கெட்டார். சிலர் அல்லும் பகலும் தெருக்கல்லாய் இருந்துவிட்டு, அதிர்ஷ்டம் இல்லை என்று அலட்டிக்கொண்டார்" என்கிற பட்டுக்கோட்டையாரின் பாடல் வரிகள்தான் நம்மை நமக்கே உள்ளபடி காட்டும் ஸ்கேன்!

உலக வல்லரசு நாடுகள் எல்லாம் நம்மைப் பார்த்து அச்சப்படுகிற அளவுக்கு, நூறு கோடிக்கும் அதிகமான மனிதவளம் மிகுந்த தேசம் இது. அதிலும் 60 சதவிகிதம், 35 வயதுக்கு உட்பட்ட துடிப்பான

இளைஞர் சக்தி. இருந்தும், திரண்டு கிடக்கும் இந்த மனித வளத்தை மூலதனமாக மாற்றாமல், பலவீனமாக்கியதுதான் சோகம்!

நம் தேசத்தில் படிப்பை முடித்துவிட்டுப் புதிதாக வேலை தேடி வருபவர்களின் எண்ணிக்கை வருடத்துக்கு 86 லட்சம் பேர். ஆனால், தகுதி வாய்ந்த பணியளார்கள் கிடைக்கவில்லை என ஒவ்வொரு வருடமும் ஒரு லட்சம் வேலை இடங்கல் நிரப்பப்படாமல் போகின்றன. இந்த முரண்பாடுதான் நமது மிகப் பெரிய பின்னடைவு. அமெரிக்காவின் சாஃப்ட்வேர் பள்ளத்தாக்கில் நிறைந்திருக்கிறார்கள் நம் தமிழ்ர்கள். மைக்ரோ சாஃப்ட், ஐ.பி.எம். போன்ற உலகின் மிகப் பெரிய வர்த்தக நிறுவனங்களின் உயர் பொறுப்புகளில் அமர்ந்திருக்கிறான் தமிழன். இன்னொரு மூலையில் வாழ்வதே சிரமமான கந்தகப் பூமியில், அதே கந்தகத்தை மூலதனமாக்கி முளைக்கிறான் சிவகாசித் தமிழன். மனித வளத்தை முழுமையாகப் பயன்படுத்தி, இந்தியாவையே திரும்பிப் பார்க்க தகுதியான வைத்திருக்கிறது திருப்பூர். வடஆற்காடு பகுதியில் ஏற்றுமதி செய்யப்படும் தோல் பொருட்கள்தான் உலக சந்தையில் இந்தியாவின் பிரதானமான பங்களிப்பு. 'தமிழர்கள் திறமை மிக்கவர்கள்' என்று உலகம் ஒப்புக்கொள்கிறது.

ஆனால், இன்னொரு முகமோ, நடுங்கவைக்கிறது, நூறு ரூபாய் இலவச வேட்டி - சேலைக்கு உயிரைப் பணயம் வைக்கிறார்கள். வெள்ள நிவாரணம் என வெறும் இரண்டாயிரம் ரூபாய்க்கு மிதிபட்டுச் சாகிறார்கள். இலவசங்களுக்காக ஏங்கிக்கிடக்கிடக்கிறார்கள். ' நெற் களஞ்சியம்' என்று யானை கட்டிப் போர் அடித்த வரலாறு சொல்லும் தஞ்சை விவசாயிகள், இன்று நத்தைகளைப் பிடித்து உண்ண வேண்டிய அவலம் ஏன் வந்தது? ஊருக்கே சோறு போட்ட மண்ணில் பட்டினிச்

சாவுகளும், வறுமைக்குப் பயந்து தற்கொலைகளும் நிகழ்வது ஏன்? தகுதியான இளைஞர்களுக்குப் பற்றாக்குறை அதிகமாவது ஏன்? புதிய தொழில்முனைப்புத் திட்டங்கள் அதிக அளவில் தமிழகத்தில் இல்லாமல் போனது ஏன்? இந்தக் கேள்விகளுக்கெல்லாம் விடை - தொலைநோக்குப் பார்வை இல்லாமையும், வெகு சிலரின் சுயநலங்களுமே!

மனித வளத்தைப் பயன்படுத்துவதில் சீரான வேகம் சீரான வளர்ச்சி பற்றி ஆள்பவர்களும், ஆளப்படுவோரும் சிந்திப்பதே இல்லை. படிப்படியான நிரந்தர தீர்வைச் சிந்திக்காமல், எப்படியாவது இன்றைய பிரச்னையைச் சமாளித்தால் போதும் என்கிற மனோபாவமே ஆட்சியாளர்களிடம் இருக்கிறது. 'பசுமைப் புரட்சி' ஓர் உதாரணம்.

அதிகரித்து வரும் மக்கள் தொகைக்கு ஏற்ற உணவு உற்பத்தியைப் பெருக்க, மனித வளத்தைப் பயன்படுத்தாமல், செயற்கை இரசாயனங்களை இயந்திரங்களைப் பயன்படுத்தினார்கள். விளைவு? விதைகளைக்கூட வெளிநாட்டில் இருந்து வாங்க வேண்டிய துர்ப்பாக்கியத்துக்கு ஆளானோம். கிணற்றுநீர்ப் பாசனத்தை ஊக்கப்படுத்தியது அரசு. தொலைநோக்கு இல்லாத அந்த வளர்ச்சி, இன்று நிலத்தடி நீர் தீர்ந்ததும் நொண்டியடிக்கிறது.

உடல் உழைப்பு, மூளை உழைப்பு என்கிற பிரிவினையை ஏற்படுத்தி, உடல் உழைப்பைக் கேவலப்படுத்திவிட்டோம். இன்று 'ஒயிட் காலர் ஜாப்' என்பதுதான் எல்லோருடைய கனவும்! உடல் உழைப்புக்குரிய ஊதியத்தை அதிகப்படுத்த நடவடிக்கை எடுக்கத் தவறிவிட்டது அதிகாரவர்க்கம்.

த.செ. ஞானவேல்

1991 முதல் 2000-ம் ஆண்டுக்குள் 6.4 சதவிகிதம் பொருளாதார வளர்ச்சி கண்டிருக்கிறது நாடு. ஆனால், 70 லட்சம் பேர் வேலை இழந்துள்ளதாக அபாய மணி அடித்தது ஒரு புள்ளிவிவரம்.

'யார் வீட்டுக் கூரை எரிந்தால் எனக்கென்ன? என் வீடு பத்திரமாக இருக்கிறது! என்கிற சுயநலம்தான், இந்த அவலத்துக்கான ஆரம்பம். கிராமங்களை வேரோடு பிடுங்கி எறிந்துவிட்டு, நகரங்களைச் சீராட்டி வளர்த்தது வரலாற்றுப் பிழை. மக்கள் கூட்டம் கூட்டமாக இடம்பெயர்ந்து நகரங்களை நோக்கி வந்ததால் கிராமப்புற வேலைவாய்ப்புகள் அடையாளம் இல்லாமல் அழிந்துபோயின. மக்களுக்கு அதிக வேலை வாய்ப்புகளை உருவாக்குகிற சிறுதொழில் உற்பத்தி நிறுவனங்களைப் பற்றி அக்கறை இல்லாமல், பன்னாட்டு மூலதனங்களை எவ்விதக் கேள்வியும் இல்லாமல் அப்படியே அனுமதிப்பது, சமகாலத்தில் நிகழ்கிற சர்வநாசம்.

லண்டனில், அமெரிக்காவில் ஒரு வேலையைச் செய்துமுடிக்க ஆகிற செலவில் பாதி தந்தாலே போதும்... இந்தியாவில் அது இன்னும் இருமடங்கு வேகத்துடன் முடித்துத் தரப்படும் என்று ஆர்வத்தோடு வருகிற நிறுவனங்கள், எப்போது வேண்டுமானாலும் இந்தியாவைவிட்டுக் கிளம்பிவிடலாம். காரணம், இந்தியாவில் செலவழிக்கும் பணத்தில் பாதியளவே ஆப்பிரிக்க நாடுகளுக்குப் போதுமானது. பிறகு, 'உள்ளதும் போச்சுடா நொள்ளைக் கண்ணா' என்கிற பழமொழி போல ஆகிவிடும் நம் வாழ்க்கை.

கைவசம் இருந்த தொழில்களையும் தொலைத்துவிட்டு, வந்ததும் போனபின்பு வருத்தப்படுவதில் அர்த்தம் இல்லை. சரி, தற்போது கிடைத்து வரும் வாய்ப்புகளையாவது முழுமையாகப்

பயன்படுத்துகிறோமா என்றால், அதுவும் இல்லை. நேரடியாகவும், மறைமுகமாகவும் லட்சக் கணக்கானோருக்கு வேலை வாய்ப்பைத் தரும் 'செம்' நிறுவனம், இப்போது ஆந்திராவுக்குப் போய்விட்டது. தமிழக அரசியல்வாதிகளிடம் இருக்கும் ஈகோ பிரச்னை, பரம்பரைப் பகைக்கெல்லாம் தமிழக மக்களைத் தண்டிப்பது எந்த விதத்தில் நியாயம்?

வேலை இல்லாத் திண்டாட்டம் அதிகமாக அதிகமாக, ஒரு தேசத்தில் சமூகக் கேடுகள் அதிகமாகும் என்பது வரலாறு. தற்கொலைகள், கொலைகள், கொள்ளைகள், திருட்டுக்கள், விபசாரம், சாராயம் போன்ற சமூகநோய்கள் அதிகமாகும். நம் தேசம் கண் முன்னே நாசமாக, நாமே அனுமதிக்கலாமா?

ஒரு காலத்தில் பி.காம் படித்தால் வேலை கிடைக்கும் என்று எல்லோரும் பி.காம் சேரத் துடித்தனர். வேலை வாய்ப்பு இடங்களைவிடப் பலமடங்கு அதிகமான பி.காம் பட்டதாரிகள் இருந்தால், அத்தனை பேருக்கும் எப்படி வேலை கிடைக்கும்? 'டீச்சர் ட்ரெயினிங் படித்தால் உடனே வேலை கிடைக்கும்? என்று போகிறபோக்கில் யாராவது கொளுத்திப் போட்டால், பரபரவென்று தங்கள் பிள்ளைகளைக் கொண்டுபோய் அந்த கோர்ஸில் சேர்த்துவிடுவார்கள் பெற்றோர்கள். இப்போது கம்ப்யூட்டர் ஜுரம் அப்படித் தொற்றிக்கொண்டு அனல் பறக்கிறது. 70 லட்சம் பணியாளர்களுக்கு வேலைவாய்ப்பைத் தரும் விவசாயம், நெசவு போன்ற தொழில்களைப் பின்னுக்குத் தள்ளி, சில லட்சம் வாய்ப்புகளை வழங்குகிற கணினி, உயிரி தொழில்நுட்பம் போன்ற துறைகளை மட்டும்தான் அரசு ஊக்கப்படுத்துகிறது. பணியிடங்களுக்கு

ஏற்றாற்போல பரவலாக எல்லாப் படிப்புகளுக்கும் சம அந்தஸ்து அளிக்கத் தவறிவிடுகிறோம்.

உலக மயமாக்கல், தனியார் மயமாக்கல், தாராள மயமாக்கல் என்கிற மூன்று விஷயங்கள்தான் இன்று ஏழை நாடுகளின் தலையெழுத்தைத் தீர்மானிக்கின்றன என்கிற உண்மை படித்தவர்களுக்கேகூடப் புரிவதில்லை.

கண்ணுக்கு முன்னால் வேலையும், வேலை பார்க்கும் சமூகச் சூழலும் மாறிக்கொண்டே வருகிறது. 'கார்ப்பரேட்' உலகத்தில் வீடே அலுவலகமாகவும், அலுவலகமே வீடாகவும் இருக்கிறது. எட்டு மணி நேரம் வேலை என்கிற தொழிலாளர் நலன்கள் இப்போது கணக்கில் கொள்ளப்படுவதே இல்லை. பல மடங்கு மனித வளம் சும்மாவே இருக்க, குறிப்பிட்ட கூட்டத்தை மட்டும் பிழிந்து எடுக்கிறார்கள். இதன் நீட்சியாக ஒரு கட்டத்தில், மேலை நாடுகளின் குப்பைகளை எல்லாம் நாம் கொண்டாடத் தொடங்கிவிட்டோம். நம் இளைஞர்களுக்கு 'சாட்டர்டே ஃபீவர்' தொற்றியிருக்கிறது. வாரம் முழுவதும் வேலை பார்த்த களைப்பை மறக்கடிக்க, சனிக்கிழமை மாலைகளில் குடித்துச் சீரழிகிறார்கள். நிறுவனங்களே இந்தக் கலாசாரத்தை ஊக்கப்படுத்துகின்றன. கடந்த ஐந்தாண்டுகளில் சாலை விபத்துக்கள் அதிகரித்து இருப்பதற்கும், சனிக்கிழமை இரவுகளில் அதிகமான உயிர்ச் சேதங்கள் ஏற்படுவதற்கும் இந்த 'சாட்டர்டே ஃபீவர்' தான் முக்கியக் காரணம். குறிப்பட்ட துறைகளுக்கு மட்டும் அளவுக்கு அதிகமான ஊதியம். கணிப்பொறி, பி.பி.ஓ. போன்ற நவீன துறைகளில் இருபது சதவிகிதம் பேர்தான் வேலை பார்க்கிறார்கள். அதே நேரம், இந்தியாவில் தொழிலாளர்களாக இருப்பவர்கள் 40 கோடிப் பேர். 20 சதவிகிதத்தினரின் சம்பளத்தைப் பல மடங்கு உயர்த்திவிட்டு, வீட்டு

வாடகை முதல், காய்கறி வரை... அதிக ஊதியம் பெறுவோரின் பொருளாதாரத்தையே மீதமுள்ள 80 சதவிகிதம் பேருக்கு அளவுகோலாக வைக்கிறது சமூகம்.

வேலைவாய்ப்புகளைப் பெருக்குவது என்பது, ஆயிரக்கணக்கானோர் பணிபுரியும் தொழிற்சாலைகளை மூடிவிட்டு, சில நூறு பேர் வேலை பார்க்கும் பி.பி.ஓ-க்களைத் திறப்பது இல்லை. பாரம்பரியம், நவீனம் என்கிற இரண்டு தட்டுகளும் சரிவிகிதத்தில் இருந்தால்தான், வளர்ச்சித் தராசின் முள் நிமிர்ந்து நிற்கும்.

காய்கறிகளின் விற்பனை வெகுவாகக் குறைந்து, மது வகைகள் அதிகம் விற்பனையாவது ஆரோக்கியமான தொழிலாளர் சமூகத்தை உருவாக்காது. அரசும், மக்களும் இணைந்து பணியாற்ற வேண்டியது உடனடித் தேவை. வெளிநாடுகளில் இருந்து உற்பத்திப் பொருட்களை இறக்குமதி செய்து நாம் அவர்களின் பொருட்களைப் பயன்படுத்துகிற நுகர்வோர்களாக மட்டுமே இருக்கக் கூடாது. மனித வளத்தைப் பயன்படுத்தித் தொழில்நுட்பம் மற்றும் விவசாயம், நெசவு, கைவினைப் பொருட்கள் போன்ற மரபான தொழில்களையும் வளர்த்தெடுக்க வேண்டும். வாழ்வதற்குத்தான் வேலையே தவிர, வேலை பார்ப்பதற்காகவே வாழ்வது என ஆகிவிடக் கூடாது.

நம்முடைய கிளைகள் நீளமாக வளர்ந்து, நிழல் பரப்பப் பூத்துக் குலுங்கட்டும். அதே சமயம், நமது வேர்களைத் தொலைத்துவிடக் கூடாது நண்பர்களே!

'மானுட சமுத்திரம் நான் என்று கூவு' என்று உலக அரங்கில் தமிழன் தலை நிமிர்ந்து நிற்க வேண்டும். அதற்கான ஒரே ஆயுதம், நமது மனித வளம்தான்! அதைக் கூர்தீட்டிக் கொள்வோம்.

த.செ. ஞானவேல்

12. சுரேஷ்

மனித உரிமை ஆர்வலர்

" அக்கம்பக்கம் வசந்தம் இல்லை.
துக்கத்தோடு அமர்ந்திருக்கிறது
சவத்தின் மீது ஒரு பட்டாம்பூச்சி!"

வியட்நாம் போரில் மனிதர்களோடு மனித உரிமைகளும் குண்டுகளாலும், ஏவுகணைகளாலும் காவு வாங்கப்பட்ட துயரத்தைப் பதிவு செய்த வரிகள் இவை.

"வந்துட்டாங்கய்யா மனித உரிமை பேச..!" எனக் கேலி பேசுகிறவர்களுக்குத் தெரியுமா, மனித உரிமை என்கிற சொல்லின் வரலாற்றுக்குப் பின்னால் 15 கோடி உயிர்கள் விலை பேசப்பட்ட உண்மை?

நாடு பிடிக்கும் ராஜாக்களின் இரண்டாம் உலகப்போர் சூதாட்டத்தில் மனித உரிமைகளும், உயிர்களும்தான் பந்தயப் பொருட்கள். அதைக் கண்டித்து, மனிதர்களின் வாழ்வுரிமையை நிலைநாட்ட ஐ.நா. சபை, 1948-ம் ஆண்டு டிசம்பர் 10-ம் தேதி மனித உரிமைப் பிரகடனத்தை வெளியிட்டது. மனிதனின் நாகரிக வாழ்வுக்கும், சுதந்திர உணர்வுக்கும் உறுதி தருகிற பிரகடனம் அது. விலங்குகளைக்கூட மனித நேயத்தோடு நடத்த வேண்டும் என்கிற நவயுகத்தில், மனிதர்களை மனிதர்களாக நடத்துங்கள் என்று கேட்டுக் கொண்டால் கேலியாகப் பார்ப்பவர்களை என்னவென்று சொல்வது! புழுவைவிடக் கேவலமாக நடத்தப்பட்டவர்களுக்குத்தான், நசுக்கப் பட்டவர்களுக்குத்தான் மனித உரிமைக் குரல்களின் அர்த்தம் புரியும்!

சந்தேகத்தின்பேரில் உங்கள் வீட்டுக்குள் நுழைந்த போலீஸ், தெருவே வேடிக்கை பார்க்க உங்கள் கன்னத்தில் அறைந்து, பூட்ஸ் கால்களால் எட்டி உதைத்து ஜீப்பில் ஏற்றிய தருணங்களை நீங்கள் கடந்து வந்திருக்கிறீர்களா?

வீரப்பன் என்கிற குற்றவாளியைப் பிடிப்பதற்காகப் போன அதிரடிப்படையின் அத்துமீறல்களால் பிறப்பு உறுப்பில் மின்சாரம் பாய்ச்சப்படும் மரண வலியை அனுபவிக்க வேண்டாம்... அந்த வலி தாளாது கதறும் குரல்களையாவது கேட்டிருக்கிறீர்களா?

" இந்தச் சாதியில் பிறந்த உனக்கு இவ்ளோ திமிராடா?" என்று சக மனிதன் வாயில் சிறுநீர், மலம் ஊட்டிய நாகரிக(!) மனிதர்களைச் சந்தித்தது உண்டா?

"போலீஸாரின் லத்திகளுக்கு மட்டும் விந்து பீய்ச்சுகிற சக்தி இருக்குமானால், இந்நேரம் நான் 13 குழந்தைகளுக்குத் தாயாகி இருப்பேன்" என்று அஜிதா என்கிற பெண் நீதிமன்றத்தில் தந்த

வாக்குமூலத்தில் வெறும் வார்த்தைகளே பதிவாகி இருக்கின்றன. வலிகளைப் பதிவு செய்யும் ஆற்றல் வார்த்தைகளுக்கு இல்லை.

எல்லா மனிதர்களுக்கும் சுயமரியாதையுடனான அவர்களின் வாழ்வுரிமைகளை வலியுறுத்துவதும், அந்த உரிமைகள் கேள்விக்குள்ளாக்கப்படும்போது குரல் எழுப்புவதும், மக்களிடம் மனித உரிமைகள் பற்றிய விழிப்பு உணர்வைக் கொண்டு செல்வதும்தான் மனித உரிமை அமைப்புகள் செய்கிற வேலை.

கற்பழிப்புக் குற்றம் சாட்டப்பட்ட கார்பரல் சோமரத்னே என்கிற சிங்கள ராணுவ சிப்பாய், ராணுவ நீதிமன்றத்தில் தந்த வாக்குமூலம் மனித உரிமை ஆர்வலர்களை உலுக்கிப்போட்டது. "கற்பழிப்பது குற்றம் என்றால், அதற்காக என்னை நீதிமன்றம் தண்டிக்கும் என்றால், ஒட்டுமொத்த சிங்கள ராணுவத்தையும் தண்டிக்க வேண்டும். காரணம், நூற்றுக்கணக்கான தமிழ்ப் பெண்களைக் கற்பழித்துக் கொன்று, ஒரே குழியில் போட்டுப் புதைத்திருக்கிறோம். அதற்கு நானே சாட்சி!" என்று தன்னைக் காப்பாற்றிக்கொள்ளும் முயற்சியில் அவர் தந்த வாக்குமூலம், ஒட்டுமொத்த சிங்கள ராணுவத்தின் கேவலத்தையும் பகிரங்கப்படுத்தியது.

இது ஏதோ இலங்கையில் நடக்கிற அத்துமீறல் என்று அலட்சியமாக இருக்க முடியாது. தங்கள் மானத்தை அனுதினமும் கேள்விக்குள்ளாக்கும் இந்திய ராணுவத்தை எதிர்த்து அஸ்ஸாம் பெண்கள் நிர்வாணப் போராட்டம் நடத்தியதைப் பார்த்து நம் நாடே தலை குனிந்ததே! மானத்தைக் காப்பாற்ற உரிமை கேட்டு நிர்வாணமாகிற சோகத்தைப் புரிந்துகொண்டால், மனித உரிமையின் அவசியமும், அவசரமும் புரியும்.

தமிழ் மண்ணே வணக்கம்!

போலீஸும், ராணுவமும் சமூகவிரோத சக்திகள் மூலமும் நிகழ்த்தப்படும் மனித உரிமை மீறல்களைத்தான் தினம் தினம் நாம் செய்திகளில் பார்க்கிறோம். அன்றாடம் நம் வாழ்வில் மீறப்படும் உரிமைகள் பற்றிய கவனமோ, அக்கறையோ பாதிக்கப் பட்டவர்களுக்கே இல்லை. அதனால் வெளிச்சத்துக்கு வராமல் போகும் சம்பவங்கள்உங்கள்வீட்டுக்குஅருகிலேயேநடந்துகொண்டுஇருக்கின்றன.

மக்களின் வரிப் பணத்தில் இயங்கும் மருத்துவமனையில், ஏழை என்பதாலேயே புறக்கணிக்கப்படுதலும், ரேஷன் கடைகளில், 'எப்படி ரேஷன் அரிசி அதுக்குள்ள தீர்ந்து போகும்?' என்று கேட்டால், 'போய் கோர்ட்ல கேஸ் போடு' என்று அலட்சியமாக வரும் அதிகாரத்தின் குரலும், 'லஞ்சம் தராவிட்டால் உனக்கு எந்த வேலையும் செய்ய முடியாது' என்று அவமானப்படுத்தும் அரசு இயந்திரமும், 'கறுப்பாக இருக்கிறாய்; அது எவ்வளவு அசிங்கம் தெரியுமா? எங்கள் அழகு கிரீமைப் பயன்படுத்தி வெள்ளையாக மாறிவிடு' என்று சொல்லி ஒட்டுமொத்த மக்களின் நிறத்தையே கேவலப்படுத்துகிற விளம்பரமும்கூட மனித உரிமை மீறல்கள்தான்.

சாதிவேற்றுமை பார்க்கிற யாருமே மனித உரிமைகளை மீறுகிறவர்கள்தான். மதப் பிரிவினை செய்கிற யாருமே மனித உரிமைக்கு விரோதமானவர்கள்தான். பெண் என்பதால் மனைவியை, மகளை அடிமைகளாக நடத்துகிறவர்கள் எல்லோரும் மனித உரிமையை மீறுகிற குற்றத்தையே செய்கிறார்கள்.

சட்டங்களின் மூலம் மக்களின் வாழ்வுரிமையைப் பாதுகாக்க வேண்டிய அரசுகள் அதைச் செய்யத் தவறுகின்றன. பயங்கரவாதத்தை ஒழிப்பதற்காகத் தடா சட்டம் கொண்டு வருவதாகச் சொன்னது அரசு. நான்கு மாநிலங்களில் மட்டுமே பயன்படுத்தப்படும் என்ற

வாக்குறுதியோடு நிறைவேற்றப்பட்ட தடா சட்டம் 23 மாநிலங்களில் நடை முறைப்படுத்தப்பட்டது. நாடு முழுவதும் 67,509 பேர் தடாவின் கீழ் கைது செய்யப்பட்டதாகச் சொல்கிறது புள்ளிவிவரம். ஆனால், அவர்களில் குற்றம் நிரூபிக்கப்பட்டவர்கள் ஐந்நூறுக்கும் குறைவானவர்களே! 60 நாட்கள் போலீஸ் காவலில் இருந்து சித்ரவதை அனுபவித்த மற்ற அப்பாவிகளுக்கு எந்தத் தீர்வும் இல்லை. கடுமையான சட்டங்கள் மூலம் திறமையான குற்றவாளிகள் உருவானதுதான் மிச்சம்.

தஞ்சாவூரில் ஒரு பெண், சாராய கும்பலால் வன்புணர்ச்சிக்கு ஆளாக்கப்பட்டுக் கொலை செய்யப்பட்டார். பெண்கள் அமைப்பு இந்தப் பிரச்சனையைக் கையில் எடுத்தது. அச்சுறுத்தல் இருப்பதாக சாராய வியாபாரிகளுக்குப் போலீஸ் பாதுகாப்பு கிடைத்தது. கள்ளச்சாராய கும்பல் மீது புகார் கொடுத்த அப்பெண்ணின் கணவர் குற்றவாளி ஆக்கப்பட்டார். பிக்பாக்கெட் குற்றத்துக்காகக் கைது செய்யப்பட்டவரோடு அவரது வீட்டுப் பெண்களும் காவல் நிலையத்துக்கு இழுத்து வரப்பட்டனர். அந்தப் பெண்களின் தொடைகளில் ஏறி நின்று லத்திகளால் பின்புறம் அடித்து, 'குற்றத்தை நிரூபிக்க' போலீஸார் கடமை ஆற்றினர். 'எங்களை அடித்தாலும் பரவாயில்லை தொடை மீது ஏறி நிற்காதீர்கள்' என்று கண்ணீர் மல்க வேண்டுகோள் வைத்தனர் அந்தப் பெண்கள்.

அதேபோல், ஆட்டோ டிரைவர் ஒருவரை விசாரணைக்காகக் காவல் நிலையம் அழைத்துப் போய், விசாரணை என்கிற பெயரில் அவரது கையையே உடைத்துவிட்டனர். பிறகு அவர் குற்றமற்றவர் என்று கண்டுபிடித்து, அவரை வீட்டுக்கு அனுப்பி வைத்தது போலீஸ். ஆட்டோ ஓட்டிப் பிழைக்கமுடியாமல் அவரது வாழ்க்கையே கேள்விக்குறி ஆகிப்போனது.

மீடியாவின் கண்களுக்கு உச்சக்கட்ட வன்முறைகள்தான் தெரியும். ' பேய் ஆட்சி செய்தால் 'பிணம் தின்னும் சாத்திரங்கள்' என்னும் வரிகளை, ' போலீஸ் ஆட்சி செய்தால், பிணமாகும் மனித உரிமைகள்' என மாற்றி எழுதலாம்.

சித்ரவதை, பாலியல் பலாத்காரம், அடிதடிகள் போன்றவற்றோடு மட்டுமே மனித உரிமையின் சம்பந்தம் முடிந்துவிடுவதாக நினைக்கிறோம். குழந்தைத் தொழிலாளர் கொடுமை ஒழிந்து, அனைத்துக் குழந்தைகளுக்கும் சமமான கல்வி வழங்கப்பட வேண்டும் என்கிற குழந்தைகளின் உரிமையும், தன் உடல் மீதும் வாழ்வு மீதும் அத்துமீறல் செய்வதைத் தடுக்கக்கோரும் பெண்ணுரிமையும், சாதி, மதம், இனம், மொழி, நிறம் போன்ற வேறுபாடுகளுக்கு எதிராக, 'உன்னைப்போல நானும் மனிதன்தான். என்னை வேறுபடுத்தித் துன்புறுத்துகிற அதிகாரம் உனக்குக் கிடையாது' என்று போராடுகிற உரிமையும்கூட மனித உரிமைக் குரல்கள்தான். மனிதனாகப் பிறந்த எவரின் அடிப்படை வாழ்வு உரிமைகள் பாதிக்கப்பட்டாலும் அது மனித உரிமை மீறலே!

'எங்கள் மக்கள் தொகைக்கு சமூகத்தின் எல்லாத் தளங்களிலும் இட ஒதுக்கீடு வேண்டும்' என்று கேட்பதும் மனித உரிமை சம்பந்தப்பட்டதுதான். அந்த உரிமையை மறுத்தோ, எதிர்த்தோ போராடுகிறவர்களை போலீஸ் தன் லத்திகளால் மூர்க்கத்தனமாக அடக்க நினைப்பதுகூட மனித உரிமைகளுக்கு விரோதமான செயலே!

காவல்துறை மற்றும் அதிகார வர்க்கங்களால் மனித உரிமை மீறப்பட்டால், அதை முறைப்படி எப்படி எதிர்த்துப் போராட வேண்டும் என்று பலருக்குத் தெரியவில்லை. காவல் நிலையத்தால் துன்புறுத்தப்பட்டவர்களுக்கு மாவட்ட எஸ்.பி.யிடம் புகார் சொல்ல முடியும் என்பது தெரியாத பட்டதாரிகளேகூட இருக்கிறார்கள். துன்புறுத்தல் நடந்த நாள், நேரம், இடம் போன்ற சரியான தகவல்களை ஆவணப்படுத்தி ஒரு புகார் மனு எழுதத் தெரியாமல் தவிக்கிறோம். இதையெல்லாம் பள்ளி கல்லூரிகளில் சொல்லிக்கொடுத்து

விழிப்புணர்வு ஏற்படுத்துவது அவசரத் தேவை. சாதி, மதம் பார்க்காமல், வேறு எந்தப் பிரிவினைக்குள்ளும் மனிதனைத் தள்ளாமல் சமமாக நடத்துகிற மனித உரிமைக் கல்வியை, கட்டாயம் பள்ளிகளில் ஒரு பாடமாகக் கொண்டுவர வேண்டும்.

பாதிக்கப்பட்டவர்கள், மாநில மனித உரிமை ஆணையத்துக்குப் புகார் அனுப்பித் தீர்வு தேட முடியும். ஆனால், தனிமனிதர்களாக அரசு அமைப்புகளை எதிர்த்துப் போராடுவது இயலாத காரியம். கூட்டு முயற்சிதான் மனித உரிமைகளை மீட்டுத் தரும். நம்பிக்கை மிகுந்த மனித உரிமை அமைப்புகள், பெண் இயக்கங்கள், தொழிற்சங்கங்கள் போன்ற மக்கள் திரளான அமைப்புகளின் உதவியோடு போராட்டத்தை முன்னெடுக்க வேண்டும். ' பக்கத்து வீட்டுக் காரரை போலீஸ் கைது செய்தால் எனக்கென்ன?' என்று இருக்காமல், முறையான விசாரணை மேற்கொள்ளப்படுகிறதா என்பதை எல்லோரும் கவனிக்க வேண்டும். அதையும் தனி மனிதனாகச் செய்ய வாய்ப்பில்லை என்பதால், ஒவ்வொரு ஏரியாவுக்கும் ஒரு ' விஜிலென்ஸ் குழு' அமைக்கப் படலாம். குறிப்பாக, கிராமங்களில் இந்த முறை வழக்கத்துக்கு வர வேண்டும். இப்படி தொடர்ச்சியான முயற்சிகளின் மூலம்தான், நாம் நமது உரிமைகளை வென்றெடுக்க முடியும்.

உரிமைகளோடு வாழ்ந்தால்தான், நாம் மனிதர்கள். உரிமைகள் அற்றவர்களுக்கு வரலாறு தந்த பட்டம் அடிமைகள்!

நாம் மனிதர்களாக வாழப் போகிறோமா, அல்லது அடிமைகளாகவா?

13. ரவிக்குமார்

எழுத்தாளர்

'விடைகொடு எங்கள் நாடே!
கடல் வாசல் தெளிக்கும் வீடே!
பனைமரக் காடே, பறவைகள் கூடே,
மறுமுறை ஒருமுறை பார்ப்பாமா?'

என்கிற ஏக்கம் வழிகிற வரிகளின் அர்த்தம் புரிந்து வருந்தாமல், அதன் இலக்கிய நயத்தை வியந்துகொண்டு இருக்கிறோம் தமிழர்களே!

வாழ்க்கையைத் தொலைத்து, வந்தேறிகளாக அவமானப் படுகிறவர்களின் மரணக் கூக்குரல் காற்றில் கலக்கிறது ஊமைப்

த.செ. ஞானவேல்

பேராசையாக! மேற்கத்திய இசை அலறும் கொண்டாட்டங்களிலும், பெருங்குரலெடுத்து இரையும் இயந்திரங்களின், வாகனங்களின் பரபரப்பிலும், அகதிகளின் அவல விசும்பல்களையும் அழுகைச் சத்தத்தையும் காதுகொடுத்துக் கேட்க யாருக்கு இதயம் இருக்கிறது?

இரக்கம், கருணை, மனிதநேயம் போன்றவையெல்லாம் கவிதை எழுதுவதற்கும், அடுக்குமொழி பேசுவதற்கும் மட்டுமே என ஒதுக்கி வைத்துவிட்டோம். நடிகைகளின் தற்கொலைகளுக்கு என்ன காரணம் என்று ஆராய நேரம் ஒதுக்க முடிகிறது. ஆனால், 'நடுக் கடலில் படகு கவிழ்ந்து இலங்கை அகதிகள் சாவு' என்கிற துயரம் பற்றி நினைக்க யாருக்கும் நேரம் இல்லையா?

சமீபத்தில், ஈழத்திலிருந்து தமிழகத்துக்கு அகதிகளை ஏற்றிக்கொண்டு வந்த படகு ஒன்று கடலில் மூழ்கியது. தாம் பிறந்த மண்ணை விட்டு, வாழ்ந்த வீட்டைத் துறந்து, உடைமைகள் மறந்து தமிழ்நாட்டுக்குப் பயணப்பட்ட ஒரு தந்தையின் முன் பிணமாகக் கிடக்கிறார்கள் அவரின் குழந்தைகள், எந்தச் சோகத்திலும் தோள் சாய்த்து ஆறுதல் சொல்கிற மனைவி மூச்சிழந்து சரிந்துகிடக்கிறாள். அழுவதற்குக் கண்ணீர்கூட மிச்சமில்லாமல் தேம்புகிற அந்தத் தமிழனை ஏறெடுத்துப் பார்ப்பதற்கும் தமிழகத்துக்கு நேரம் இல்லையா?

பத்தாயிரம் ரூபாய்க்கு மேல் தந்தால்தான் கள்ளத்தோணியில் ஏறி தமிழகம் வந்து அகதியாக முடியும். அதற்கு வசதியில்லாமல், அறுபது வயது மனைவி பிழைத்தால் போதுமென்று பணம் கட்டிய கணவனைப் பிரிய மனமின்றி, பாசப் போராட்டம் நடத்தியிருக்கிறார் ஒரு தமிழ்க் கிழவி. அந்த வயோதிக தம்பதியைக் குறைந்த பணத்தில் ஏற்றிக்கொண்ட ஒரு கள்ளத்தோணிக்கு இருக்கிற இரக்கமும்

கருணையும், அகதி முகாமில் இருக்கிற சீருடை அணிந்த அதிகாரிகளுக்கு இருப்பதில்லை, அது ஏன்?

சிங்களச் சிப்பாய்களின் பாலியல் தாக்குதல்களுக்குப் பயந்து அகதியாக வந்த தமிழ்ப் பெண்களின் மானம் விலை பேசப்பட்டால், தற்கொலை செய்துகொள்வதைத் தவிர, அவர்களால் என்ன செய்ய முடியும்? அந்தக் 'கொலைகளைப் பற்றி யார் விசாரிப்பது?

2000-ம் ஆண்டில் மானத்தோடு கூடிய மறுவாழ்வு கிடைக்கும் என்று நம்பி, தமிழகம் வந்த ஈழத் தமிழ் அகதிக் குடும்பம் ஒன்று விஷம் அருந்தித் தற்கொலை செய்துகொண்டது. தாலாட்டு கேட்க வேண்டிய ஆறுமாதக் குழந்தை உட்பட, இறந்துபோனவர்களுக்கு ஒப்பாரி பாடக்கூட அந்தக் குடும்பத்தில் யாரும் மிச்சமில்லை.

'நாங்கள் அகதிகள், இந்தியாவும் எங்களைக் கைவிட்டதால் மனம் உடைந்து தற்கொலை செய்துகொள்கிறோம். எங்களின் இறுதி அடக்கச் செலவுக்கு இத்துடன் 3000 ரூபாய் வைத்திருக்கிறோம்' என்று தீக்குளித்த நான்கு அகதிகள் எழுதிவைத்திருந்த கடிதத்தில் இருந்த எழுத்துக்களில் புரிந்தது நம் கருணை(!).

கடல் நடுவில் படகு மூழ்கி, எதிர் நீச்சலில் கரை ஒதுங்கி உயிர் காப்பாற்றிக் கொண்டவர்களை, அரசின் உத்தரவு கிடைக்கவில்லை என்று ' கண்டுகொள்ளாமல்' கடல் நடுவில் அலறவிட்டபோது, நம் தொப்புள்கொடி உறவில் ரத்தம் கசிந்தது.

சோதனை என்கிற பெயரில் பாலியல் வன்முறைக்குச் சிறுமிகள்கூட விதிவிலக்கல்லாமல் சூறையாடப்பட்டபோது, இருபது நூற்றாண்டு தமிழ்ப் பாரம்பரியமும் சூறையாடப்பட்டது.

பேராசை பிடித்தவர்களின் நாடு பிடிக்கும் வெறியாட்டத்தில் அநாதையாகும் அகதிகளை அக்கறையுடன், மனித நேயத்தோடு அணுக வேண்டும் என்று ஐ.நா. சபை 1951-ம் ஆண்டு ஓர் ஒப்பந்தம் போட்டது. அகதிகளின் மறுவாழ்வை உறுதி செய்யும் அந்த மனித நேய ஒப்பந்தத்தில், போர் அதிகம் நடைபெறும் தெற்காசிய நாடுகளில் பெரும்பாலானவை கையெழுத்துப் போடவில்லை. அதில் இந்தியாவும் அடக்கம்.

பங்களாதேஷ், நேபாளம், இலங்கை ஆகிய நாடுகளில் இருந்துதான் அகதிகள் பெரும்பாலும் இந்தியாவுக்கு வருகிறார்கள். வடக்குத் திசை அகதிகள் பெரும்பாலும் பஞ்சம் போக்கவே அகதிகளாக வருகிறார்கள். ஆனால், இலங்கைத் தமிழர்கள் தங்களின் வாழ்வைத் தொலைத்துவிட்டு தமிழகத்தின் தொப்புள் கொடி உறவை நம்பி படகில் புறப்படுகிறார்கள். இலங்கைக் கப்பற்படையிடம் தப்ப, இந்திய கடலோரக் காவல் படையிடம் சிக்காமல் தமிழக எல்லைக்குள் உயிருடன் வந்தால்தான் 'அகதி' என்கிற அந்தஸ்து கிடைக்கும். இல்லாமல் போனால் ' அநாதைப் பிணம், தீவிரவாதி, கடற்புலி' என்று ஏதோவொரு பட்டத்தைச் சூட்டி, மரணத்தின் சுவடுகூட அழிக்கப் பட்டுவிடும்.

' அகதிகளின் மறுவாழ்வுக்கான சட்டபூர்வமான நடவடிக்கைகளை உலக நாடுகள் மேற்கொள்ள வேண்டும்' என்கிற ஐ.நா.-வின் 1967-ம் ஆண்டின் ஒப்பந்தத்திலும் இந்தியா ஏனோ கையெழுத்திடவில்லை. அந்த ஒப்பந்தத்தை ஒப்புக்கொண்டால் உடன்படிக்கைகளைச் சட்டபூர்வமாக நடைமுறைப்படுத்த வேண்டும் என்கிற அச்சத்தால் இன்று வரை அகதிகளின் மறுவாழ்வில் மௌனம் சாதிக்கிறோம். அந்தச் சட்டபூர்வ நிர்பந்தம் இல்லாமல் போனதால், ' எங்கிருந்தோ

வருபவர்கள் எக்கேடு கெட்டால் நமக்கென்ன?' என்று சுயநலத்தோடு நடந்துகொள்ள வசதியாக இருக்கிறது.

சின்னச் சின்ன நாடுகள்கூட அகதிகளின் அவலத்தைப் புரிந்துகொண்டு, அவர்களை விருந்தினர்களாக நடத்துகிறார்கள். டென்மார்க், நார்வே, கனடா, ஆஸ்திரேலியா போன்ற நாடுகளுக்கும் இலங்கைத் தமிழர்களுக்கும் என்ன வரலாற்றுத் தொடர்பு இருக்கிறது? ஆனாலும், அந்த நாடுகளுக்கு வாழ்வு தேடிப்போனவர்கள் மிகக் கண்ணியமாக நடத்தப்படுகிறார்கள். அரசியல் அதிகாரப் பகிர்வு வரை அவர்களுக்கு மனமுவந்து இடம் தருகின்றனர் ஐ.நா. ஒப்பந்தத்தை ஏற்றுக்கொண்ட மக்கள்.

நார்வே நாடு, இலங்கைக்கு சென்று அமைதிப்பேச்சு நடத்தக் காரணம், அங்கே அகதிகளாகப் போன தமிழர்கள் சர்வ வல்லமை படைத்தவர்களாக மாறியிருப்பதுதான்! நார்வேயில் ஓட்டுரிமை முதல் உயர் கல்வி வரை எவ்விதப் பாகுபாடுமில்லாமல் சுயமரியாதையோடு நடத்தப்படுகின்றனர் தமிழர்கள். ஆனால், இரண்டாயிரம் வருட ரத்தத் தொடர்பு இருக்கும் தமிழகத்திலோ, தமிழ் அகதிகளின் சுயமரியாதை கேலியாக்கப்படுகிறது.

'தமிழ்... தமிழ்' என்று சொல்லி ஆட்சிக் கட்டிலில் ஏறியவர்கள் கூட இலங்கைத் தமிழ் அகதிகளை ஏறெடுத்துப் பார்ப்பதில்லை. ஏனென்றால், அவர்களிடம் 'ஓட்டு வங்கி' கிடையாது. அவர்களால் இந்தத் தலைவர்களுக்கு ஆகப் போவது எதுவும் இல்லை.

இலங்கையில் விடுதலைப் புலிகளுக்கும் அரசுக்கும் நடைபெறும் போர் பற்றி யாருக்கும் எவ்விதமான மாற்றுக் கருத்துக்களும் இருக்கலாம். புலிகளுக்கு ஆயுதப் பயிற்சி அளித்தபோது ஒரு காரணம்

சொல்லத் தெரிந்தவர்களுக்கு, தடை விதிக்கும்போது ஒரு காரணம் கிடைக்காமலா போய்விடும்? ஆனால், இனவெறியின் உச்சபட்சக் கொடுமைகளுக்கு உள்ளாகும் அப்பாவிகளை மனித நேயத்தோடு அணுகவேண்டும் என்பதில் மனிதர்களுக்குள் மாற்றுக் கருத்துக்கள் இருக்க வாய்ப்பில்லை.

போரின் காரணத்தால் மின்சாரம் தெரியாத ஒரு தலைமுறை இலங்கையில் வாழ்ந்து வருகிறது. வாழ்வதற்குரிய எந்த அடிப்படை வசதிகளும் இல்லாமல், ஒரு நாள் விடுதலை கிடைத்துவிடும் என்கிற நம்பிக்கையில் இன்னும் மனிதர்கள் வாழ்கிறார்கள். அதிலெல்லாம் கருத்து கேட்டால், உஷாராக 'அது அடுத்த நாட்டு உள்விவகாரம்' என்று ஒதுங்கிக்கொள்ளலாம். ஆனால், சகோதர உணர்வோடு, சுயமரியாதையான வாழ்க்கை கிடைக்கும் என்கிற நம்பிக்கையுடன் தமிழகம் வருகிற அகதிகளை மனிதர்களாக நடத்தாமல் போனால், அது நம்பிக்கை மோசடிதானே!

100 கோடியைத் தாண்டிய மக்கள் வாழ்கிற ஒரு நாடு, 60 ஆயிரத்துக்கும் குறைவாக இருக்கிற தமிழ் அகதிகளுக்கு நல்வாழ்வை உறுதி செய்வது பெரிய காரியம் அல்ல. அதற்கு மனமில்லை என்பதுதான், இலங்கைத் தமிழ் அகதிகளின் அவலங்களுக்கு அடிப்படைக் காரணம்.

அகதி முகாம்களில் கீற்றுக் கொட்டகைளில் கூட்டம் கூட்டமாக மந்தைகளைப் போல அடைக்கப்படுகிறார்கள். மொத்த அகதிகளுக்கும் சேர்த்து நாம் செய்கிற செலவு 25 கோடிக்கும் குறைவுதான். இந்தியா முழுவதும் நடக்கிற அதிகார அரசியல் கொள்ளைகளில் ஆயிரத்தில் ஒரு பங்குகூட அகதிகளின்

நல்வாழ்வுக்கு செலவு ஆகாது. ஒரு குடும்பத் தலைவருக்கு மாதம் 200 ரூபாய் உதவித் தொகையாக வழங்குகிறது அரசு. ஒரு மாதம் முழுக்க அந்த ரூபாயில் எப்படி வாழ முடியும் என்று சிந்திக்க யாருக்கும் அவகாசம் இல்லை. குழந்தைகளாக இருந்தால் 45 ரூபாய், 12 வயதுக்கு உட்பட்டவர்களாக இருந்தால் 90 ரூபாய், பருவமடைந்தவர்களுக்கு 144 ரூபாய் என வயது அடிப்படையில் மாதந்திர உதவித்தொகை அளிக்கப்படுகிறது. சுத்திகரிக்கப்பட்ட ஒரு லிட்டர் தண்ணீருக்கே பத்து ரூபாய் செலவழிக்க வேண்டிய காலகட்டத்தில், 45 ரூபாயை வைத்துக் கொண்டு எப்படிக் குழந்தைகளுக்குப் பால் புகட்ட முடியும்?

ஒரு மனிதனின் அடிப்படைத் தேவைகளைக்கூடப் புரிந்துகொள்ளாத நாம்தான் விருந்தோம்பல் நாகரிகத்தின் தலைவர்கள் என்று இலக்கியங்களில் பெருமைப்பட்டுக் கொள்கிறோம். இலங்கைத் தமிழ் அகதிகளுக்காக 103 முகாம்கள் இருக்கின்றன. இதில் இரண்டு சிறப்பு முகாம்கள் இலங்கை இனக்கலவரத்துக்குப்பிறகு இப்போது 50 ஆயிரம் பேருக்கு மேல் இலங்கைத் தமிழர்கள் அகதி முகாம்களில் அடைக்கப்பட்டுள்ளனர். குற்றம் செய்துவிட்டு சிறைக்குப் போகிறவர்களுக்குத் தருகிற மரியாதைகூட, அப்பாவிகளான அகதிகளுக்குக் காட்டப்படுவதில்லை.

இத்தனை நாளுக்கொருமுறை கைதிகளை உறவினர்கள் பார்க்கலாம், அவர்கள் தங்குவதற்குக் குறிப்பட்ட அளவு இடவசதி இருக்க வேண்டும் என்ற விதிகள் இருக்கின்றன. ஆனால், உயிரைக் கையில் பிடித்துக்கொண்டு, சொந்தங்களை ஆளுக்கொரு திசையில் தொலைத்துவிட்டு, முகாம்களில் அடைபடுகிற அகதிகளுக்கு ஆறுதல் சொல்ல யார் இருக்கிறார்கள்? திறந்த வெளிச்சிறைகளாக அகதி முகாம்கள் மாற்றப்பட்டு, அவர்களின் ஒவ்வொரு அசைவும்

கண்காணிக்கப்படுகிறது. எதிரிகளிடம்கூட சில நேரம் கண்ணியமான வாழ்க்கை கிடைத்துவிடும். அடைக்கலம் புகுந்த இடத்தில்தான் அவமானங்களால் ஆடை உரிக்கப்படுகிறார்கள். பாதிக்கப்பட்டவன் தமிழன் என்பதற்காக இரங்காவிட்டாலும், மனிதன் என்றாவது அக்கறை கொள்ள வேண்டாமா?

மத்திய அரசு தருகிற அகதிகளுக்கான நிதிகளைக்கூட சரிவரப் பெற்றுத் தர, மாறி மாறி வந்த தமிழக அரசுகள் தயக்கம் காட்டின. இன்றுகூட அந்த நிலைமை மாறவில்லை. தன் சகோதரர்களின் நல் வாழ்வுக்கு உறுதி அளிக்கும்படி அரசை நிர்ப்பந்தப்படுத்த வேண்டியது நம்முடைய கடமை அல்லவா? டயானா இறந்த துயரத்துக்கு அஞ்சலிக் கவிதைகள் எழுதும் நம் தமிழினப் படைப்பாளிகள், அடைக்கலம் தேடி வந்த தமிழர்களை நினைக்காமல் இருப்பதுதான் இன்னும் வேதனை. தங்களின் இரக்கத்துக்குச் சின்னதாக எதிர்ப்பு வந்தாலும், இரக்கப் படுவதைக்கூட நிறுத்திக்கொள்கிறார்கள் நம் கலைஞர்கள். 'எதுக்கு வம்பு?' என்று கூச்சப்படாமல் பதில் சொல்கிறார்கள். இன்னும் சிலர், அந்தப் பதில் தருவதற்குக்கூட அச்சப்பட்டு மௌனமாக இருந்துவிடுகிறார்கள். ஆயுதங்களைவிட ஆபத்தானது அந்த மௌனம்!

சுனாமி போன்ற பேரழிவுகள் மக்களின் வாழ்க்கை ஆதாரங்களை வாரிச் சுருட்டியபோது, தன்னிச்சையாக எழுந்த மனித நேய உணர்வு நமக்கு அகதிகளிடமும் வர வேண்டும். அடைக்கலமாக நம்மிடம் வருபவர்களை மனித நேயத்தோடு நடத்தினால்தான் நாமெல்லாம் மனிதர்கள் என்று சொல்லிக்கொள்ளத் தகுதியானவர்கள் ஆவோம். தமிழர்களாக இருக்கிறோமோ இல்லையோ, குறைந்தபட்சம் மனிதர்களாகவேனும் இருப்போம்!

14. மைதிலி சிவராமன்

அனைத்திந்திய ஜனநாயக மாதர் சங்கம்

'நம் தேசத்தில் பெண்களுக்குத் தாயின் கருவறைகூடப் பாதுகாப்பானதாக இல்லை!' என்று முன்னாள் குடியரசுத் தலைவர் கே.ஆர்.நாராயணன் ஒருமுறை குடியரசு தின உரையில், இந்த தேசத்தின் அவலத்தைப் பகிரங்கமாக வெளிப்படுத்தினார்.

விலங்குகளிடம் இருக்கிற ஆண் - பெண் சமத்துவம்கூட மனிதர்களிடம் இல்லை. தனக்குப் பெண் குழந்தை வேண்டாம் என்று எந்த விலங்கும் கருவில் இருக்கும் தன் சிசுவைக் கொலை செய்வதில்லை. விலங்குகளிடம் இருக்கிற நாகரிகம்கூட

த.செ. ஞானவேல்   **111**

மனிதர்களிடம் இல்லை என்பதற்கு லட்சோபலட்சம் பெண்கள் நம் தேசத்தில் சாட்சிகளாக இருக்கிறார்கள்

பெண்களுக்கு இழைக்கப்படும் அநீதிகள் ஆயிரமாயிரம்! 'வெண்கலம் கீழே விழுந்து சொட்டையானால், நிமித்திடலாம். மண்சட்டி கீழே விழுந்து உடைஞ்சிட்டா, அதை ஒட்டவைக்க முடியாது. ஆம்பளை வெண்கலம், பொம்பளை மண்சட்டி' என்று காலம் காலமாக் கதை சொல்லியே வளர்க்கப் படுகிறாள் பெண். 'உண்டி சிறுத்தல் பெண்டிற்கு அழகு' என்று கட்டுப்பாடு விதித்த நூல்கள்தான் இங்கே நீதி இலக்கியங்கள். 'விதவை, விபசாரி, வாழாவெட்டி' என்று பெண்களுக்காகவே இட ஒதுக்கீடு செய்யப்பட்ட சொற்கள்தான் பெண்களின் சொத்துக்கள். பெண்ணுக்குச் சுரண்டல் குடும்பத்திலிருந்து ஆரம்பிக்கிறது.

வீடு, நாடு, அரசு, சமூகம், மொழி, பண்பாடு என எல்லாத் திசைகளிலும் பெண் ஏமாற்றப்படுகிறாள். தான் வஞ்சிக்கப்படுவதைக் கடவுளிடம் முறையிடலாம் என்று போனாலோ, 'கருவறைக்குள் வராதே, தீட்டு வந்துவிடும்' என்று தீண்டாமை கடைப்பிடிக்கிறார் அர்ச்சகர்.

சாதிக்க வேண்டும் என்று துடித்த ஒரு பெண்ணுக்குத் திருமணம் நடந்தது. கனவுகளும் கற்பனைகளுமாக இருந்தவளை வீட்டுக்குள் முடக்கியது கட்டுப்பாடு. குழந்தை பெற்றுக்கொடுத்து, வீட்டைக் கவனித்துக்கொண்டால் போதுமென வற்புறுத்தியது. 'அடக்க ஒடுக்கமா இரு, இல்லேன்னா அடி வாங்கியே செத்துடுவே' என்று அன்பை(!)ப் பரிமாறினான் கணவன். மன உளைச்சலில் பாதிப்பைத்தியமாகவே மாறிய அந்தப் பெண், திடீரென்று ஒரு நாள் காணமல் போனாள். '

ஓடுகாலி' எனப் பட்டம் சூட்டியது உலகம். மனைவியின் உணர்வுகளைப் புரிந்துகொள்ளாத அந்தக் கணவனுக்கு இன்னொரு 'அடக்கமான பெண்ணை'த் திருமணம் செய்து வைத்தார்கள்.

தந்தை ஓடிப் போனால் இப்படி யாரும் வசைபாடுவதில்லை என்பதை நிரூபிக்க ஆதாரங்கள் தேவை இல்லை. நெருக்கடி தாங்காமல் விரக்தியிலும், பயத்திலும் தலைமறைவாகும் பெண்களின் எண்ணிக்கை கூடிக்கொண்டே போகிறது. இந்த ஆபத்தை 1980-ம் ஆண்டே, 'ஆண்களை மட்டுமே கொண்டாடும் சமூகத்தில் காணாமல் போகும் பெண்கள்' என்று எழுதி, அபாய மணி அடித்தார் நோபல் அறிஞர் அமர்த்தியாசென். இன்றுவரை அந்த மணிச் சத்தம் அரசாங்கத்தின் காதுகளில் விழுந்ததாகவே தெரியவில்லை.

வரதட்சணை என்பதை 'பெண் கொல்லி' என்றும் அழைக்கலாம். பெண் சிசுக் கொலைக்குப் பெரிதும் காரணமான வரதட்சணையை ஒழிக்க ஆக்கப்பூர்வமான நடவடிக்கையில் ஈடுபடாமல், 'உங்களால் முடியாமல் போனால் எங்களிடம் கொண்டுவந்து விட்டுவிடுங்கள்' என்று பெண்களை அநாதைகளாக்கவே முயற்சி எடுக்கிறது தமிழக அரசு. 2002-ல் நடந்த வரதட்சணை பற்றிய கள ஆய்வில் தேனியைச் சேர்ந்த கமலா, 'என் மகள் பிறந்தவுடனேயே அவளைக் கொல்லாமல் இருந்ததுதான் நான் செய்த பாவம்' என தன் மகளை வைத்துக்கொண்டே சொன்னார். 'பெண்ணாகப் பிறப்பதே பாவம். அப்படியே பொறந்துட்டாலும் கல்யாணம் பண்ணக் கூடாதுங்க' என்றார், ஐந்து பெண்களைப் பெற்ற ஒரு தாய்.

ஒவ்வொரு குடும்பமும், பெண் என்றால் செலவு வைக்கிற ஒரு ஜீவன் என்றே நம்புகிறது. பெண்ணின் உழைப்பையும், அவள் பங்குச்

சொத்தையும் பிறந்த வீட்டிலிருந்து புருஷன் வீட்டுக்கு மாற்றுகிற ஒரு சடங்காகவே திருமணத்தை நினைக்கிறது சமூகம். உழைத்துச் சம்பாதிக்காமல் மாப்பிள்ளை பெறுகிற வரதட்சணையும் லஞ்சப் பணம்தானே?

'சாதி, வர்க்கம், பாலினம் போன்ற ஒடுக்குமுறைகள் தனித்தனியாகச் செய்யும் வேலையை ஒட்டுமொத்தமாக வரதட்சணை செய்துவிடுகிறது' என்கிறார் சமூகவியலாளர் ரஜினி பல்ரி வாலா. நுகர்வுக் கலாசாரம் பெண்ணையும் ஒரு நுகர்வுப் பொருளாகவே மாற்றிவிட்டது.

வேலூர் அருகே தன் பெண் குழந்தையை வெறும் இருபது ரூபாய்க்கு விற்றதாகக் குற்றம் சாட்டப்பட்டார் வீதி வாழ் பெண் ஒருவர். பத்து மாதம் கருவில் சுமந்த ஒரு குழந்தையை இருபது ரூபாய்க்கு விற்கிற மனநிலைக்கு தாயைக் கொண்டுவந்தது யார்? இன்பத்தை மட்டும் சுகித்துவிட்டு ஓடிப்போன அந்த ஆணைப் பற்றி ஒரு கேள்வி கூட எழவில்லையே?

ஈவ்டீசிங் செய்வதில் மாநகரங்களின் அநாகரிகத்துக்கு இணையாக வளர்ந்து வருகின்றன கிராமங்கள். ஒரு பள்ளி மாணவி பாலியல் துன்புறுத்தலுக்கு ஆளானாள். விவகாரம் காவல் நிலையம் வரை போனது. போலீஸ் அந்தப் பெண்ணின் அப்பாவைப் பார்த்துக் கேட்ட கேள்வி ''உங்க பொண்ணு ஸ்கூலுக்கு ஃபுல் மேக்-அப்லதான் போகுமாமே? கண்டிச்சு வளர்க்கலைன்னா இப்படி போலீஸ் ஸ்டேஷன் படி ஏறிக்கிட்டே இருக்க வேண்டியதுதான்!,, பாலியல் துன்புறுத்தலுக்கு ஆளான அந்தப் பெண்ணுக்கு கடைசிவரை நீதி கிடைக்க வில்லை, மாறாக எல்லா பெண்களுக்கும் கட்டுப்பாடு விதிக்கப்பட்டது. ' என்ன

அசிங்கம் நடந்தாலும் அதை வெளியில் சொல்லாதே! மீறிச் சொன்னால் எல்லோருக்கும் சேர்த்து இன்னும் தண்டனை கிடைக்கும்' என்ற மறைமுகமாக உணர்த்தப்படும் இந்த நீதியால்தான் பெரும்பாலான பெண்கள் ஊமையாகிப் போகிறார்கள்.

பெண்ணின் உடல்தான் ஒரு குடும்பத்தின், சமூகத்தின் கௌரவமாகப் பார்க்கப்படுகிறது. பெண்ணின் மானம்தான் குடும்பத்தின் மானம். சுருக்கமாகச் சொல்வதென்றால் ஃப்ரிஜ், டி.வி. போன்று பெண்ணும் குடும்பத்தின் ஒரு சொத்து. அந்தப் பொருளுக்கு எந்தச் சேதாரமும் வந்துவிடக் கூடாது. அது கௌரவக் குறைவான அவமானம். ஆனால், அந்தக் கௌரவத்தை, வாய்ப்பு கிடைக்கும்போதெல்லாம் சீர்குலைப்பவர்களும் ஆண்களாகவே இருப்பார்கள். சாதிக் கலவரம், மதப் பிரிவினை, எல்லைப் பிரச்சனை, தீவிரவாதம் என்று எந்தச் சமூக விரோதப் பிரச்னையிலும் முதல் இலக்கு பெண்தான். குஜராத் கலவரத்தின்போது இஸ்லாமியப் பெண்கள் சூறையாடப்பட்டனர். ஒரு பெண்ணின் வயிற்றைக் கிழித்து, உள்ளே இருந்த சிசுவைப் பிடுங்கி பெட்ரோல் ஊற்றிக் கொளுத்தியவர்கள் போட்ட கோஷம் 'பாரத் மாதா கி ஜே!'

ரூப்கன்வர் என்கிற ராஜஸ்தானியப் பெண், கணவன் இறந்தவுடன் தானும் அந்த நெருப்பில் இறங்கி உடன்கட்டை ஏறியதை எல்லோரும் கை கட்டி வேடிக்கை பார்த்துவிட்டு, 'இந்தியப் பாரம்பரியத்தை ரூப்கன்வர் மற்றுமொரு முறை நிரூபித்திருக்கிறார்' என்று அதை ஒரு விழாவாகவும் கொண்டாடினார்கள் என்பதுதான் சோகம்.

'பெண்ணைப் படைத்தபோதே கடவுள் அவளைப் பொய் சொல்பவளாகவும், நகைகள் மேல் மோகம் கொண்டவளாகவும்,

த.செ. ஞானவேல்

கோபம் பொறாமை, ஏமாற்றுதல், கெட்ட நடத்தை போன்ற சகல துர்க்குணங்களுடனும் படைத்துவிட்டார். அவளிடமிருந்து தன்னைக் காத்துக்கொள்ள ஆண்கள் கடுமையாக முயற்சி செய்ய வேண்டும்' என்று பெண்ணைப் பற்றிக் கீழ்த்தரமாகச் சித்தரிக்கிறது நம் சாஸ்திரம். ஆண்களின் காமத்தைத் தூண்டுகிற ஒரு காம இச்சைப் பொருளாகவே பெண்ணைச் சித்தரிக்கிறது நம் தத்துவங்கள். எல்லா மதங்களுமே பெண்களைச் சுயமரியாதை அற்றவளாக, ஆண்களுக்குக் கீழ்ப்படிந்து நடந்துகொள்ளவேண்டிய அடிமையாகவே இருக்க வலியுறுத்துகின்றன.

வேலைவாய்ப்புகளில், கல்வியில், வருமானத்தில் பெண் முதலிடத்தில் இருந்தாலும், அவளுக்கு மரியாதைக் குறைவுதான். 'ஆளுமை' என்னும் சொல் ஆணுக்கு மட்டுமே சொந்தமாகிவிட்டது. 2001-ம் ஆண்டை பெண்களுக்கு 'ஆளுமை' ஏற்படுத்தும் ஆண்டாக சர்வதேச அளவில் அறிவிக்கும் அளவுக்கு 'ஆண்மை' ஆளுமையைக் கைப்பற்றியிருக்கிறது.

பாரபட்சமற்ற கல்வி, ஆரோக்கியம், வேலைவாய்ப்பு, ஊதியம், கலாச்சாரம், பொழுதுபோக்கு போன்ற மனித ஆளுமையை வளர்க்கும் உரிமைகளை உத்தரவாதம் செய்வதில் இன்னும்கூட தமிழகம் பின்தங்கியே இருக்கிறது. அதிக அளவில் தேர்ச்சிபெறுகிற பெண்கள், கல்லூரிகளில் ஆண்களைவிடக் குறைவாகவே சேர்கிறார்கள். எல்லா வசதிகளும் இருக்கிற தரமான பள்ளியில் மகனையும், எவ்வித கல்வித் தரமும் இல்லாத சுமாரான பள்ளியில் மகளையும் சேர்க்கிற மனோபாவம் இன்னும் இருக்கிறது.

வன்மை, கோபம், ஆளும்திறம் எல்லாம் ஆண்களுக்குச் சொந்தமென்றும், சாந்தம், அமைதி, பேணும் திறம் பெண்களுக்குச் சொந்தமென்றும் சொல்வதானது - வீரம், வன்மை, கோபம், ஆளும்திறம் புலிக்குச் சொந்தமொன்றும், சாந்தம், அமைதி, பேணும் திறம் ஆட்டுக்குச் சொந்தமென்றும் சொல்வது போன்றதே ஒழிய வேறில்லை என்று தந்தை பெரியார் சொன்ன ஆட்டு உவமை இன்றும்கூட அப்படியேதான் இருக்கிறது.

பெண்கள் மீது குடும்பம் நிகழ்த்துகிற வன்முறையை இந்திய அரசே ஒப்புக்கொண்டு ' குடும்ப வன்முறைத் தடுப்பு' மசோதாவைச் சட்டமாக்கியது. ' உடல் ரீதியான, உள ரீதியான, வார்த்தை ரீதியான, பாலியல் ரீதியான, பொருளதார ரீதியான துன்புறுத்தல்களை' பெண் மீது நிகழ்த்துவதை விரிவாக அலசுகிறது இச்சட்டம். ஆனால், அதை நடைமுறைப்படுத்துவதில்...?

கணவனால் மூர்க்கமாகத் தாக்கப்பட்டு தலையில் ரத்தம் வழிய, காவல் நிலையம் ஏறினாள் ஒரு மனைவி. அவளின் புகாரை ஏற்காமல், '' புருஷன் அடிச்சா ஆஸ்பதிரிக்குப் போவியா... அதை விட்டுட்டு போலீஸ் ஸ்டேஷன் வந்திருக்கியே? இப்படி ஒரு பொம்பளை இருந்தா ஆம்பளைக்குக் கோவம் வராதா?'' என்று அறிவுரை வழங்கி அனுப்பினார் ஒரு சப்-இன்ஸ்பெக்டர். பெண்களுக்குப் பாதுகாப்பு தருகிற சட்டங்களை நடைமுறைப்படுத்த வேண்டியவர்கள் இப்படி இருந்தால், சட்டம் எப்படி நடைமுறைக்கு வரும்?

' நீங்க வேலைக்குப் போறீங்களா? இல்ல, வீட்ல இருக்கீங்களா?' என்று டி.வி. காம்பயர் கேட்டால், ' இல்லீங்க, வீட்ல சும்மா ஹவுஸ் ஒய்ஃபா இருக்கேன்' என்று பதில் சொல்கிறார்கள் நம் இல்லத்தரசிகள்.

வீட்டில் பெண் செய்கிற எந்த வேலைக்கும் பொருளாதார மதிப்பு இல்லை. வெளியில் சென்று வேலை பார்த்தாலும் கூலியிலும் இரண்டாம் இடம்தான். ஆண் செய்கிற வலிமையான வேலைகளைப் பெண் செய்யமுடியாது என்பதால், குறைந்த கூலியையே தருகிறார்கள். தமிழகத்தில் மொத்தம் 37 லட்சம் விவசாயப் பெண் தொழிலாளர்கள் இருக்கிறார்கள். அவர்களுக்கு முறையான கூலி உயர்வை வழங்க வேண்டும் என்று பரிந்துரைத்த கோலப்பன் குழு அறிக்கையை அரசு ஏற்றுக்கொண்டது. ஆனால், அது வெறும் அறிக்கை அல்ல, லட்சக் கணக்கான பெண்களின் வாழ்க்கை என்கிற உணர்வே இன்றி, அதைக் கிடப்பில் போட்டுவிட்டது அரசு. இன்றும் தமிழகத்தில் சில மாவட்டங்களைத் தவிர, மற்ற இடங்களில் பெண்களுக்குச் சட்டப்பூர்வமான விவசாயக் கூலி வழங்கப்படுவது இல்லை. உழைப்பை மதிக்காத சமூகம் எப்படி உயர்ந்த நாகரிகத்தைப் பெற்றதாக இருக்க முடியும்?

சட்டத்தின் பாதுகாப்புடன் அரசும் பெண்களை ஏமாற்றுகிது. இந்தியாவில் எல்லா கட்சிகளும் பெண்களுக்கான 33 சதவிகித இட ஒதுக்கீட்டை ஒப்புக்கொள்கின்றன. ஆனால், எந்தக் கட்சியும் அதைத் தங்கள் கட்சிக்குள் நடைமுறைப்படுத்துவது இல்லை. மகளிர் இட ஒதுக்கீட்டில் உண்மையான அக்கறை அரசியல் கட்சிகளுக்கு இருந்திருந்தால், நாடாளுமன்றத்தில் 180 பெண் உறுப்பினர்கள் இருந்திருப்பார்கள். இப்போது வெறும் 44 உறுப்பினர்கள் மட்டுமே இருக்கிறார்கள். மக்கள் தொகையில் சரிபாதி இருக்கிற பெண்களுக்கு நாட்டை ஆட்சி செய்யும். நாடாளுமன்றத்திலேயே 8.1 சதவிகிதம்தான்! ஆளுகிறவர்களுக்கு இருக்கிற அதே அலட்சியம் தானே ஆளப்படுகிறவர்களிடமும் இருக்கும்!

மகளிர் ஆணையம், பிற மாநிலங்களில் சட்ட அந்தஸ்துடன் செயல்படும்போது தமிழ் நாட்டில் மட்டும் நிலைமை தலைகீழாக இருக்கிறது. சட்டம் இயற்றாமல், அரசு ஆணை மூலமே மகளிர் ஆணையத்தை அங்கீகரித்துள்ளதால் அது சவலைப் பிள்ளையாக இருக்கிறது. பெண்களுக்கு எதிரான சுரண்டல்களை ஒரு முடிவுக்குக் கொண்டு வர மகளிர் ஆணையத்தை மனித உரிமை ஆணையம்போல சட்ட அங்கீகாரத்துடன் தமிழகத்திலும் செயல்பட வைக்கவேண்டும். பெண்கள் நலனில் உண்மையிலேயே அக்கறை உடையதாக தமிழக அரசு இருந்தால், உடனடியாக இந்த முயற்சியை மேற்கொள்ள வேண்டியது அவசியம்.

எல்லாவற்றுக்கும் மேலாக மாற்றம் மக்கள் மனதிலிருந்து வர வேண்டும். வீடுகள் பெண்களை அடைத்து வைக்கிற, உரிமைகளைப் பறிக்கிற சிறைகளாக இருக்கக் கூடாது. தனக்கான உரிமைகளைப் பெற பெண் 'ரௌத்திரம் பழகு' வது அவசியம்.

ஆணும், பெண்ணும் இணைந்து வாழுகிற சமூகத்தில் சமத்துவம் இல்லை என்றால், அது நாகரிக சமூகமாக இருக்காது.

பெண் விடுதலை இல்லாத நாடு 'சுதந்திர தினம்' கொண்டாடி மகிழ்வதில் இனி அர்த்தம் இல்லை!

15. சு.தியடோர் பாஸ்கரன்

சுற்றுச்சூழல் ஆர்வலர்

இந்த உலகம் முழுவதும் தனக்கு மட்டுமே சொந்தம் என்கிற தலைக்கனத்தில், பேராசையில், சுயநலத்தில், அறியாமையில் தன் தலையில் தானே தீ வைத்துக் கொள்கிறான் மனிதன். எல்லா உயிர்களைப் போலவும் மனிதனும் பூமி உருண்டையில் வாழப் பிறந்தவன், அவ்வளவுதான்! இந்த நினைப்பு அவனிடம் இருந்திருந்தால், ஓசோனில் ஓட்டை விழுந்திருக்காது; ஜீவநதிகள் வறண்டிருக்காது. விவசாயிகள் தற்கொலை செய்துகொண்டு இருக்க மாட்டார்கள், பஞ்சம் ஏற்பட்டிருக்காது குடிநீருக்காகக் குடங்களைத்

தூக்கிக்கொண்டு தெருத் தெருவாகத் திரியவேண்டிய நிலைமை வந்திருக்காது!

தமிழர்களைப் போல இயற்கையைப் போற்றியவர்களும் இல்லை... தமிழர்களைப் போல இயற்கையை மறந்தவர்களும் இல்லை. ஐந்து வகை நிலங்களைப் பிரித்து அங்கு உயிர் வாழும் பறவைகள், விலங்குகள், தாவரங்கள், பருவகாலங்கள் என்று மனிதன் வாழ்வதற்குத் தேவையான இயற்கையைக் 'கருப்பொருள்' என்று பெயரிட்டு அழைத்தனர் நம் முன்னோர். முல்லைக்குத் தேர் கொடுத்ததும், மயிலுக்குப் போர்வை தந்ததும் இயற்கையை நேசிப்பதன் அடையாளமன்றி வேறென்ன?

இன்று தமிழகத்தின் இயற்கை வளத்தைத் தொலைத்துவிட்டு, ஏதிலிகளாக அண்டை மாநிலங்களிடம் தண்ணீர் வேண்டுமென்று கையேந்தி நிற்கிறோம். முன்னோர்கள் வளர்த்த தாவரங்களின் பெயர்களைக்கூட நாம் மறந்துவிட்டோம். அரணைக்கும் ஓணானுக்கும் வித்தியாசம் தெரியாமல் வளர்கிறார்கள் நம் பிள்ளைகள். பாட்டுப் பாடி தும்பிப் பிடிக்கத் தெரியாமல் வீடியோ கேம்ஸ் விளையாடிக்கொண்டு இருக்கிறார்கள் நம் குழந்தைகள்.

மனிதன் வாழ்வதற்கு அடித்தளமான சுத்தமான காற்று, சுத்தமான குடிநீர், ஆரோக்கியமான உணவு, இயற்கை சூழ்ந்த வீடு போன்றவைதான் நம் சுற்றுப்புறச் சூழ்நிலைகள். சுத்தமான காற்றுக்கு மரங்கள் அடர்ந்திருக்க வேண்டும். ஆறுகளின் வறட்சிக்கும் மணல் கொள்ளைக்கும் நேரடிச் சம்பந்தம் உண்டு. ஆற்றில் மணலைக் கொள்ளையடிப்பதற்கும் தாய்ப் பாலைத் திருடி விற்பதற்கும் பெரிய வித்தியாசம் இல்லை. 'மனிதர்கள் இல்லாமல் பறவைகள் வாழ்ந்துவிட

முடியும். பறவைகள் இல்லாமல் மனிதர்களால் வாழவே முடியாது' என்றார் பறவையியலாளர் சலீம் அலி. பறவைகளற்ற ஒரே நாளில் பூச்சிகள் இந்த உலகில் மனிதர்களை இல்லாமல் செய்துவிடும். இந்த இயற்கை சமநிலை தெரிந்துதான் ' பகுத்துண்டு பல்லுயிர் ஓம்புதல்' பற்றிய அவசியத்தை வலியுறுத்துகிறது திருக்குறள்.

' பல்லுயிரியம்' என்பதுதான் உலகம் தழைப்பதற்கான தத்துவம். ஒவ்வொரு உயிருக்கும் இங்கே தேவை இருக்கிறது. கையில் அடிக்கடி அரிப்பெடுக்கிறது என்பதற்காக, கையை யாரும் வெட்டுவதில்லை. ஆனால், இலைகள் உதிர்ந்து குப்பைகள் வருவதாக மரங்களைக் கூசாமல் வெட்டுகிற மனிதர்கள் ஒவ்வொரு ஊரிலும் இருக்கிறார்கள். உயிரோடு இருக்கும் ஒரு யானையைக் கொன்று தந்தம் பிடுங்கி, யானை பொம்மை செய்து அலங்காரமாக ஷோகேஸில் வைக்கிற ' மேதை' களை இயற்கை எப்படி மன்னிக்கும்?

தேவைக்கு இயற்கையைப் பயன்படுத்தாமல் பேராசைக்கு இயற்கையைச் சுரண்ட ஆரம்பித்த பிறகுதான், மனிதன் உணவைக் கொஞ்சமாகவும் மாத்திரைகளை அதிகமாகவும் எடுத்துக்கொள்ள வேண்டியதாகிவிட்டது. இயற்கை வளம் என்பது, வங்கியில் இருக்கும் பணம் போன்றது. அதன் வட்டியை மட்டும் எடுத்துக் கொள்வதுதான் நியாயம். பேராசையில் முதலிலேயே கை வைத்தால் மழைக் காலத்தில்கூட நூறு டிகிரி வெயிலைத் தவிர்க்க முடியாது. மரம் என்பது மனிதனைப் போல பூமிக்கு பாரமான உயிரல்ல. தன் ஒவ்வொரு உறுப்பிலும் இந்த பூமியை ஜீவனோடு வைத்திருக்க உதவும் கருப்பொருள். பறவைகளும், விலங்குகளும், இன்னும் ஒவ்வொரு உயிருமே அப்படித்தான்.

கொசுக்களின் உற்பத்தியை வெகுவாகக் குறைக்கும் ' தலைப்பிரட்டை' களைப் பூச்சிக்கொல்லி மருந்துகளைத் தெளித்துக் கொன்றுவிட்டோம். மலேரியா காட்டுத் தீ போன்று பரவி,' மலேரியா ஒழிப்பு' இயக்கம் நடத்த வேண்டியதாகிவிட்டது. இன்று பெரிய ஏரிகளிலும் குளங்களிலும் பறவைகள் தென்படாமல் போனால், அந்த நீர் அருந்துவதற்குத் தகுதியற்றது என்று பொருள். சாயக் கழிவுகளையும், தொழிற்சாலைக் குப்பைகளையும் ஆற்றில் கொட்டினால் எப்படிப் பறவைகள் வரும்? இயற்கை ஒரு சிலந்தி வலையைப் போன்றது. ஒரு இழையைத் தட்டினாலும், மொத்த இடத்திலும் அதிர்வுகள் எதிரொலிக்கும்.

வெப்ப நாடான இந்தியாவின் சிறப்பே ' பல்லுயிரியம்' என்கிற ' பயோடைவர் சிட்டி' தான். மரங்கள், செடிகொடிகள், பாலூட்டிகள், புள்ளினம், ஊர்வன, பறப்பன, நீர்வாழ்வன, நீர்-நிலை வாழ்வன, பூச்சிகள், வளர்ப்புப் பிராணிகள் போன்ற பல்வேறு உயிரினங்களும் வாழத் தகுதியான பூமி நம்முடையது. சென்னையில் உள்ள மகளிர் கிறிஸ்தவக் கல்லூரியில் மட்டும் 110 வகைத் தாவரங்கள் இருக்கின்றன. தமிழ்நாட்டில் நீலகிரி, ஆனைமலை, பொதிகைமலை போன்ற மலைப் பிரதேசங்கள், புதர்க்காடுகள், ஏரிகள், ஆறுகள், கழிமுகங்கள், உப்பங்கழிகள், கடற்கரைகள், சதுப்புநிலங்கள் என்கிற நம் விதவிதமான புவியியல் அமைப்பு எண்ணிலடங்கா உயிர்கள் வாழும் உறைவிடம். நம் பொறுப்பற்ற நடவடிக்கைகளால் கிடைப்பதற்கரிய இயற்கையை சர்வநாசம் செய்துவிட்டோம் தமிழர்களே! இன்னும் கூட நம் வெறி தீராமல் இருப்பதுதான் வேதனை.

தேயிலை, காபித் தோட்டங்களுக்காக, காகித உற்பத்திக்காக, அணைத் திட்டங்களுக்காக, தோல் பதனிடும் தொழிலுக்காக, வெட்டு

மரத் தொழிலுக்காக நாம் காடுகளை அழித்துவிட்டோம். நதிகளில் ரசாயன நச்சுப்பொருள்களின் கலப்பு, பூச்சிக்கொல்லி மருந்துகளின் தீய விளைவு, நில வேட்டையால் ஏரிகளின் சூறையாடல், உயிரற்ற அலங்காரப் பொருட்களுக்காக காட்டு உயிரினங்களைக் கொல்லுதல் என நம் அறியாமையும், சுயநலமும் நாளுக்கு நாள் பெருகிக் கொண்டே போகின்றன. சத்தியமங்கலம் புதர்க்காடுகளில் காணப்பட்ட சிவிங்கிப்புலியும், ஒகேனக்கல்லில் இருந்த வரகுக்கோழியும், கழிமுகங்களில் வாழ்ந்த உப்புநீர் முதலையும், காவிரியில் இருந்த கறுப்புக் கெண்டைமீனும் அற்றுப் போய்விட்டன.

பிடி, களிறு, வேழம், கொம்பன் என்று யானைகளின் விதவிதமான வகைகளைக் கண்டறிந்து ஒன்பது பெயர்களை வைத்த தமிழனின் பிள்ளைகள் அந்த மரபுச் செல்வம் பற்றி ஆங்கிலத்தில் படித்துக் கொண்டு இருக்கிறார்கள். அம்மொழியில், இங்கிலாந்தில் இல்லாத உயிரினமான யானையைக் குறிக்க ' எலிஃபென்ட்' என்ற ஒற்றைச் சொல்தான் இருக்கிறது. புலியைக் குறிக்க மட்டும் 11 சொற்கள் நம்மிடம் இருக்கின்றன. நூறுக்கும் அதிகமான பூக்களின் பெயர்களை பட்டியலிட்டு குறிஞ்சிப் பாட்டு எழுதியவர்களுக்கு, இன்று சுற்றுப்புறச் சூழலைத் தெரிந்துகொள்ள 'துறைச் சொற்கள்' இல்லாமல் ஆங்கிலத்திடம் கடனாளியாகக் கடன் வாங்குகிறோம். அறிவியல் பூர்வமாக இயற்கையைப் போற்றிய தமிழரின் பிள்ளைகள் இன்று, ஷாப்பிங் காம்ப்பிளக்ஸுகளும், தீம் பார்க்குகளும் பள்ளிச் சுற்றுலா போகும் அவலத்தை எங்கே போய் முறையிடுவது? இயற்கையை அறிந்து கொள்ளாமல் இயந்திரங்களோடு வாழ்வதால் ' உற்சாக பானங்கள்' ஏராளமாக விற்பனை ஆகின்றன.

அடுத்த தலைமுறைக்கு உயிரினங்களை நேசிக்கக் கற்றுத் தராவிட்டாலும் பரவாயில்லை... குறைந்தபட்சம் உயிரினங்களை

வெறுக்காமல் இருக்கக் கற்றுக் கொடுத்தால்கூடப் போதும். இன்று குழந்தைகளுக்கான படங்களாக வருகிற ஹாலிவுட் படங்கள் பெரும்பாலும் விலங்குகளை மனித இனத்துக்கு எதிரானதாகவே சித்திரிக்கின்றன. மதிய சத்துணவுக் கூடங்கள் ஆரம்பிக்கும் முன்பு, தமிழகப் பல்லிகளுக்கு விஷம் இருந்ததில்லை. பல்லி இனத்தின் பெரிய அண்ணனான உடும்பைச் சாப்பிடுகிறவர்கள் இன்னும் இருக்கிறார்கள். அழுகிய காய்கறிகள், கெட்டுப்போன முட்டைகள் என குப்பைகளைக் கொட்டி ஈயமில்லாத பாத்திரங்களில் சமைத்து குழந்தைகளுக்கு மதிய உணவு பரிமாறும் பேராசைக் கான்ட்ராக்டர்கள்தான் குழந்தைகள் மயங்கி விழக் கராணமேயன்றி, பல்லிகள் அல்ல! பல்லிக்கு விஷமில்லை என்பது அறிவியல் பூர்வமான விஷயம். பல்லியின் மொழியை வைத்து ' கௌளி சாஸ்திரம்' படைத்திருக்கின்றனர் நம் முன்னோர். இன்று அதே பல்லி நமக்கு எதிரி! இன்றைய குழந்தையிடம் முட்டையிலிருந்து என்ன வரும் என்று கேட்டால் 'ஆம்லெட் என்று சிரிக்கிறது. முட்டை ஓர் உயிர் வளர்கிற இடம் என்பதை நம் குழந்தைகளுக்கு நாம் சொல்லித் தருவதே இல்லை. டால்பினை வெளிநாட்டிலிருந்து இறக்குமதியான உயிராகப் பார்க்கிற நமக்கு, அதை 'ஓங்கில்' என்று நம் முன்னோர்கள் அழைத்த விவரம் தெரியாது. காட்டில் வாழ்கிற உயிரினங்களைக் குறிப்படும்போது ' கொடிய விலங்கு புலி' என்று அறிமுகப்படுத்தப்பட்டால் எப்படி குழந்தைகளுக்கு விலங்குகள் மேல் நேசம் வரும்? ' கொடூரக் காடு' என்று கதையை ஆரம்பிக்கிறார்கள் நம் கதாசிரியர்கள். சென்னையில் சாலையில் ஓரமாக நடந்துபோனால், உயிருடன் திரும்புவதற்கு எந்த உத்தரவாதமும் இல்லை. ஆனால் அடர்ந்த காடுகளில் பத்திரமாக, பாதுகாப்பாகச் சென்று திரும்ப முடியும். நம் மாநகரங்களைவிட ஆபத்தானவை அல்ல காடுகள்.

நாம் வீடுகள் கட்டுகிறோம் என்கிற பெயரில் சுவர்களையே கட்டுகிறோம். பல்வேறு உயிர்கள் வாழும் இடத்துக்குப் பெயர்தான் வீடு. ஒரு பறவை வந்து அமர மரம் இல்லாத வீடும், பட்டாம்பூச்சி வந்து தேனருந்த மலர் இல்லாத வீடும் எப்படி வீடாகும்?

ஒரு நாடு அதன் மக்களால், கட்டடங்களால், தொழிற்சாலைகளால் மட்டும் ஆவதல்ல, அதன் ஆறுகள், குளங்கள், காடுகள், மலைகள், பாலைவனங்கள், பறவைகள், விலங்குகள், சின்னச் சின்ன உயிரினங்களாலும் ஆனது. அடுத்த தலைமுறைக்கும் நம் சுற்றுப்புறச் சூழல் குறித்த அறிவை, இயற்கையின் மீதான அன்பை, ஆரோக்கிய வாழ்வு குறித்தான அக்கறையை உருவாக்குவது உடனடித் தேவை. அதற்குப் பள்ளிக்கூடங்களின் பொறுப்பு உணர்வே போதுமானது. ஆனால், நீதிமன்றம் உத்தரவிட்டும் இன்னும் சரியான பாடநூல்களோ, ஆசிரியர்களோ பள்ளிகளில் இல்லை. அரசு சுற்றுச்சூழல் சட்டங்களை வெறும் சட்டப் புத்தகங்களில் மட்டும் தூங்காமல் நடைமுறைப்படுத்த வேண்டும். இயற்கையைச் சுரண்டுபவர்கள் கடுமையாகத் தண்டிக்கப்பட வேண்டும். மரம் வளர்ப்பதை ஒரு இயக்கமாகவே நடத்த வேண்டும். அதை மாணவர்களுக்கு மதிப்பெண் பாடமாக மாற்ற வேண்டும். இயற்கையைப்பாதுகாக்காமல்விட்டுவிட்டால்முதலுக்கேமோசம்வந்துவிடும்.

' மணிநீரும் மண்ணும் மலையும் அணிநிழற்

காடும் உடையது அரண்'

என்னும் திருக்குறள் மேற்கோளுக்காகப் பயன்படுத்தப்படாமல் குறிக்கோளாக மாறவேண்டும், இதில் எல்லோருக்கும் பங்கிருக்கிறது நண்பர்களே!

காரணம், இயற்கையை அழித்ததில் நம் எல்லோருக்குமே நேரடியாகவா, மறைமுகமாகவோ பங்கு இருக்கிறது!

16. மருதையன்

மக்கள் கலை இலக்கிய கழகம்

அக்கச்சி, அம்மானை, ஆற்றுவரி, இம்பல், உந்தியார், ஊசல், எம்பாவை, கப்பற்பாட்டு, கழல், சந்துகவரி, சாக்கை, காளம், கானல்வரி, கிளிப் பாட்டு, குதம்பை, குயில் குரவை, குறத்தி, கூடல், கொச்சகச் சார்த்து, கோத்தும்பி, தோழிப்பாட்டு, சங்கு சாயல் வரி, சார்த்து வரி, சழல், செம்போத்து, சச்சாரண்டு, தாலாட்டு, திணைநிலை வரி, திருவங்க மாலை, திருவந்திக் காப்பு, தெல்லோளம், தோளேடக்கம், நிலைவரி, நையாண்டிளா, பகவதி, படைப்புவரி, பந்து, பல்லாண்டு, பல்லி, பள்ளியெழுச்சி, பாம்பாட்டி, பிடாரன், பொற்சுன்னம், முகச்சார்த்து,

முகமில் வரி, முகவரி, மூரிச்சார்த்து, வள்ளைப்பாட்டு, சிந்து, நொண்டிச்சிந்து, கும்மி, கோலாட்டம், ஆனந்தக் களிப்பு, கீர்த்தனம்...

-இப்படி நீண்டுகொண்டே செல்கிற பட்டியல், வெறும் வார்த்தைகள் அல்ல; இதுவே தமிழ் மக்களின் வாழ்க்கை. நம் முன்னோர் கண்டறிந்த கலைகள்!

இயற்றமிழ், இசைத் தமிழ், நாடகத் தமிழ் என்று கலையைப் போற்றிய தமிழகம் இன்று அந்தக் கலைகளையும், கூடவே தமிழையும், தமிழர் பண்பாடு காலச்சாரத்தையும் சேர்த்தே தொலைத்திருக்கிறது. உதாரணம் ஒன்று சொல்லட்டுமா... ஆயிரம் பேருக்கும் குறைவாக இருக்கிற ஒரு சபாவில் கர்னாடக இசைக் கச்சேரி நடத்தினால், அதற்குப் பக்கம் பக்கமாகப் பாராட்டும், விமர்சனமும் செய்கின்றன ஊடகங்கள்.

ஆனால், உழைக்கும் மக்கள் 20 ஆயிரம் பேர் திரளும் மக்கள் கலை இலக்கியக் கழகத்தின் 'தமிழ் மக்கள் இசை விழா' வை இதுவரை எந்த ஊடகமும் கொண்டாடியதில்லை. மக்களின் கலையை அவமதிப்பது என்பது அந்த மக்களையே அவமதிப்பதாகும்.

மக்களின் கலைக்குத் தாழ்வு கற்பித்ததன் மூலம் அந்த மக்களையே தாழ்த்தி வைத்துச் சாதி பிரித்ததுதான் தமிழகத்தின் இன்றைய வரலாறு. 'கலை என்பது வெறும் பொழுதுபோக்குதானே, அதற்கு ஏன் இவ்வளவு பெரிய வியாக்கியானம்?' என்று யோசிக்கிறீர்களா?

கலையும், இலக்கியமும்தான் ஒரு கலாசாரத்தின் கண்ணாடிகள். பொழுதைப் போக்குவது மட்டுமல்ல கலை. பொழுதைப் பொருள் உள்ளதாக ஆக்குவதும் அதன் பணியே!

விதையை விதைக்கும்போதே அறுவடைப் பாட்டைப் பாடி விதைத்தவர்கள் நாம். விதையோடு சேர்ந்து எதிர்காலத்தின் மீதான நம்பிக்கையையும் சேர்த்தே விதைத்தோம். இன்று விவசாயமே இல்லை. 30% உழவர்கள் நகரங்களின் சாலை ஓரங்களில் படுத்து, கூலி வேலை செய்துகொண்டு இருக்கிறார்கள். 40% விவசாயிகள் வாய்ப்புக் கிடைத்தால் தங்கள் தொழிலை விட்டுவிடத் தயாராக இருக்கிறார்கள். இன்று வயல்வெளிகளில் வறுமைப் புலம்பல்கள்தான் கேட்கின்றனவே தவிர, உழவுப் பாட்டு கேட்பதில்லை. உழவர்கள் இருக்கும் வரைதானே உழவுப் பாட்டும் இருக்கும்?

இப்படி ஓடப் பாட்டு, புதிர்ப் பாட்டு, பழமொழிப் பாட்டு, கோமாளிப் பாட்டு, ஏற்றப் பாட்டு, இறவைப் பாட்டு, காவடிப் பாட்டு, கவணெறிப் பாட்டு, பாவைப் பாட்டு, வைகறைப் பாட்டு, மறத்தியர் பாட்டு, குறத்தியர் பாட்டு, பள்ளுப் பாட்டு, வள்ளைப் பாட்டு, பிள்ளைப் பாட்டு என மக்களின் கலைகள் தொலைந்து போகின்றன என்றால், மக்களே தொலைந்து போகிறார்கள் என்றுதானே அர்த்தம்!

மக்களிடம் வாக்குப் பிச்சை கேட்டு அரியணை ஏறும் அரசாங்கத்தின் முழு ஆதரவோடு, மக்களின் கலைகள் அவமதிக்கப் படுவதுதான் இன்னும் ஆபத்தானது. மக்களின் வரிப் பணத்தில் இயங்கும் அரசு தொலைக்காட்சியும், வானொலியும் கண்ணுக்கெதிரிலேயே கலைகளில் உயர்வு தாழ்வு கற்பிக்கின்றன. குளிரூட்டப்பட்ட சபாக்களில் பாடும் கலைஞர்களுக்கு ஏ கிரேடு தந்து, 10 ஆயிரம் ரூபாய் தருகிறார்கள். அதில் பத்தில் ஒரு பங்குகூட நாட்டுப்புறக் கலைஞர்களுக்குத் தருவதில்லை. 'தீண்டாமை பாவச் செயல்' என்று சட்டம் இயற்றிய அரசே, நாட்டுப்புறக் கலைகளின் மீது தீண்டாமையைக் கடைப்பிடிக்கிறது.

த.செ. ஞானவேல்

' தமிழகத்தில் தமிழில் பாடு' என்று இயக்கம் நடத்த வேண்டிய அவலம் இன்னும் தொடர்கிறது. ' இறைவன் நாத வடிவானவன். அவனுக்கு மொழி பேதம் காட்டக்கூடாது' என்கிறார்கள். நாத வடிவமான இறைவனை ஏன் பறை இசை மூலம் வழிபடுவது இல்லை என்று கேட்டால், பதில் சொல்ல யாரும் இல்லை.

அந்தக் கலைஞர்களை மேடைக்கு அல்ல, அரங்கத்துக்குள் அனுமதிக்கவே அருவெறுப்பது ஏன்? பயிரிடும்போதும், உணவுக்காக நெல்லைக் குத்தும்போதும், சுமைசுமந்து செல்லும்போதும், களைப்பின்றி நடக்கவும், தோட்டத்தில் குருவி விரட்டவும் என வாழ்க்கையின் ஒவ்வொரு கணத்தையும் கலையுடன் திளைத்தவர்களை, இவர்களுக்கும் கலைக்கும் சம்பந்தமே இல்லை என்று ஒதுக்கிவைப்பதில் உள்நோக்கம் இருக்கிறது.

ஒரு பக்கம் கலை புனிதமானது என்று சொல்லி மக்களிடமிருந்து பிரிப்பதும், இன்னொரு பக்கம் கலையை வணிகம் ஆக்குவதும் தொடர்ந்து நடந்துகொண்டே இருக்கிறது.' என்டர்டெய்ன்மென்ட் இண்டஸ்டரி' என்று சொல்ல ஆரம்பித்த பிறகு, சோப்பைப் போல, சீப்பைப் போல, அழகு கிரீமைப் போல கலையும் இன்று கடைச் சரக்கு ஆகிவிட்டது. அதனால்தான் நமது சினிமா மேதைகள், ' சக்சஸ்தான் முக்கியம். சமூக சேவை செய்ய நாங்க வரலை' என்று பேட்டி தருகிறார்கள். கோபப்பட வேண்டிய நாம் குத்துப் பாடல்கள் பார்த்துக்கொண்டு இருக்கிறோம்.

வெளிநாட்டுத் தனியார் குளிர்பான நிறுவனம் தாமிரபரணியிலிருந்து தண்ணீர் உறிஞ்சுவதை எதிர்த்துப் போராடுகிறார்கள் பாமர மக்கள். ' தாமிரபரணி தண்ணி குடிச்சு வளர்ந்தவங்கதானே நீங்க? வானத்துல இருந்தா குதிச்சிட்டீங்க?'

என்று தன்னை அடிக்க வரும் போலீஸ்காரரைப் பார்த்துக் கேட்கும் பாமரனின் தைரியம், திருநெல்வேலிச் சீமையில் இலக்கியத் தர்பார் நடத்தும் படைப்பாளர்களில் பலருக்கு இல்லை.

காவிரி வறண்டு தஞ்சை விவசாயிகள் எலிக்கறி சாப்பிட்டுக்கொண்டு இருந்தபோது நடிகர்களுக்கு கட்-அவுட் வைத்து அழகு பார்த்துக்கொண்டு இருந்தார்கள் நம் பாரதத் தூண்கள். பிஞ்சுக் குழந்தைக்குப் பால் வாங்க முடியவில்லையே என்று வெட்கப்பட்டுத் தமிழன் தற்கொலை செய்துகொண்டபோது, தன் தலைவனுக்குப் பாலபிஷேகம் செய்துகொண்டு இருந்தார்கள் ரசிக சிகாமணிகள். 'விழிப்பு உணர்வு' ஊட்ட வேண்டிய கலை, மயக்கும் வஸ்துவானதால் நேர்ந்த துயரம் இது. களிப்பூட்டும் கஞ்சாவுக்கும் பொழுதுபோக்கு கலை ரசனைக்கும் இன்று எந்த வித்தியாசமும் இல்லை. 'தானாய் எல்லாம் மாறும் என்பது பழைய பொய்யடா, நீ வளர்ந்து வரும் உலகத்துக்கே வலது கையடா' என்று சின்னப் பயலுக்குச் சேதி சொன்ன கலைஞனின் பொறுப்பு உணர்வுதான் அவனது அடையாளம். 'தம் அடிப்போம், பீர் அடிப்போம், டாவடிப்போம்' என்று தத்துவம்(!) சொல்வது கலையின் அவமானம்.

'கல்யாணம்தான் கட்டிக்கிட்டு ஓடிப் போலாமா?' என்று பள்ளி ஆண்டு விழாவில் தன் மகள் த்ரிஷாவாகி டான்ஸ் ஆடும்போது கை தட்டி ரசிக்கிற பெற்றோர், அந்தச் சிறுமி வளர்ந்து நிஜமாகவே ஒருவனோடு ஓடிப் போகும்போது, கலாச்சாரம் கெட்டுவிட்டதாக அழுது தீர்ப்பது ஏன்?

அதிர அதிரக் களியாட்டம் போடுகிற இசை நிகழ்ச்சிகளுக்கும், அதற்குப் பேராதரவு தருகிற இளைஞர்களுக்கும், நாட்டில் அதிகரித்து வரும் தற்கொலைகளுக்கும், நேரடிச் சம்பந்தம் இருக்கிறது. 8 மணி

நேரம் வேலை, 8 மணி நேரம் ஓய்வு, 8 மணி நேரம் உறக்கம் என்ற தொழிலாளர் நலன் இருக்கும்போது கலை விழிப்புணர்வு ஊட்டியது. 8 மணி நேர ஓய்வில் தன்னைப் பற்றி சிந்திக்க, தன் ஒற்றுமையை நிலைநிறுத்த, கல்வி கற்க என பல்வேறு பயன்கள் இருந்தன. இன்று 20 மணி நேர இயந்திர வேலைக்குப் பின்னால் ' மியூஸிக் பார்ட்டிகள்' அதிகரிக்கின்றன. 2004-ம் ஆண்டு நாடு முழுவதும் நடந்த தற்கொலையில் 70% பேர், எப்போதும் வேலை வேலை என்று அதிலேயே மூழ்கிக்கிடந்த சாஃப்ட்வேர் துறையினர்.

கலையின் பலமும் பலவீனமும் அதைப் பயன்படுத்துபவர்களைப் பொறுத்தே அமையும். உலகம் முழுவதும் நடந்த புரட்சிகளில் மக்களை ஒன்று திரட்டியது கலைதான். ' நமது மக்களை ஒன்றுபடுத்தவும், அவர்களுக்கு கல்வி அளிக்கவும், பகைவரை எதிர்த்து அழித்தொழிக்கவும், ஐக்கியமாக நின்று போராடவும், உதவிபுரியக்கூடிய வலிமைமிக்க ஆயுதம் கலை' என்று உறுதியாகச் சொன்னார் மாசேதுங். மக்களை ஒன்றுதிரட்டப் பயன்பட்டது போலவே மக்களைப் பிரிக்கவும் உலகம் முழுக்கக் கலை பயன் படுத்தப்பட்டிருக்கிறது. 'மக்களைப் பிரிக்க ரொட்டித் துண்டும் சர்க்கஸும் இருந்தால் போதும்' என்று சொன்னார் ஹிட்லர். இன்று தமிழர்கள் தனித்தனியாகப் பிரித்து வைக்கப்பட்டு இருக்கிறார்கள். அதற்குக் கலை உடந்தையாக இருக்கிறது.

சுனாமியின்போது குவியல் குவியலாகப் பிணங்களை எடுத்துக்கொண்டு இருந்தபோது, தமிழகம் தன் ஆங்கிலப் புத்தாண்டுக் கொண்டாட்டத்தை நிறுத்தவில்லை, உற்சாக நடனங்கள் அரங்கேற அதிர்ந்த இசையில், இறந்த குடும்பங்களின் ஓலங்கள் தமிழகத்தின் காதுகளில் விழவில்லை.

மனித வரலாற்றின் தொன்மைக் கால மடமைகளும், அண்மைக்கால மயக்கங்களும் ஒருங்கே நிலவும் உலகில் நாம் வாழ்கிறோம். கிராமப்புறத் திருவிழாக்களில்கூட கூத்தும் கலைகளும் புறக்கணிக்கப்பட்டு ' பாட்டுக் கச்சேரி' வைத்து, ' மன்மத ராசா' வில் மயங்கிக்கிடக்கிறது சனம். தமிழிசை மரபுக்காகத் தன்னையே அர்ப்பணித்த ஆப்ரகாம் பண்டிதரையும், அவரது 'கருணாமிர்த சாகரம்' நூலையும் மறந்த தமிழர்கள், தமிழ்க் கொலை செய்யும் மும்பை பாடகர்களுக்கு விமானச் செலவுடன் லட்ச ரூபாய் வழங்கி மகிழ்கிறார்கள். விடுதலைப் போராட்டத்தில் தன் கலைத் திறைமையின் மூலம் அரிய பெரிய பங்காற்றிய கலைஞர்கள் சில நூறு ரூபாய் தியாகி பென்ஷனுக்குச் செருப்புத் தேய அலைந்துகொண்டு இருக்கும்போது, தாதாயிசப் படங்கள் 20 கோடிக்கு மேல் விலைபோகின்றன.

தனது தொலைநோக்கியின் வழியே நட்சத்திரங்களைக் காட்டினார் கலீலியோ. இதன் வழியே பக்கத்து வீட்டுப் பெண் மாடியில் குளிப்பதைப் பார்க்க முடியுமா? என்று கேட்டானாம் ஒரு கனவான். இத்தகைய கனவான்களுக்கும், இப்போதைய பல கலைஞர்களுக்கும் அதிக வித்தியாசம் இல்லை.

உழைப்பைத் துன்பமாகவும், ஓய்வை இன்பமாகவும் கருதுவதல்ல நம் கலை. எதை ஏற்பது, எதை மறுப்பது என்பதில்தான் இருக்கிறது நமது முன்னேற்றம். எதைக் கொண்டாடுகிறோம், எதைப் புறம் தள்ளுகிறோம் என்பதில் இருக்கிறது நமது பெருமை. கலையின் பயன் மயக்குவதா, அறிவூட்டுவதா என்பதைப் புரிந்துகொள்வதும், அதற்காகப் போராடுவதும் முக்கியம். தாலாட்டோடு ஒப்பாரியையும் சேர்த்துத் தொலைத்த ரகசியத்தை இப்போதேனும் விளங்கிக் கொள்வோம் தமிழர்களே!

17 பழ.நெடுமாறன்

தலைவர், தமிழர் தேசிய இயக்கம்

'நீ சொல்வதை நான் ஏற்கவில்லை. ஆனால், அதைச் சொல்கிற உன் உரிமையைக் காக்க, நான் என் உயிரையும் தருவேன்' என்கிற வால்டேரின் கருத்தே, கருத்துரிமைக்கான அடிப்படை!

பிறக்கிற ஒவ்வொரு மனிதனுக்கும் வெவ்வேறாக இருக்கும் ரேகைகளைப் போல, ஒவ்வொருவருக்கும் வெவ்வேறு விதமான கருத்துக்கள் இருக்கும். தாயின் கருவறையில் ஒட்டிப்பிறந்த இரட்டைக் குழந்தைகளாக இருந்தாலும்கூட ஒரே கருத்துடன் இருக்க வேண்டிய கட்டாயம் இல்லை. கருத்துரிமை என்பது மனிதனின் பிறப்புரிமை. அவனின் வாழ்வுரிமையில் அது தவிர்க்க முடியாத ஓர் அங்கம்.

'ஒரு காலத்தில் சர்வாதிகாரம் இருந்தது. சர்வதிகாரிகள் இருந்தனர். அவர்கள் மக்களின் கருத்தை மதிக்கவில்லை. மக்களையும் மதிக்கவில்லை. ஹிட்லர் இருந்த காலமெல்லாம் முடிந்துவிட்டது. இப்போது நாம் ஜனநாயக யுகத்தில் இருக்கிறோம். நம் கருத்துரிமையைக் காக்க அரசியலமைப்புச் சட்டமே இருக்கிறது' என்று நாம் ஒவ்வொருவரும் நம்பிக்கொண்டு இருக்கிறோம். நம் நம்பிக்கைகள் கண்ணுக்கு முன்னால் கானல் நீராகிக்கொண்டே வருகின்றன.

குடியாட்சி பற்றி தெரியாத முடியாட்சிக் காலத்தில், 'மன்னவனும் நீயோ? வள நாடும் உனதோ?' என்ற தன்னை ஆளும் அரசனைக் கேள்விக் கணைகளால் துளைத்தெடுத்திருக்கிறார் ஔவை. 'நாமார்க்கும் குடியல்லோம், நமனை அஞ்சோம்' என்று அரசனின் கருத்தை ஏற்காது தன் கருத்துரிமையை நிலைநாட்டியிருக்கிறார் நாவுக்கரசர். முடியாட்சி காலத்தில் இருந்த கருத்துச் சுதந்திரம்கூட நிகழ்காலத்தில் இல்லை என்பதுதான் கசப்பான உண்மை.

சட்டம் போட்டு நம் கருத்துரிமையைக் காக்க நினைத்தார்கள் நம் அரசியலமைப்பை உருவாக்கிய வல்லுநர்கள். ஆனால், அதே சட்டத்தின் பாதுகாப்புடன் நம் கருத்துரிமையைப் பறிக்கிறார்கள் அரசியல் சாணக்கியர்கள். சமீபத்திய உதாரணம், நர்மதா அணை விவகாரம். ஆயிரக்கணக்கான பழங்குடி மக்களை வேரோடும், வேரடி மண்ணோடும் பிடுங்கி எறிந்துவிட்டு, நாட்டின் வளர்ச்சித் திட்டத்தைத் தீட்டிக்கொண்டு இருக்கிறது அரசு. வன்முறையில் ஈடுபடாமல் அறவழியில் சாகும் வரை உண்ணாவிரதம் இருந்து தங்கள் உரிமைகளை நிலைநாட்ட முயற்சிக்கிற அந்த மக்களை, போராடக்கூடாது என்று சட்டத்தின் மூலமே தடுக்கிறார்கள்.

நசுக்கப்படுகிற புழுவும் கூட சாகும்வரை தன் எதிர்ப்பைக் காட்டித் தன் உரிமையை நிலை நாட்டுகிறது. ஆனால், ஜனநாயக நாட்டில் வாழும் மக்கள் அமைதியான வழியிலும் எதிர்ப்பைக் காட்டக்கூடாதாம். என்ன கொடுமையடா இது?

மக்களின் கருத்துரிமை கேள்விக்குள்ளாக்கப்படும்போது அதைக் கண்டிக்கிற பொறுப்புள்ள பத்திரிகை ஆசிரியரையே ' தீவிரவாதி' என்று முத்திரை குத்தி பொடா சட்டத்தின் கீழ் கைது செய்த 'மக்களாட்சி மன்னர்கள்' நம்மிடையே இருக்கின்றனர். இஸ்லாமியர்கள் தொடர்ந்து தாக்கப்படுவதை நிறுத்த வேண்டும் என்று போராடினால், உடனே 'மதத் தீவிரவாதிகள்' என்று சிறையில் அடைப்பார். தமிழ்நாட்டில் தமிழ்தான் முதன்மை வகிக்க வேண்டும் என்று குரல் கொடுத்தால், உடனே ' தமிழ்த் தீவிரவாதிகள்' என்கிற முத்திரையை முதுகில் குத்திவிடுவார்கள். சிந்திப்பது, பேசுவது, அமைப்பு நடத்துவதெல்லாமே இப்போது தேச விரோத நடவடிக்கையாகவே பார்க்கப்படுகிறது. துப்பாக்கியும் லத்தியும் சட்டத்தைப் பாதுகாக்கப் பயன்படுவதைவிட, சட்டத்தை மீறவே அதிகம் பயன்படுகின்றன. அரசாங்கத்துக்கு எதிரான கருத்து உள்ள யாரும் வாழ்வதற்குகூடத் தகுதியற்றவர்கள் ஆகிவிடுகிறார்கள்.

உலக சிந்தனை வரலாற்றில் நீண்டதொரு பாரம்பரியம் தமிழ் மொழிக்கும், தமிழர்களுக்கும் இருக்கிறது. உலகின் மூத்த நாகரிகமுடைய வெகுசில மொழிக் கூட்டத்தில் தமிழர்கள் முதன்மையானவர்கள். நம் எல்லாப் பெருமையும் விழலுக்கு இறைத்த நீர்தான்.

சிறிய நாடுகளைத் துன்புறுத்துவதையே பழக்கமாக வைத்திருக்கும் அமெரிக்காவில் வாழ்கிற மக்கள்கூட கருத்துரிமையோடு வாழ்கிறார்கள். உலகின் மிக முக்கியமான ஜனநாயக நாட்டைச் சேர்ந்த நமக்குத்தான் வாய்ப்பூட்டும், கைப்பூட்டும் போடப்படுகிறது. யார் ஆட்சிக்கு வந்தாலும் அவர்கள் முதலில் கைவைப்பது மக்களின் கருத்துரிமையின் மீதுதான்.

இந்திய விடுதலைப் போராட்டத்தை நசுக்குவதற்காக 1919-ம் ஆண்டு பிப்ரவரி 6-ம் தேதி, கருத்துரிமைக்கு எதிரான 'ரௌலட் சட்டம்' என்கிற கொடிய சட்டத்தைக் கொண்டு வந்தது பிரிட்டிஷ் அரசு. இச்சட்டத்தை எதிர்த்து ஜாலியன் வாலாபாக் என்கிற இடத்தில் நடந்த பொதுக்கூட்டத்தில், அரசே வன்முறையை ஏவிவிட்டது. துப்பாக்கிச் சூட்டில் நூற்றுக்கணக்கானவர்கள் இறந்துபோனார்கள். இந்திய வரலாற்றில் கருத்துரிமையை மறுக்கும் கறுப்புச் சட்டமாக ரௌலட் சட்டத்தை வர்ணித்தார்கள், வரலாற்றாசிரியர்கள். ஆனால், அடிமை இந்தியாவில் இருந்த கொடுமையான சட்டங்களைப் பின்னுக்குத் தள்ளி சுதந்திர இந்தியாவில் நிறைய சட்டங்களை இயற்றி நடைமுறைப்படுத்தி இருக்கிறார்கள் நம் தலைவர்கள்.

ஜனநாயகத்தைக் கொலை செய்யும் நோக்கத்துடன் பொடா போன்ற சட்டங்களை அதிகாரவர்க்கம் பயன்படுத்தியிருக்கிறது. சுதந்திர வேட்கையைக் கோஷமாகக்கூட போடக் கூடாது என்கிற ரௌலட் சட்டத்துக்கும், ஈழ மக்களின் உரிமைகளுக்கு ஆதரவு தெரிவிப்பதே தேசத் துரோகம் என்கிற பொடா சட்டத்துக்கும் என்ன வேறுபாடு இருக்கிறது?

த.செ. ஞானவேல்

மோதிலால் நேரு தலைமையில், ரௌலட் சட்ட எதிர்ப்புக் குழு அமைத்துப் போராடியது காங்கிரஸ் கட்சி. சுதந்திரப் போராட்ட வீரர்களுக்கு எதிரான 'ரௌலட்' சட்டத்தின் பெயரை மட்டும் மாற்றி, ' மிசா' சட்டத்தைக் கொண்டுவந்தார் மோதிலாலின் பேத்தியான இந்திரா காந்தி, பின், மோதிலாலின் கொள்ளுப் பேரன் ராஜீவ் காந்தியின்ஆட்சியில், மிசாவின் பெயர் 'தடா' என்று மாறியது. மனித உரிமைகளைத் துச்சமாகக் கருதும் இதுபோன்ற முறைகேடான சட்டங்கள் முறைகேடாகத்தான் பயன்படுத்தப்படும். அதற்கு நானே வாழும் சாட்சி.

ஒரு கண்டனக் கூட்டம் நடத்த முயற்சிக்கும்போது, முன்னெச்சரிக்கை நடவடிக்கையாக ஒரு வார காலம் சிறையில் அடைக்கப்பட்டேன். பின்னர் வெளியில் வந்தபோது, உளவுத்துறை என்னை தடா சட்டத்தில் கைது செய்தது. ஒரு குறிப்பட்ட தேதியில் நான் ரகசியக் கூட்டம் நடத்தி இளைஞர்களை குண்டு வைக்கத் தூண்டியதாக, என் மீது போலீஸார் குற்றம் சுமத்தினர். அந்தத் தேதியில் நான் அதே போலீஸாரால் முன்னெச்சரிக்கை எனும் பெயரில் கைது செய்யப்பட்டு ஏற்கெனவே சென்னைச் சிறையில் அடைக்கப்பட்டிருந்தேன். இதை நீதிமன்றத்தில் நான் நிரூபித்தபோது, தடா சட்டமே தலைகுனிந்து நின்றது. தடாவுக்கு எதிர்ப்பு வந்தபோது பி.ஜே.பி. அரசு அதற்கு ' பொடா' என்று பெயர் மாற்றியது.

தேச விரோத சக்திகளை ஒடுக்குவதற்காகவே இச்சட்டம் கொண்டு வரப்படுகிறது. இதை எதிர்ப்பவர்கள் தேச பக்தர்கள் அல்லர். இந்த சட்டத்தை எதிர்ப்பவர்கள் தேசபக்தர்கள் அல்லர். இந்தச் சட்டத்தை எதிர்ப்பவர்கள் பயங்கரவாதிகளுக்கு மட்டுமல்ல, பாகிஸ்தானுக்கும் உதவுகிறார்கள் என பொடா சட்டத்தை இயற்றும்போது,

நாடாளுமன்றத்தில் தெரிவித்தது அரசு. மக்களால் தேர்ந்தெடுக்கப்பட்ட ஓர் அரசு, தன் நடவடிக்கைகளை மக்கள் விமர்சிக்கவே கூடாது என்று நாடாளுமன்றத்திலேயே அறிவித்தது சர்வாதிகார நாடுகளில்கூட நடக்காத விஷயம்.

பொடா சட்டம் மனித உரிமைக்கு எதிரானது என்று சொன்னாலே, அப்படிச் சொன்னவர்கள் பயங்கரவாதிகளாக சித்திரிக்கப்பட்டனர். ஒரே நேரத்தில் கருவில் இருக்கும் இரண்டு சிசுக்களைக் கொல்வதைப்போல இருந்தது அரசின் அறிவிப்பு. 'மக்களுக்குக் கருத்து சுதந்திரம் அறவே கிடையாது. அதை ஒடுக்க நாங்கள் சட்டம் இயற்றினால் அந்தச் சட்டத்தை எதிர்க்கிற உரிமைகூட இல்லை' என்று பகிரங்கமாகவே சொன்னது அதிரகார வர்க்கம். கருத்து சுதந்திரத்துக்கு எதிராகவே பொதுவாக எல்லா அரசுகளும் இருக்கின்றன. இதில் காங்கிரஸ், பி.ஜே.பி, தி.மு.க, அ.தி.மு.க. என்கிற எந்த பேதமும் இல்லை. 1997-ம் ஆண்டு மதுரையில் நடைபெற இருந்த தமிழர் எச்சரிக்கை மாநாட்டுக்கு தி.மு.க. அரசு தடை விதித்தது. அதை எதிர்த்துத் தொடுத்த வழக்கில், சென்னை உயர்நீதிமன்றம் கருத்துரிமைக்கு ஆதரவான வரலாற்று முக்கியத்துவம் வாய்ந்த தீர்ப்பைத் தந்தது. 'அரசியல் சட்டத்தில் 19-வது பிரிவு மக்களுக்கு வழங்கியிருக்கிற உரிமைகள் மிக முக்கியமானவையாகும். இதை மீறவோ கட்டுப்படுத்தவோ அரசுக்கோ, அதன் அதிகாரிகளுக்கோ உரிமை இல்லை. சுதந்திரமாகக் கருத்துக்களை வெளியிடுவதும், விவாதிப்பதும் ஊக்கப்படுத்தப்பட வேண்டும். அப்போதுதான் ஜனநாயகம் வலிமையுடனும் உண்மையுடனும், உயிருடனும் இருக்கும்' என்று நீதிமன்றம் கடுமையாக அரசைக் கண்டித்தது. நல்ல தீர்ப்புகள் நம் நாட்டில் எப்போது நடைமுறைக்கு வந்திருக்கின்றன?

அரசே இப்படி வன்முறையைச் சட்டத்தின் பாதுகாப்போடு நிகழ்த்தும்போது அரசின் அடிவருடிகள் எப்படி இருப்பார்கள்? மாற்றுக் கருத்தை எதிர்கொள்ளாமல், கருத்து சொல்பவர்களை உருட்டுக்கட்டைகள் மூலம் எதிர்கொள்ளும் கலாச்சாரம் நம்மிடம் வேகமாக பரவிக்கொண்டே இருக்கிறது. கண்ணியம் இன்று நம் தலைவர்களிடம் அருகி வருகிறது. அது அப்படியே மக்களிடமும் தொற்றுவியாதியைப் போலத் தொற்றிக்கொள்கிறது.

நீதிமன்றம் தன் தலைவருக்கு எதிரான ஒரு தீர்ப்பைத் தந்தால், அப்பாவி மாணவிகள் மூன்று பேரை எரித்துக் கொல்கிறார்கள் கட்சித் தொண்டர்கள். தங்கள் தலைவரை ஒரு பத்திரிகை விமர்சித்து விட்டால், அந்தப் பத்திரிகை அலுவலகத்துக்குள் குண்டாந்தடியோடு புகுந்து தங்கள் விசுவாசத்தைக் காட்டுகிறார்கள் தொண்டர்கள். கருத்துரிமைக்கு எதிரான மனிதத்தன்மையற்ற செயலைக் கண்டிக்க வேண்டிய தகவல் தொடர்பு ஊடகங்கள் அணி சேர்ந்துகொண்டு மௌனம் காப்பது இன்னும் கொடுமை. உரிமைகளைக் காக்க வேண்டியவர்கள் மௌனம் காக்க நேர்ந்தால், கருத்துரிமை மட்டுமல்ல, ஒட்டுமொத்த வாழ்வுரிமையுமே கேள்விக் குள்ளாக்கப்படும்.

சிந்திப்பதும், அதை வெளிப்படுத்துவதும் நாமெல்லாம் மனிதர்கள் என்பதன் அடையாளம். சிந்திப்பதை வெளிப்படுத்தும் உரிமை மறுக்கப்பட்டால், கொஞ்ச காலத்தில் சிந்திப்பதே மறந்துவிடும். சிந்திப்பதையே மறந்துவரும் ஒரு தலைமுறை நம் கண் முன்னால் உருவாகிக்கொண்டு இருக்கிறது.

சிந்திக்கக்கூட அனுமதிக்கப்படாதவர்களை அடிமைகள் என்று வரையறுக்கிறது வரலாறு!

18. பாரதி கிருஷ்குமார்

ஆவணப்பட இயக்குநர்.

நெருப்பைப் பார்த்தாலே மிரளுகின்ற குழந்தைகளுக்காக தங்கள் வீட்டு அடுப்பைப் பற்ற வைக்கவே தயங்கிய குடும்பங்களின் கதைகளை நம் நெஞ்சு மறக்குமா?

' அம்மா எரியுதே... அய்யோ அய்ய்ய்யோ எரியுதுப்பா' என்று தங்களின் கண் முன்னே கருகிய தேகத்துடன் கதறித் துடிதுடித்துச் செத்துப்போன மகளின் புகைப்படத்தின் முன்னால், அவளின் எரிச்சல் போக்கும் விதமாக இன்னமும் 24 மணி நேரம் மின்விசிறியைச் சுழலவைத்தபடி அழுதுகொண்டு இருக்கிற தாய் தகப்பனை நான் பார்த்தேன் நண்பர்களே!

'செத்த உம் பிள்ளைக்கு கவர்மென்ட்டு எவ்ளோ காசு கொடுத்தாங்க?' என்று துக்கம் விசாரிக்க வந்தவர் கேட்ட கேள்வியின் வன்மம் தாங்காமல், மஞ்சள் பையில் சுருட்டிவைத்திருந்த வங்கிக் கணக்குப் புத்தகத்தை அவர் முகத்தில் வீசி எறிந்து, 'யாருக்கு வேணும் இந்தப் பிச்சைக் காசு? இந்தக் காசு என்னைய அம்மான்னு கூப்பிடுமா? நான் காசைத் தந்துர்றேன்... உன்னால என் பிள்ளையைத் தர முடியுமா?' என்று கொந்தளித்த தாயின் கேள்விக்கு பதில் யாரிடமாவது இருக்கிறதா?

கும்பகோணம் பள்ளித் தீ விபத்தில் நாம் கற்றுக்கொண்ட பாடம் என்ன என்பதை 'என்று தணியும்..? என்கிற குறும்படமாக எடுக்கப்போன எனக்கு ஒன்று மட்டுமே புரிந்தது. அத்தனை குழந்தைகளைப் பறிகொடுத்தும், பலி கொடுத்தும் நாம் எந்தப் பாடமும் கற்கவே இல்லை என்கிற அந்த உண்மை இன்னும் முகத்தில் அறைந்துகொண்டே இருக்கிறது.

'சொல்ல மனம் துடிக்குதே தேமித் தேமி...

எங்க பிள்ளைக் கறி கேட்டது எந்தச் சாமி?" என வரலாற்றில் எங்கேயோ, எப்போதோ பிள்ளைக் கறி கேட்டதாகச் சொல்லப்பட்ட கதை, 2004 ஜூலை 16-ம் நாள் கும்பகோணத்தில் நிகழ்ந்தது. ஊழலுக்கும், பேராசைக்கும், அலட்சியத்துக்கும், அறியாமைக்கும் 94 பிஞ்சுகள் கருகிப் போனார்கள். அந்தக் கொடுமைக்கு இரண்டாவது நினைவஞ்சலி நாள் நெருங்கி விட்டது. இரண்டாம் ஆண்டு கண்ணீர் அஞ்சலி போஸ்டர்களை தெருத்தெருவாக ஒட்டி ஆறுதல் அடைய தமிழகம் தயாராகி வருகிறது. அரசாங்கம் காயமுற்றவர்களுக்கு ஒரு தொகையும், படுகாயமுற்றவர்களுக்கு ஒரு தொகையும், இறந்தவர்களுக்கு ஒரு தொகையும் அறிவித்துத் தன் ஈமக் கடனை நிறைவேற்றிவிட்டது.

புத்திர சோகத்தைச் சுமந்து திரிகிற பெற்றோருக்குத் தங்கள் குழந்தைகளுக்குக் கொள்ளிவைக்கிற வாய்ப்புக்கூட இல்லாமல் போனது. இத்தகைய துயரம் அரங்கேறிய பிறகும், நாம் மரத்துப்போயிருக்கிறோம் என்பதுதான் அவலத்திலும் அவலம்! கடந்த ஒரு மாதத்தில் மட்டும், பத்துக்கும் மேற்பட்ட குழந்தைகள் பள்ளி வளாகத்துக்குள்ளேயே வெவ்வேறு காரணங்களால் தமிழகத்தில் இறந்திருக்கிறார்கள். எல்லா மரணங்களுமே நமக்கு இன்னொரு சம்பவம்தான். எதையும் கடந்துபோகத் தயாராகவே இருக்கிறோம். அன்று கும்பகோணத்தில் இறந்த குழந்தைகளின் எண்ணிக்கை மட்டும் அதிகமாக இல்லாமல் இருந்திருந்தால், அதுவும் பத்தோடு பதினொன்றாக மறந்து போயிருக்குமோ?

அனுபவங்களின் மூலம் பாடம் கற்றுக்கொள்கிற பக்குவம் இன்னும் தமிழ்ச் சமூகத்துக்கு வரவே இல்லை. 1968-ம் ஆண்டு, மதுரையில் ஒரு பள்ளிக் கட்டடம் சரிந்து 40 குழந்தைகள் இறந்து போனார்கள். கண்டனங்கள், கண்ணீர் அஞ்சலிகள், விசாரணைக் கமிஷன் என அந்தத் துயரத்தின் சுவடு துடைத்தெறியப் பட்டது. அடுத்தது கும்பகோணம். அப்புறம்..?

ஒவ்வொரு நாளும் உயிர் அபாயத்தோடுதான் நம் பிள்ளைகள் பள்ளிக்குப் போகிறார்கள். ஆட்டோவில் புத்தகமூட்டைகளுடன் மளிகை சாமான்களைப் போலத் திணிக்கப்படுகிற குழந்தைகள், விதியின் கையில் ஒப்படைக்கப்படுகிற விளையாட்டுப் பொம்மைகள் என்பதை ஒவ்வொரு வீடும் உணர மறுப்பது, வேதனையிலும் வேதனை!

நெரிசல் மிகுந்த நேரத்தில் தன் எடைக்கும் அதிகமான புத்தகங்களைச் சுமந்தபடி, பேருந்தின் படிகளில் தொங்கிக் கொண்டு

போகிற குழந்தைகளோடு மரணமும் சேர்ந்தே பயணிக்கிறது. கல்வித்துறை பயணிக்கிறது. கல்வித்துறை என்பது நாட்டின் அறியாமையை, ஏற்றத்தாழ்வை, வறுமையை நீக்குகிற தாய்த்துறை. அதிலேயே ஊழல்களும், முறைகேடுகளும், அலட்சியமும் இருந்தால் எப்படி?

ரைஸ் மில் கோடௌன்களிலும், அவுட் ஹவுஸ்களிலும், கார் ஷெட்களிலும் பள்ளிகள் நடத்த அரசு அனுமதி அளிக்கிறது என்றால், நாட்டின் வருங்காலத்தின் மீது அது காட்டுகிற அக்கறை கோரமாகப் பல்லிளிக்கிறது என்றுதானே அர்த்தம்?

கல்வியை வியாபாரமாக்கி, பிள்ளைகளைப் பண்டங்களாக மாற்றி அதில் லாபம் பார்க்கிற சமூகமாக, நாம் இருப்பது இழிவல்லவா?

பணத்தைப் பறிக்கும் தாதா கும்பல்தான் இன்று பள்ளி நடத்தும் 'கல்வித் தந்தை' களாக நம் சமூகத்தில் இருக்கிறார்கள். பெற்றோர்களிடம் பணத்தைப் பறிக்கிற பள்ளிகள் மாணவர்களுக்குச் சரியான கழிவறைகளைக்கூடக் கட்டித் தருவது இல்லை. அரசு அதிகாரிகளுக்குத் தெரியாமல் இந்தக் கொடுமைகள் நடந்தால், புகார் தெரிவிக்கலாம். எல்லோருக்கும் தெரிந்தே எல்லாத் தவறுகளும் நடப்பதால்தான் திருந்தாமல் இருக்கிறோம்.

ஆட்சியேற்ற 20 நாளில் ஒரு சிலையை அரசால் நிறுவ முடிகிறது. கருகிப்போன தங்கள் குழந்தைகளுக்கு ஒரு நினைவிடம் இருந்தால் சூடம் ஏற்றி அழுவதற்கு வசதியாக இருக்கும் என இரண்டு ஆண்டுகளாக கோரிக்கை வைக்கிறார்கள், பிள்ளைகளைப் பலி கொடுத்த பெற்றோர்கள். அந்தக் குழந்தைகள் உயிருடன் இருக்கும்போது நல்ல பள்ளியைத்தான் கட்ட முடியவில்லை; இறந்த பிறகு ஒரு நினைவிடம் கட்டக்கூடவா ஓர் அரசால் முடியாது?

தமிழ் மண்ணே வணக்கம்!

ஒரு பள்ளி இயங்கத் தேவையான விதிமுறைகளை 90% பள்ளிகள் பின்பற்றுவதில்லை. இனி இதுபோன்ற நரபலி நேராமல் தடுக்க, சுயநலப் பள்ளிகளுக்கு எதிராகப் போராடுவதுதான், மடிந்த குழந்தைகளுக்கு நாம் செலுத்தவேண்டிய நியாயமான அஞ்சலி என்பது இன்னும்கூட நமக்கு உறைக்காவிட்டால் எப்படி?

தவறு செய்த அதிகாரிகள் சிலரை 'தற்காலிக பணி நீக்கம்' செய்தது அரசு. விஷயம் ஆறியதும், மீண்டும் அவர்கள் பணியில் சேர்ந்துவிட்டார்கள். சாதாரண நகை திருட்டு வழக்கில்கூட, பத்து நாளில் விரைவு நீதிமன்றத்தில் தீர்ப்பு வந்துவிடுகிறது. ஆனால், முதல் பார்வையிலேயே இது விதிமுறைகளை மீறி நடத்தப்படும் பள்ளி என்று தெரிய வரும் இந்த வழக்கில், அதை விசாரித்து குற்றப் பத்திரிகை தாக்கல் செய்யவே இரண்டு வருடம் எடுத்துக்கொண்டது காவல்துறை. 3,000 பக்கம் உள்ள குற்றப்பத்திரிகையைப் படித்துப் புரிந்துகொண்டு, 300 பேரிடம் விசாரணை, குறுக்கு விசாரணை, எல்லாம் முடித்து தீர்ப்பு வர இன்னும் எத்தனை ஆண்டு ஆகுமோ தெரியவில்லை, இந்த துயர நிகழ்வு பற்றி விசாரிக்க நியமிக்கப்பட்ட விசாணைக் கமிஷனின் பரிந்துரைகளும், அறிக்கைகளும் அரசிடம் சமர்ப்பிக்கப்பட்ட பிறகு, இன்னும் எந்த விதமான நடவடிக்கையும் எடுக்கப் படவில்லை. குறைந்தபட்சம் மக்கள் பார்வைக்குக்கூட இன்னமும் அந்த அறிக்கை முன்வைக்கப்படவில்லை.

கல்வித் துறையில் சீர்த்திருத்தம் வேண்டும் என கோத்தாரி கமிஷன், சிட்டிபாபு கமிஷன், சம்பத் கமிஷன், மோகன் கமிஷன் எனப் பல கமிஷன்கள் பரிந்துரைத்தாலும் இதுவரை எவ்விதமான ஆக்கப்பூர்வ செயல்பாடுகளும் இல்லை.

'கற்கை நன்றே, கற்கை நன்றே பிச்சை புகினும் கற்கை நன்றே' என்று பாடியது ஔவை இல்லை. 'அரசால் முடியாமல் போனால், பிச்சை எடுத்தாவது குழந்தைகளுக்குக் கல்வி தர வேண்டும்' என்று சொன்னவன் அதிவீரராம பாண்டியன் என்கிற மன்னன். கார்கில் போர் வந்தால் குழந்தைகள் கையில்கூட உண்டியலைக் கொடுத்துத் தெருத்தெருவாக அனுப்புகிறோம். அந்தக் குழந்தைகளின் எதிர்காலத்துக்கு அரசே உண்டியலைக் குடுக்கலாமே? அது அரசாங்கத்துக்கு கௌரவப் பிரச்னையாக இருந்தால், '14 வயதுக்கு உட்பட்ட குழந்தைகளுக்குக் கட்டாயக் கல்வி' என்கிற அரசியல் சாசன உறுதியை அழித்துவிடுங்கள். எங்கள் பிள்ளைகள் காடுகளுக்குச் சென்று மாடு மேய்க்கட்டும். ஆபத்தின்றி உயிருடனாவது இருப்பார்கள்.

விருப்பமுடன் கல்வி கற்கிற சூழலை உருவாக்கித் தராமல், 'கட்டாயக் கல்வி' தருவதாக எங்களின் பிள்ளைகளைப் பாழடைந்த கட்டடங்களில் அடைத்து வைப்பது அரசாங்கத்துக்கு அழகில்லை. பிரச்னைகளைத் தட்டிக் கழிப்பதிலும் தள்ளிப் போடுவதிலும் காட்டுகிற அக்கறையை, சிந்திப்பதிலும் செயல்படுவதிலும் அரசு காட்டவேண்டும்.

இறந்துபோன குழந்தைகளின் குடும்பத்துக்குத் தந்த பணமே மிகக் குறைவு என்றால், காயமடைந்த குழந்தைகளுக்கு அதிலும் குறைவான தொகையையே தந்திருக்கிறார்கள். உடல் முழுவதும் தீக்காயம் ஏற்பட்ட குழந்தைகள் வாழ்நாள் முழுவதும் சிகிச்சை பெறவேண்டியது அவசியம். தவிர, பிஞ்சுகளின் உளவியல் பிரச்னைகளை எதிர்கொள்வது இன்னும் கடினமான காரியம் என்பதைக் கோடிக்கணக்கான மக்களை ஆட்சி செய்யும் அரசாங்கம் அறியாதா?

நம் அலட்சியத்தின் சாட்சியாக தீக்காயங்களுடன் வாழ்ந்துகொண்டு இருக்கிற 18 குழந்தைகளையும் அரசே தத்தெடுக்க வேண்டும். சிகிச்சை தொடங்கி கல்வி, வேலைவாய்ப்பு என அவர்களின் எதிர்கால நன்மைகளை உறுதிப்படுத்தவேண்டும். சம்பந்தப்பட்ட பள்ளி நிர்வாகி, அதிகாரிகளின் சொத்துக்களை முடக்கி, பாதிக்கப்பட்டவர்களுக்கு அதைப் பகிர்ந்தளிக்க வேண்டும். குழந்தைகளை இழந்த பெற்றோர்களுக்குக் கூடுதல் இழப்பீடு வழங்கவேண்டும். வழக்கு விசாரணையை ஆண்டுக்கணக்கில் தள்ளிப்போடாமல் விரைந்து நீதி கிடைக்கவும், இனி இதுபோன்ற துயர நிகழ்வுகள், பகிரங்கக் கொலைகள் நடைபெறாமல் தடுக்கவும் வழிமுறைகளை அரசு தீவிரமாக மேற்கொள்ள வேண்டும்.

ஓலைகளை மாற்றி ஆஸ்பெஸ்டாஸ் ஷீட்டுகளைப் போட்டு குழந்தைகளை அதன் அடியில் படிக்கவைப்பது போன்ற கொடுமை அரசு உத்தரவுடனேயே நடைபெறுகிறது என்பதை நினைக்கவே நடுங்குகிறது. ஓர் அரசியல் மேடையில் அரை மணி நேரம் வந்துபோகிற நிகழ்ச்சிக்கு இரண்டு பக்கமும் ஏ.ஸி. கேட்கிற நம் தலைவர்களுக்கு குழந்தைகள் வெப்பத்தில் தகிப்பதைப் பற்றிப் புரிந்துகொள்ள முடியாதா? அம்மை, மஞ்சள் காமாலை போன்ற நோய்களுடன் பிள்ளைகள் சுகாதாரக் குறைவாக இருப்பதற்கு அரசே காரணமாகலாமா?

'தினங்களைக் கொண்டாடுவதை விட்டுவிட்டு, எப்போது குழந்தைகளைக் கொண்டாடப்போகிறோம்?' என்று கேட்டார் கவிக்கோ அப்துல்ரகுமான். அதையேதான் நானும் இப்போது கேட்கிறேன்...

அது எப்போது?

19. பிருந்தா ஜெயராமன்

மனநல ஆலோசகர்

பல கோடிக் குழந்தைகளின் கண்கள் மொய்க்கிற ஒரு விளையாட்டு மைதானம். உலகக் கோப்பை கால்பந்துப் போட்டியின் இறுதி ஆட்டம். இரு வீரர்களுக்குள் ஏதோ கசப்பு. உலகமே கொண்டாடுகிற பிரான்ஸ் அணி வீரர் ஜிடேன் தன் தலையால் இத்தாலி நாட்டின் வீரரை முரட்டுத்தனமாக முட்டித் தள்ளியபோது அதிர்ந்தது உலகம். பிறகு தன் தவறை உணர்ந்த ஜிடேன், 'குழந்தைகளிடம் மன்னிப்புக் கேட்டுக்கொள்கிறேன்' என்று குற்ற உணர்வோடு மன்னிப்புக் கேட்டார். அதுதான் ஒரு மனிதனின் மனப் பக்குவம்!

தவறை உணர்ந்து குழந்தைகளிடம் மன்னிப்புக் கேட்ட ஜிடேனின் மனப் பக்குவம் இன்று நம்மில் பலரிடம் இல்லை. தினம்தினம் நம் கனவுகளுக்கும், ஆசைகளுக்கும், சுயநலங்களுக்கும், பொறுப்பின்மைக்கும் பல லட்சம் குழந்தைகளை முட்டித் தள்ளுகிறோம். அது தவறு என்பதை உணராமல் இருப்பதாலேயே, அதற்காக மன்னிப்பு கேட்கிற மனப் பக்குவமும் இன்னும் நமக்கு வரவில்லை. ஆனால், குழந்தைகள் நம்மை எப்போதும் மன்னிக்கிறார்கள். அதனால்தான் இன்னும் பெரியவர்களுக்குக் கீழ்ப்படிகிறார்கள்.

'புத்தகங்களே! புத்தகங்களே!
சமர்த்தாய் இருங்கள்.
குழந்தைகளைக் கிழித்துவிடாதீர்கள்!'

-என்பது கவிதை மட்டுமல்ல, காலத்தின் குரல். ஆனால், நம் குழந்தைகளைப் பாடப் புத்தகங்கள் மட்டுமின்றி, ஒட்டுமொத்த சமூகமும் சுக்குநூறாகக் கிழித்துக்கொண்டே இருக்கின்றன.

இந்தியாவில் மட்டும் ஏழு லட்சம் சிறுமிகள் ஒவ்வொரு ஆண்டும் பாலியல் வன்கொடுமைக்கு உட்படுத்தப்படுகிறார்கள் என்கிறது ஒரு புள்ளிவிவரம். நம் தேசத்தின் பாலியல் தொழிலாளர்களில் 15 சதவிகிதம் பேர் 15 வயதுக்குட்பட்ட குழந்தைகள் என்பது அதிர்ச்சியாக இருக்கிறது. பண்பாடும் பாரம்பரியமும் உள்ள ஒரு சமூகம்தான் குழந்தைகளை இப்படி நடத்துகிறது என்றால், நெஞ்சு நடுங்குகிறது.

ஒவ்வொரு ஆண்டும் பள்ளிகளின் தேர்வு முடிவுகள் வந்ததும், சராசரியாக இந்தியா முழுவதும் 2,000 பள்ளிக் குழந்தைகள்

தற்கொலை செய்துகொள்கிறார்களாம். இதில் குறைந்தபட்சம் 200 குழந்தைகளை தற்கொலைக்குத் தொலைக்கிறது நம் தமிழகம்.

சென்னையில் ஆறுவயது சிறுவன், தனக்குப் படிப்பு வரவில்லை என்று தற்கொலை செய்துகொண்டான். சென்னையின் இன்னொரு பள்ளியில் ஒரு மாணவனின் பையில் நீலப்பட வி.சி.டி-க்களைக் கைப்பற்றினார் ஆசிரியை. கடந்த வாரம் நான்கு மாணவர்கள் நடுவழியில் பேருந்தை நிறுத்த முயற்சிக்க, நிற்காமல் போனது பேருந்து. ஒரு கல்லை எடுத்து தகாத வார்த்தைகளைச் சொல்லி, பஸ் கண்ணாடியில் எறிகிறான் அந்த மாணவர்களில் ஒருவன்.

எட்டாம் வகுப்பு படிக்கிற ஒரு சிறுமி தன் காதலை ஏற்றுக்கொள்ளவில்லை என்று அவள் முகத்தில் அமிலம் வீசித் துடிதுடிக்கவைக்கிறான் சக மாணவன் ஒருவன். இப்படித் தாழ்வு மனப்பான்மையும், ஆபாசமும், வன்முறையும், வெறியாட்டமும் நிரம்பி வழிகிறது நம் குழந்தைகளிடம். தவறுகள் குழந்தைகளிடம் இல்லை. இது நம் சமூகத்தின் கோளாறு!

பட்டினி கிடந்தாலும் விதை நெல்லைப் பாதுகாத்து, காலம் பார்த்து விதைத்து, களை பிடுங்கி, நீர் பாய்ச்சி, உரம் போட்டு, கண்ணும் கருத்துமாகத் தன் குழந்தையைப் போல பயிரைப் பாதுகாக்கிறார் ஒரு விவசாயி. ஆனால், நாமோ நம் வீட்டில் வளரும் குழந்தைகளைப் பிளாஸ்டிக் பூக்களாக வளர்க்கிறோம். முப்பது வருடங்களுக்கு முன்பு வரை வீட்டில் நிறைய மனிதர்கள் இருந்தார்கள். தாத்தா, பாட்டி, சித்தி, சித்தப்பா, அத்தை, மாமன், என்று திரும்புகிற பக்கமெல்லாம் அன்பு செலுத்த, அரவணைக்க நிறைய சொந்தங்கள் இருந்தனர். இன்று மனிதர்கள் இருந்த இடங்களில் எலெக்ட்ரானிக் சாதனங்கள் வந்துவிட்டன.

கதை சொல்ல வேண்டிய பெரியவர்கள், தொலைக்காட்சி நாடகங்களில் மூழ்கிக்கிடக்கிறார்கள். குழந்தைகளோ, டீச்சர்களின் பிரம்படிகளுக்குப் பயந்து ஹோம் ஒர்க் செய்துகொண்டு இருக்கிறார்கள். அப்பாவும் அம்மாவும் அலுவலகத்தில் ஓடாய் உழைத்து பிள்ளைக்குப் பணம் சேர்த்துக்கொண்டு இருக்கிறார்கள். இப்படி ஒவ்வொரு உறவும் தனித்தனித் தீவாக இருப்பதில் தொடங்குகிறது சிக்கல்.

குழந்தைகள்தான் ஒரு சமூகத்தின் கண்ணாடி. எல்லா நன்மைகளையும் எல்லா தீமைகளையும் அவர்கள் நம் கண்ணுக்கெதிரில் அப்படியேபிரதிபலிப்பார்கள். துரோகம், சுயநலம், வஞ்சகம் என ஒரு சமூகத்திடம் இருக்கும் எல்லா நோய்களும் குழந்தைகளுக்கு எளிதில் தொற்றக்கூடிய தொற்றுவியாதிகள். குழந்தையின் முன்னால் பெற்றோர் எப்படி நடந்துகொள்கிறார்களோ அதே போல இரண்டு மடங்கு, குழந்தைகள் பிரதிபலிப்பார்கள். ஏனென்றால் 'போலச்செய்தல்' என்பதுதான் குழந்தையின் உளவியல்.

உணவில் உப்பில்லை என்று தட்டை அப்பா தூக்கி எறிந்தால், குழந்தையும் தூக்கி எறியத்தான் செய்யும். அப்பாவை அடிக்க முடியாத அம்மா, குழந்தையை அடித்து நொறுக்குவாள். இப்படித்தான் வன்மம் ஆரம்பிக்கிறது. தூக்கி எறிந்தால் தனக்கு வேண்டியது கிடைக்கும் என்று குழந்தையின் மனம் நம்பும். ஒரு சாக்லெட் தனக்குக் கிடைக்கவில்லை என்றாலும் ஊரையே கூட்டி அழுது அடம்பிடிப்பதும், கையில் கிடைத்ததைத் தூக்கி எறிவதும் குழந்தையின் பழக்கம் என்று சொன்னால், மனநல ஆலோசகர்கள் குழந்தைக்குப் பதில் அதன் பெற்றோருக்குத்தான் முதலில் ஆலோசனை வழங்குவார்கள்.

த.செ. ஞானவேல்

குழந்தை வளர்ப்பு ஒரு அற்புதமான கலை. நம்மில் பலருக்கு அது கைவருவதே இல்லை. அதனால்தான் குற்றங்கள் நிறைந்ததாக இருக்கிறது சமூகம். கடனுக்கு கல்யாணம் செய்து, கடமைக்குப் பிள்ளை பெற்று வளர்க்கிறோம். கடனுக்கும், கடமைக்கும், கலைக்கும் நிறைய வேறுபாடு இருக்கிறது. குழந்தை வளர்ப்பு என்பது பெண்களுக்கே உரிய பொறுப்பென்று காலங்காலமாகச் சொல்லிவருகிறோம். பொறுப்பின்மையைத் தந்தைகள் ஒட்டுமொத்தக் குத்தகையாகக் கேட்பதில் என்ன அறிவுடைமை இருக்கிறது என்று எனக்குப் புரியவில்லை. இரண்டு பேரின் சமமான பங்களிப்பும் ஒவ்வொரு குழந்தைக்கும் தேவை. ஒரு குழந்தையிடம் அன்பு செலுத்த நேரமற்ற தாயும், தந்தையும் எவ்வளவு பணம் சம்பாதித்தாலும் அது விழலுக்கு இறைத்த நீர்தான். கவனம் வேண்டும், அன்பு குறைகிற இடம்தான் அத்தனை குற்றங்களுக்கும் ஆரம்பம்!

மீண்டும் சொல்கிறேன், ஒரு குழந்தை திருடினால், பொய் பேசினால், ஏமாற்றினால், கீழ்ப்படிய மறுத்தால், அந்தத் தவறு குழந்தையின் மீதல்ல. குற்றம், குடும்பத்துடையது. அதைச் செயல் படுத்துகிறார்கள் குழந்தைகள். நம்முடைய தேவைகள் பெருகிக்கொண்டே போகின்றன. அந்த அவசரத்தில் பிள்ளைகளின் தேடல் நம் கண்களுக்குத் தெரிவதில்லை. வளர வளர அறிவுத் தேடலில், தவிக்கிற குழந்தைகளை நம் தேவைகள் புரிந்துகொள்ளவிடாமல் தடுக்கின்றன. புலன் அனுபவம் ஒரு குழந்தையின் அடிப்படைத் தேவை. ஐம்புலன்கள் மூலமும் இந்த உலகத்தை அறிந்துகொள்ளும் ஆசையில் ஒவ்வொரு குழந்தையும் வளர்கிறது. ஆனால், பெரும்பாலும் தனிமைதான் பரிசாக அந்த வேட்கைக்குக் கிடைக்கிறது.

அப்பாவின் மடியில் உட்கார்ந்து காபி டம்ளரின் சூட்டை தன் விரல் வழி உள்ள நரம்புகளின் வழியாகச் சூட்டின் சுவையை குழந்தை உள்வாங்குகிறது. காய்களின், பருப்பின் மணத்தை நுகர்ந்து உள்வாங்குகிறது. 'இது பச்சை நிறம், இது சிவப்பு, இது ஊதா நிறம்' என்று அருகிலிருந்து குழந்தையின் கண் புலனை விரிவாக்கும் பொறுமையைப் பெரும்பாலான பெற்றோர் இழந்துவிட்டனர். தான் விரும்பிப் பார்க்கும் சீரியல் நேரத்துக்கு முன்பாக தன் பிள்ளையின் வயிற்றில் எப்படியாவது உணவைத் திணித்துவிட வேண்டும் என்றால், பசித்துப் புசிக்கிற பழக்கத்தை பிள்ளைகளுக்குத் தர மறுக்கிறோம் என்பதுதானே அர்த்தம்!

வருங்காலத் தலைமுறையின் அனைத்துப் புலன் உணர்வுகளையும் மறுத்துவிட்டு, பாலுணர்வை மட்டுமே அதிகம் தூண்டுகிற தொலைக்காட்சியின் முன்பு பல மணி நேரம் செலவழிக்கிறார்கள் நம் பிள்ளைகள். அதுவும் பெற்றோர்களின் சம்மதத்தோடு நடக்கிறது. 'மம்முத ராசா' பாட்டுக்கு நம் பிள்ளைகள் நடனமாடுவதைப் பெருமையுடன் சொல்லிக்கொள்கிற குடும்பம், அதை மேடை நிகழ்ச்சியாக அரங்கேற்றுகிற பள்ளிகள் இருக்கிற சமூகம் ஆபத்தல்லவா?

தான் யாருக்காக உழைக்கிறோமா, எந்தப் பிள்ளையிடம் அளவிட முடியாத அன்பை வைத்திருக்கிறோமா அந்தப் பிஞ்சுகளின் உணர்வுகளை நாம் புரிந்துகொள்வதே இல்லை. ஒரு தாளில் தனக்குத் தெரிந்ததை வரைகிற குழந்தையை, 'கிறுக்காத சனியனே' என்று திட்டுகிறோம். அந்தக் 'கிறுக்கல்' களில் இருந்துதான் பிகாஸோ உருவானார் என்பது வரலாறு. நாக்கை நீட்டி கண்களை அகலமாக்கி பயமுறுத்துகிற குழந்தையிடம், பயப்படாமல் இருப்பது நம் ரசனையின் மையைக் காட்டுவதாகும். தட்டுத்தடுமாறி எழுந்து நிற்கிற ஒரு

குழந்தையைக் கைதட்டி வரவேற்று உற்சாகப்படுத்தாமல், ' விழுந்துடுவே' என்று நம் அன்பை வெளிக்காட்டினால், குழந்தையின் எதிர்காலமும் சோர்ந்து முடங்கிவிடும். ஒவ்வொரு குழந்தையும் ஒப்புயர்வற்ற படைப்பாளிகள். கல்லையும் மண்ணையும் வைத்து எட்டு வகைப் பதார்த்தங்களுடன் அறுசுவை உணவை மனதிலே சமைத்துவிடுகிற சாமர்த்தியசாலிகள். ஆனால், நாமோ குழந்தைகள் ஆக்குகிற மண் சோற்றில் கல் கண்டுபிடிக்கிற புத்திசாலிகளாக இருப்பது சரியல்லவே.

பெரும்பாலான குழந்தைகளுக்கு வெளிச்சமும், விசாலமான உலகமும் பரிச்சயமே இல்லை. வீட்டின் முன்னால் வளர்கிற வேப்பமரத்தைக் காட்டி, அதன் இலைகளை, கிளைகளை, பயன்களைச் சொல்லித்தராமல் புத்தகங்களில் உள்ளவற்றை மனப்பாடம் செய்யவே வற்புறுத்துகிறோம். மதிப்பெண்கள் வாங்குவதுதான் வாழ்க்கை என்று அந்தக் குழந்தைகளை நம்பவைக்கிறோம். வீட்டின் புழக்கடையில் உள்ள வாழையை நேசிக்கச் சொல்லித்தராமல் விட்டுவிட்டால், பிள்ளைகள் வாழ்க்கையையே நேசிக்கத் தெரியாமல் ஆறாம் வயதில் தற்கொலை செய்வது பற்றி யோசிக்கத்தான் செய்வார்கள்.

வீட்டுக்கு உள்ளேயும் பள்ளிக்கு வெளியேயும் இருக்கிற உலகத்தின் அருமையை முதலில் பெற்றவர்கள் உணர வேண்டும். 90 மதிப்பெண் எடுத்த குழந்தையிடம், 'ஏன் 95 மார்க் வாங்கலை, அதுக்கா இவ்ளோ ஃபீஸ் கட்றேன்' என்று கண்டித்தால், அந்தக் குழந்தை வாழ்க்கையிலேயே ஃபெயிலாகிவிடும். அந்த வசைப்பாடல், குழந்தையின் சுயகௌரவத்தை தூக்கில் ஏற்றுகிறது என்பதைப் புரிந்துகொள்ளுங்கள். குழந்தை இருக்கிற, வளர்கிற, பயில்கிற, உலவுகிற இடம் உற்சாகம் ஊட்டுகிற, தன்னம்பிக்கை வளர்க்கிற சூழ்நிலையுடன் அமைவது அவசியம்.

தனிக்குடித்தனக் கலாசாரத்தால் நாம் இழந்த நன்மைகளில் ஒன்று, குழந்தைகளுக்கான சுற்றத்தின் அரவணைப்பு. அப்பா, அம்மா இரண்டு பேரும் வேலைக்குப் போகிற வீடுகளில், குழந்தைக்குக் கிடைத்த தீமைகளில் ஒன்று, தனிமை. காலத்தின் தேவைக்கேற்ப மாறத்தான் வேண்டும். ஆனால், மாறவே கூடாத நல்ல விஷயங்களில் ஒன்று அன்பும் அரவணைப்பும்.

'எந்தக் குழந்தையும் நல்ல குழந்தைதான் மண்ணில் பிறக்கையிலே, அவர் நல்லவராவதும், தீயவராவதும் அன்னை வளர்ப்பினிலே' என்ற பாடலை எழுதியவர் புலமைப்பித்தன் என்றுதானே நினைப்பீர்கள். இல்லவே இல்லை, அந்தக் கவிஞனின் பெயர் கடவுள்!

த.செ. ஞானவேல்

20. நன்மாறன்

மேனாள் சட்ட மன்ற உறுப்பினர், மார்க்சிஸ்ட் கம்யூனிஸ்ட் கட்சி.

'இந்தியாவைச் சுற்றி மூன்று பக்கம் கடல், நான்கு பக்கம் கடன்' என்று கவிதை எழுதும் நிலை இன்னும் இருந்தால், நாட்டைப் போலவே மக்களும் கடனாளியாகத்தான் இருப்பார்கள். தனிநபர் வருமானம், தனிநபர் சேமிப்பில் இந்தியா உலக அளவில் 137-வது இடத்தில்தான் இருக்கிறது.

கிராமப்புறங்களில் 100-க்கு 55 பேர் கூலி உழைப்பாளர்களாக இருக்கிறார்கள். பொருள் 'சேமிப்பு' எல்லாரிடமும் இருக்கிறவரையில், நமக்குச் சிக்கல் இல்லை. ஆனால், ஒரு குறிப்பட்ட கூட்டம் பொருள் 'சேர்க்க' சாதாரண மக்களின் 'சேமிப்பில்' யுத்தம் தொடுத்தது. பிரிட்டிஷ்

காலத்தில் நாமெல்லாம் அடிமைகள். சுதந்திர காலத்தில் நமக்குப் பெயர் 'நவீன' அடிமைகள்!

முப்பது வருடங்களுக்கு முன்பிருந்த பாதுகாப்பான வாழ்க்கை, இந்தத் தலைமுறைக்குக் கிடைக்கவில்லை. வெயிலுக்கும் மழைக்கும் ஒதுங்க ஒரு கூரை, குடிக்கக் கூழ், உடுத்த உடை என்று அடிப்படைத் தேவைகளுக்குப் பஞ்சமில்லாமல் வாழ்ந்திருக்கிறோம். ஷுகர், ப்ளட் ப்ரஷர், கொலஸ்ட்ரால், மூக்குக்கண்ணாடிகள், வைட்டமின் மாத்திரைகள் என்று சின்ன மெடிக்கல்ஷாப்பை வீட்டுக்குள் வைக்கவேண்டிய அவசியம் இல்லை. இப்போது வரவுக்கு மீறிய செலவினங்களோடு வளர்கிறார்கள் இளைஞர்கள். பேராசை இருக்கிற இடத்தில் பெரும் அவஸ்தை இருப்பது தவிர்க்க முடியாது.

ஒரு நாளின் காலை வேளையில் கடன் வாங்குவதா என்று கூச்சப்பட்ட தமிழ்ச் சமூகம், இன்று ஒரு வருடத்தின் முதல் நாளையே கடனிலிருந்துதான் ஆரம்பிக்கிறது. 'புத்தாண்டுச் சிறப்புத் தள்ளுபடி' என்பது சலுகை அல்ல, சுரண்டல்! இதோ, ஆடி மாதம் வந்துவிட்டது. எந்த நேரத்திலும் தமிழையும், தமிழர்களையும் திரும்பிப் பார்க்காதவர்கள், வியாபாரத்துக்காகத் தமிழ் மாதத்தின் பெயர் சொல்லி 'ஆடிக் கழிவு' தருகிறார்கள். மதர்ஸ் டே, ஃப்ரெண்ஷிப் டே, லவ்வர்ஸ் டே என்று எல்லா தினங்களிலும் கிரெடிட் கார்டு அதிகம் பயன்படுத்தப்படுகிறது. 'பழைய பொருளைத் தந்துவிட்டு புதுப் பொருளை வாங்கிக்கொள்ளுங்கள்' என்னும் எக்ஸ்சேஞ்ச் ஆப்பர், நம் சேமிப்பைப் பன்னாட்டு நிறுவனங்கள் எக்சேஞ்ச் செய்துகொள்கிற குயுக்தியான தந்திரம். விளம்பரங்களில் கிறங்கிப் பொருட்களை வாங்கிக் குவித்துவிடுவதால், வருடம் முழுவதும் உழைத்தாலும் அந்தக் கடனைத் திருப்பிச் செலுத்த முடிவதில்லை.

த.செ. ஞானவேல்

மனமும், உடலும் சோர்கிற அளவு உழைப்பதால், கூடவே மருந்து செலவினங்களும் வந்து சேர்கின்றன.

ஒரு காலத்தில் எறும்புகளைப் போல இருந்தார்கள் நம் மனிதர்கள். 'வரும் முன் காப்பது' அவர்களுக்கு இயல்பான பழக்கமாக இருந்தது. சொல்லப்போனால், சேமித்தலை ஒரு வாழ்க்கை முறையாக கொண்டிருந்தவர்கள் அவர்கள். வீட்டில் வளர்கிற ஒவ்வொரு சிறுவருக்கும் ஒரு கன்றுக் குட்டியோ ஆட்டுக்குட்டியோ பொறுப்பில் ஒப்படைக்கப்படும். அவை அந்தச் சிறுவர்களின் செல்லப்பிராணிகள்.

தனக்குக் கிடைக்கிற தின்பண்டங்களிலும் தன் செல்லப் பிராணிகளுக்குப் பங்கு வைப்பார்கள். மேய்ப்பது, குளிப்பாட்டுவது, பராமரிப்பது எல்லாம் அவர்களுடைய வேலை. அந்தப் பிராணிகளும் அந்தச் சிறுவர்களோடு சேர்ந்தே வளரும். கால்நடைகள் 'செல்வங்கள்' என்பது எல்லோருக்கும் தெரிந்த உண்மை. இன்று, உயிரற்ற எலெக்ட்ரானிக் பொருட்களை வாங்கிக் குவித்து, குழந்தைகளை ஓர் உயிருடன் வளர்கிற அழகை, அனுபவத்தைக் கொடுத்துவிட்டோம்.

'சேமிப்பு' என்றால் வெறும் பணத்தை மட்டும் சேமிப்பது என்று அர்த்தம் ஆகாது. நல்ல குணங்களை, வாழ்க்கை முறையை, பண்பாட்டை சேமிக்கத் தெரிந்த சமூகம்தான் வளரும். மூத்த தலைமுறையின் அனுபவங்களைத் தொலைத்துவிட்டு, எதையும் சேமிக்க முடியாது. 'மின்சாரம் சேமிப்போம், மழை நீர் சேமிப்போம், எரிபொருள் சேமிப்போம்' என்று பிரசாரம் செய்வதற்குப் பெரும் பணத்தை செலவழிப்பதைத் தவிர வேறு பலன் எதுவும் கிடைக்காது. 'சேமிப்பு' ஹாபி அல்ல வாழ்க்கை!

ஒரு பஞ்சாலைத் தொழிலாளியின் மகன் நான். மாதச் சம்பளத்தில்தான் வாழ்க்கை நடத்த வேண்டும். ஒரு மாதத்துக்குத் தேவையான மளிகைச் சாமான்களை ஸ்டோரில் வாங்கி விடுவார் அப்பா. வருமானத்தில் பெரும்பங்கு வீட்டுக்கே வராது. அந்த வருடத்துக்குத் தேவையான புதுத் துணி எடுப்பது முதல் படிக்கிறவர்களுக்குப் புத்தகங்கள் வரை எல்லாமே வருமானத்துக்குத் தகுந்தாற்போல் தீர்மானிக்கப்படும். நாங்கள் ஆசைக்கு ஏதேனும் கேட்டாலும், 'விரலுக்கேத்த வீக்கம் வேணும்பா' என்று யதார்த்தத்தைச் சொல்லிக்கொடுத்தது வீடு. 'கடன் வாங்குவது அவமானம்' என்பது எங்களுக்கெல்லாம் எந்தப் பெரியவரும் சொல்லாமலேயே விளங்கியது. ஆசைக்கு வாழாமல், தேவைக்கு வாழ வேண்டும் என்பதைப் பொன்மொழியாகச் சொல்லி வைக்காமல், வீட்டுப் பெரியவர்கள் எங்கள் கண்ணெதிரே வாழ்ந்து காட்டினார்கள்.

'வயக்காட்டுல பாம்பு கடிச்சிடுச்சு' னு ஒரு அலறல் கேட்கும்போதே, அம்மா எங்கிருந்தோ சில கசங்கிய ரூபாய் நோட்டுகளை எடுத்து வருவாள். எந்த ஜேப்படி திருடர்களின் கண்களுக்கும் அகப்படாத சுருக்குப் பைகளை வைத்துக்கொண்டு இருப்பார்கள் கிழவிகள். பெரியவர்களை மதிக்க வேண்டும், உடல் உழைக்கவேண்டும், மனிதர்களை, வீட்டு விலங்குளை நேசிக்க வேண்டும் என்பன போலவே சேமிப்பதும் எங்களுக்குப் பழக்கமாக இருந்தது. தெருவின் முனையில் ஒரு பங்க் கடை இருக்கும். அதில் எனக்குக் கிடைக்கிற பத்து பைசாக்களை ' அட்டை' கட்டிப் பத்து ரூபாய் சேமிக்க இரண்டு மாதம் எடுக்கும். 'நான் சேமித்த பணம்' என்ற பெருமையோடு நான்கு மாதம் அதைச் செலவழிக்காமல் வைத்திருப்பேன். எனக்கு பாடப்புத்தகங்கள்

வாங்க அந்தப் பணம் பயன்படும். சேமிக்கக் கற்றுக்கொடுத்ததைப் போலவே, செலவழிக்கும் முறையையும் கற்றுத் தந்தார்கள்.

' மரம் அமைதியாக இருந்தாலும், காற்று அதை விடுவதில்லை' என்று சொல்வார் மாவோ! மக்கள் மாறிவிட்டனர் என்று புலம்பித் தீர்ப்பதில் பயனில்லை. தலைவர்கள் மாறிவிட்டார்கள் என்பதுதான் நம் ஆணிவேர் பிரச்னை. ' கோன் உயரக் குடி உயரும்' என்பதுதான் யதார்த்தம். நாட்டின் பொருளாதாரக் கொள்கைகள் மேல் தொலைநோக்குச் சிந்தனை எதுவும் இல்லாமல், ஆத்திர அவசரத்துக்கு நிலைமையைச் சமாளித்தால் போதும் என்று நினைக்கிறது அரசு. ' பில் கிளிண்ட்டன் வருகிறார். பிச்சைக்காரர்களைச் சிறையில் அடையுங்கள்' என்று போலி கௌரவம் பார்த்த ஆந்திர அரசின் ஆட்சியில் வாழ்ந்த விவசாயிகள், கடன் தொல்லை தாங்காமல் தற்கொலை செய்து கொண்டார்கள். பிச்சை எடுத்து வாழ வேண்டிய சூழலை வைத்திருக்கும் ஆட்சியாளர்கள், அதைச் சரிசெய்ய முன்வராமல், அமெரிக்க அதிபருக்கு முன்னால் மானம் போகக் கூடாது என்று சுறுசுறுப்பாக வேலை பார்க்கிறார்கள். நாம் பிச்சை எடுப்பதற்கும், அவர்கள் அதிபர்களாக இருப்பதற்கும் தொடர்பு இருக்கிறது என்பது ஆட்சியாளர்களுக்கே புரியாதபோது, மக்களுக்கு எப்படிப் புரியும்?

அதிகாரிகளைப் பற்றி வேடிக்கையாக ஒரு கதை சொல்வார்கள்.' கடந்த ஆட்சியின்போது கிணறுகள் வெட்ட ஆன செலவு' என்று கிணறுகள் வெட்டாமலேயே பெருந்தொகையைச் சுருட்டியிருப்பார்கள். அதைக் கண்டுபிடிக்க வந்தவர்கள் ' தேவையில்லாமல் வெட்டிய கிணறுகளை மூடியதற்கு ஆன செலவு' என்று ஒரு பங்கைச் சுருட்டிக் கொள்வார்கள். இதில் பலியாடுகள் அப்பாவிப் பொதுமக்கள்தான். மக்களின் அறியாமையோடு ஆட்சி

அதிகாரம் விளையாடுகிறது. நாம் வெட்டப்படுகிறோம் என்று தெரியாமலேயே கழுத்தை நீட்டுகிறோம். பாட்டனும், பூட்டனும் பண்படுத்திய வயலை விற்றுவிட்டு கார் வாங்குகிறோம். மறு உற்பத்தித் தருகிற ஒரு செல்வத்தை விற்று, அடுத்த மாதம் விற்றாலே பாதி விலைக்குப் போகிற பொருளை வாங்குவது எப்படி அறிவுடைமை ஆகும்?

'உலக வங்கி' சாலைகள் போடவும், பாலங்கள் கட்டவும் கோடிகோடியாகப் பணத்தை வாரி வழங்குகிறது. நமது அரசாங்கங்களும் பல்லை இளித்துகொண்டு கடன் வாங்கி, 'நல்லாட்சி' தந்த நல்லவர்களாகப் பிரசாரம் செய்கிறார்கள். சாலைகளும், பாலங்களும் எல்லாக் கிராமங்களையும் சென்றடைந்தால், அதில் உள்நோக்கம் எதுவும் இல்லை என்று நம்பலாம். இரண்டு சக்கர வாகனங்களையும், கார்களையும் கடன் பெற்று வாங்குகிற மக்கள் இருக்கிற இடங்களில் இந்த 'முன்னேற்ற' வசதிகள் வந்து குவிகின்றன.

நம் நாட்டின் உண்மையான வளர்ச்சியை விரும்புகிறவர்கள், ஏன் விவசாயம் செய்ய, தொழில் தொடங்க பணம் தருவதில்லை. மாடு வாங்க லோன் கேட்டு எந்த வங்கியை அணுகினாலும், அவமானம்தான் முதல் பரிசாகக் கிடைக்கும். ஆனால், கார் வேண்டும் என்று நீங்கள் கேட்கக் கூட வேண்டாம்...'சார், கார் வேணுமா?' என்று கேட்டு முடிந்து, நாம் யோசிப்பதற்குள் கார் நம் வீட்டின் முன் நிற்கிறது. 'இந்தியா இருந்த சிறப்புகளையும் இழந்து, புதிய சிறப்புகளையும் பெற முடியாமல் தவிக்கிறது' என்று மார்க்ஸ் சொன்னது இன்னும் அர்த்தம் மாறாமல் இருக்கிறது. ஆதிக்க நாடுகளும், உலக வங்கியும் நம் மக்களின் சேமிப்புப் பழக்கத்தின் மீது குறிவைத்துத் தகர்த்துவிட்டன. அந்நிய சக்திகளின் இந்தப் பகிரங்கச் சுரண்டலுக்கு நம் அரசுகள் மாறி

மாறிப் பாதுகாப்பு வழங்கின. நமக்கான பொருட்களை நாமே உற்பத்தி செய்துகொள்ள அனுமதிக்காமல், அவர்கள் உற்பத்தி செய்கிற பொருட்களை வாங்கி ' ஆதரவு' தருகிற சர்வதேச சூழ்ச்சிக்கும் எல்லோரும் உடந்தையாக இருக்கிறோம். மக்கள் முதலீடு செய்கிற அரசுத்துறை வங்கிகளில் 'டெபாசிட் வட்டி' யை பெருமளவு குறைத்தனர். மாறாக கடன் வாங்க, அதிக அளவு ஊக்கப்படுத்தினர்.

40% மேல் வறுமைக்கோட்டுக்குக்கீழ் வாழும் மக்களுள்ள நாடு, பெரிய முதலாளிகளுக்கு ' வாராக் கடன்களை' த் தள்ளுபடி செய்து, சிறு விவசாயிகளின் உடைமைகளை ஜப்தி செய்கிறது. தேசநலனற்ற கொள்கைகளை அமல்படுத்திவிட்டு, தேசப்பக்தர்களாக தங்களை தலைவர்கள் அடையாளம் காட்டிக்கொள்கிறார்கள்.

வருமானத்துக்கு ஏற்பச் செலவு செய்ய வேண்டும். மாறாக, வருமானமே இல்லாமல் செலவு செய்கிற கலாச்சாரம் இளைஞர்களிடம் பரவி வருகிறது. பிச்சை எடுப்பதைவிடக் கடன் மோசமானது என்பதை அவர்களுக்குச் சொல்லித் தர யாரும் இல்லை. வறுமை கடினமானது என்று தெரிந்த நமக்கு, கடன் கொடூரமானது என்பது புரியவே இல்லை. பொழுதுபோக்குக்காக டி.வி.பார்க்கிறோம் என்றுதானே நாம் நம்பிக்கொண்டிருக்கிறோம். ஆங்கிலத்தில்(குடிஞ ஆச்ஞிடு, குடதஞ தணீ ச்ணஞ் குடணிணீ)என்று சொல்லுவார்கள். பொழுதுபோக்கு என்பதே உங்களை எப்படியாவது கடன்காரனாக்குகிற முயற்சியாக அமைந்துவிடுகிறது. நாம் இயங்கிக்கொண்டிருக்கிற சூழ்நிலையைப் புரிந்துகொள்வது அவசரம். தேவைகளைப் பெருக்கி வாழ்க்கையைத் தொலைக்கிற அவலத்துக்கு உடனடியாக முடிவுகட்ட வேண்டும்.

குழந்தைகளுக்கு ஹெலிகாப்டர் வாங்கித் தருவதைவிட ஒரு உண்டியல் வாங்கித் தருவது மேலானது என்கிற மனப்பக்குவம் பெரியவர்களுக்கு வரவேண்டும். கடனற்ற, சேமிப்புள்ள வாழ்க்கையில் பெருமைப்படாமல், பெருமைக்காகக் கடன்படுவதும், சேமிப்பைத் தொலைப்பதும் அறிவுடைமை ஆகாது. ஆசைக்கு வாழப்போகிறோமா? தேவைக்கு வாழப்போகிறோமா? இந்தக் கேள்விக்கு விடை காண வேண்டிய தருணம் இது!

த.செ. ஞானவேல்

21. ஞாநி

பத்திரிகையாளர்

சென்னை மாநகரின் பாரிமுனைப் பகுதி. பள்ளி முடிந்து, சிறுவர்கள் கூட்டம் கூட்டமாக வருகிறார்கள். சட்டக் கல்லூரி சந்திப்பின் அருகே ஒரு பஸ்ஸும் மோட்டார் சைக்கிளும் நேருக்கு நேர் மோதுகின்றன.

பைக் ஓட்டி வந்த இளைஞர், பைக்கிலிருந்து சில அடிகள் உயரே தூக்கி எறியப்பட்டு விழுகிறார். இதைக் கண்ணெதிரே காணும் பள்ளிச் சிறுவர் கூட்டத்தில் ஒரு சிறுவன் உற்சாகமாக எம்பிக் குதித்து "ஹை... சூப்பர் ஆக்ஸிடெண்ட்!" என்று கூவுகிறான்.

ராஜபாளையம் அருகே மம்சாபுரம் என்ற கிராமம். தீப்பெட்டி, பட்டாசுத் தொழிற்சாலைகளில் வேலை பார்க்கும் குழந்தைகள்

(அவர்களைத் தொழிலாளர்கள் என்று சொல்வதே தவறு.) அந்தி மயங்கும் வேளையில் கிராமத்துக்கு பஸ்ஸில் திரும்புகிறார்கள். உடனே வீட்டுக்கு ஓடாமல், குழந்தைகள் நலச் சங்கம் நடத்தும் மாலைப் பள்ளிக்கு ஆர்வத்துடன் ஓடுகிறார்கள். வகுப்பறைச் சுவரில், ஓர் அட்டை நிறைய காலிப் பெட்டிகள் ஒட்டப்பட்டு இருக்கின்றன. எது... என்ன... எதற்காக என்று குழந்தைகள் பதில் சொல்கிறார்கள்.

" இது டூத் பேஸ்ட்.. இது எதற்கு?"

" பல் தேய்க்க."

" ஏன் பல் தேய்க்க வேண்டும்?"

" பல் ஆரேக்கியமாக இருந்தால்தான், உடல் ஆரோக்கியமாக இருக்க முடியும்."

" இது என்ன பெட்டி?"

" சிவப்பழகு கிரீம்!"

திடுக்கிட்டு அந்தக் கறுப்பு நிலாக்களிடம் கேட்கிறேன். " இது எதற்கு?" சிவப்பாவதற்குத்தானாம். " விலை என்ன தெரியுமா?" பைசா சுத்தமாக சரியாகச் சொல்கிறார்கள். 'யாரெல்லாம் வாங்குகிறீர்கள்?' உயரும் கைகளெல்லாம் வளையல்கள் அணிந்த கறுப்புக் கரங்கள். நாளெல்லாம் தீக்குச்சி அடுக்கிய கைகள்.

" பையன்கள் உபயோகிப்பதில்லையா?"

"பொண்ணுங்கதான் சார் செவப்பா இருக்கணும்" என்று பத்துவயசுப் பையன்கள் சொல்கிறார்கள்.

தஞ்சாவூரில் ஒரு உயர் நடுத்தர வகுப்பு வீட்டுக்கூடம். உயிர்ப்புள்ள டெலிவிஷன் முன்னால் சிலைகள் போல அம்மா, மகள், அண்ணன், பாட்டி. காம இச்சையின் உச்சத்தில் 'தீப்பிடிபடிக்க தீப்பிடிக்க...' நிகழும் உடலிணைவின் அடையாள அசைவுகளுடன் ஆண், பெண் பிம்பங்கள் ஆடுவதை, உயிருள்ள சிலைகள் கண்கொட்டாமல் பார்க்கின்றன. திடீரென உடல் உபாதையில் தங்கை குரலெழுப்புகிறாள். "அண்ணா, நேப்கின் வாங்கிட்டு வந்து தர்றீங்களா?" அம்மாவும் பாட்டியும் அண்ணனும் இப்போது திடுக்கிடுகிறார்கள். அண்ணன் முகத்தில் தர்மசங்கடம். அம்மா முகத்தில் அருவருப்பு. பாட்டி, பேத்தியைக் கண்டிக்கிறாள். 'யார்கிட்ட எதைக் கேட்கறதுன்னு இல்ல? பக்கத்துலதானே கடை. நீயே போ!' மறுநொடி, டி.வி.யில் மூழ்குகின்றன மூன்று தலைகள். அங்கே தீ கொழுந்துவிட்டு எரிகிறது.

இதுதான் இன்றைய தமிழ்ச் சமூகம். ரத்தமும் வலியும் புரியாத பள்ளிச் சிறுவன், படிக்க வேண்டிய வயதில் கூலி வேலை பார்த்துக் கிடைத்த கூலியில் வீட்டுக்குக் கொடுத்தது போக மிஞ்சிய சில்லறையைச் சேமித்து அழகு கிரீம் வாங்கச் செலவழித்து, எப்படியும் சிவப்பாகிவிட விரும்பும் ஏழைச் சிறுமிகள், ஆபாச நடனத்துக்கு நம் வீட்டில் இடம் தருவோம், ஆனால், ஆரோக்கியம் பற்றிய பேச்சை ஒழுக்கக் கேடாகத்தான் நினைப்போம் என்று குழம்பிய மனதுடன் முழுக் குடும்பம்.

எப்படி நேர்ந்தது இது? யார் இதற்குப் பொறுப்பு? குடும்பம் முதல் அரசியல் வரை அதிகாரத்தில் உள்ள எல்லாரும் பொறுப்புதான் என்றாலும், அத்தனை பேருடைய சிந்தனையையும் சிந்திக்கும் முறையையும் வடிவமைக்கும் சக்தி எது?

தமிழ் மண்ணே வணக்கம்!

மீடியா!

குறிப்பாகப் பத்திரிக்கைகளும் தொலைக் காட்சியும்தான். இன்று இந்தியாவிலேயே மிக அதிக எண்ணிக்கையில் பத்திரிகைகள் விற்கும் மிகச் சில மாநிலங்களில் தமிழ்நாடும் ஒன்று. தொலைக்காட்சிப் பெட்டிகள், கேபிள் இணைப்புகள் மிக அதிகமாகப் பரவியிருக்கும் ஒரு சில மாநிலங்களில் தமிழகம் முதன்மையானது.

ஆனால், தமிழர்களுக்குப் படிக்கக் கிடைப்பது என்ன? பார்க்கக் கிடைப்பதென்ன? ஒரு சில விதி விலக்குகளை விட்டுவிட்டுப் பார்த்தால், பெரும்பாலும் குப்பைதான். டெலிவிஷனின் வருகையும், வீச்சும் தமிழ்ப் பத்திரிகை உலகத்தை நிலை குலையச் செய்தன. டெலிவிஷனுடன் போட்டி போடுவது எப்படி என்ற மலைப்பில், பொழுதுபோக்கு அம்சங்களை அதிகமாக, பிரமாண்டமாக நாமும் தர வேண்டும் என்று திசை மாறிப்போயின. பத்திரிகைகளின் பலமே அகல உழுவதைவிட, ஆழமாக உழுவதற்கான சாதனம் அது என்பதுதான். இந்த பலத்தைத் தியாகம் செய்துவிட்டுத்தடுமாறத் தொடங்கின பத்திரிகைகள்.

டெலிவிஷனோ, தான் தனியே ஒரு சக்தி வாய்ந்த சாதனம் என்பதை மறந்து, சினிமாவின் குளோனிங் ஆட்டுக் குட்டியாகத் தன்னை வடிவமைத்துக் கொண்டது. உலகத்தில் வேறு எந்த நாட்டிலும், தமிழ்த் தொலைக்காட்சிகளில் இடம் பெறும் அளவுக்கு சினிமா ஆக்கிரமிப்பதில்லை. சினிமாவுக்கு என்று தனி சேனல்கள் உண்டே தவிர எல்லா சேனலும் சினிமா கொட்டகையாக மாறும் அவலம் இங்கு மட்டும்தான்.

டெலிவிஷன் சொந்தமாகத் தயாரிப்பது தொடர்கள். பத்திரிகை சாதனத்திலிருந்து இரவல் வாங்கிய தொடர்கதை வடிவத்தில் டெலிவிஷன் அளிப்பது என்ன? சமூகத்தில் இருக்கும் அத்தனை கசடுகளையும் ரசிக்கத்தகுந்த விஷயங்களாகப் பார்வையாளர்களுக்கு முன்வைக்கின்றன. துரோகம், பொறாமை, கள்ளக் காதல், பெண்ணடிமைத்தனம் என்று சமூக மனித பலவீனங்கள் அத்தனையும் மீண்டும் மீண்டும் நமது மூளைக்குள் பதிவு செய்யப்படுகின்றன. கலையும் பொழுதுபோக்கும் மனிதரை இன்னும் உற்சாகப்படுத்தி, மனதை லேசாக்கி, கசடுகள் நீக்கி இன்னும் மேன்மையானவராக மாற்றுவதுதான்.

ஊடகங்களின் திசை தவறிய தடுமாற்றங்கள் எல்லாமே ஒரே ஒரு காரணம் காட்டி மட்டுமே நியாயப்படுத்தப்படுகின்றன. தொழில் நடத்த வேறு வழியில்லை. இப்படிச் செய்யாவிட்டால் விளம்பரம் கிடைக்காது. எது செய்தால் லாபமோ அதில் ஈடுபடலாம் என்பது சுயநலம். எது சரியோ அதைச் செய்வோம் அதை லாபகரமாக எப்படிச் செய்வது என்று வழிகள் கண்டுபடிப்போம் என்ற முனைப்பே பொதுநலம், சுயநலம் இரண்டையும் ஒன்றுக்கொன்று முரண் இல்லாமல் சாதிக்கும் வழியாகும்.

ஆனால், பத்திரிகைகளிடம் சில தர்மங்களை எதிர்பார்க்கிறார்கள் வாசகர்கள். சமூகத்தில் எதெதுவோ கெட்டுப்போய்விட்டது, அவை எப்படியா போகட்டும்... ஆனால், பத்திரிக்கைகள் கெட்டுப் போய்விடக் கூடாது என்ற எதிர்பார்ப்பு இன்னமும்கூட வாசகர் மனங்களில் பொதிந்திருக்கிறது.

வேறு எந்தத் தெழிலையும்விட, பத்திரிக்கைத் தொழில்தான் மக்கள் நலன்களுக்குக் கேடயமாக விளங்கும் தொழில் என்ற நம்பிக்கையும் எதிர்பார்ப்பும்தான் பத்திரிக்கைகளின் கருத்துச் சுதந்திர உரிமைக்கே அடித்தளமாக இருக்கிறது. சுமார் 200 ஆண்டுகளுக்கு முன்பு இந்தியாவின் முதல் செய்தித்தாளைத் தொடங்கிய ஹிக்கி, அதை ஆங்கிலேய அதிகாரிகளின் ஊழலை அம்பலப்படுத்தத்தான் தொடங்கினார் என்ற சரித்திர உண்மையே இந்த நம்பிக்கைக்கும் ஆரம்பம்.

ஆனால், நடைமுறையில் இன்று பத்திரிகைகளும், தொலைக்காட்சி நிலையங்களும் முற்றிலும் நுகர்வோருக்கான பண்டங்களைத் தயாரிக்கும் தொழில்களாக ஆக்கப்பட்டுவிட்டன. சோப்பு, ஷாம்பு, சமையல் எண்ணெய் போல பத்திரிகையும், டெலிவிஷனும் ஒரு சரக்கு என்றாகிவிட்டது. சமூகத்தின் தர்மங்கள், அறநெறிகளுக்கெல்லாம் மனசாட்சியாக இருந்த, இருக்க வேண்டிய பத்திரிகைத் தொழிலும், டெலிவிஷனும் சரக்காகும்போது, வாசகரும் பார்வையாளரும் நுகர்வோராக மாற்றப்பட்ட பின்னர், அந்த நுகர்வோர் எப்படிப்பட்ட நுகர்வோராகச் செயல்படுகிறார்கள்?

தெருமுனை மளிகைக் கடையில் ஒரு கிலோ சர்க்கரை வாங்கினால், அதில் 200 கிராம் ரவை கலந்திருந்தால், நுகர்வோராக என்ன செய்வோம்? கொதித்தெழுந்து கடைக்காரரிடம் போர் நடத்தி, நீதி கேட்போம். ஆனால், நமது பத்திரிகைகளும், டெலிவிஷன்களும் இதே போன்ற கலப்படச் சரக்குகளை அளிக்கும்போது என்ன செய்கிறோம்? கண்டுகொள்வதே இல்லை.

அதுவும் முழு உண்மையல்ல. கண்டுகொள்வதும் தப்புத் தப்பாகக் கண்டுகொள்கிறோம். ஒரு பத்திரிகையில், ஒரு பிரபல நடிகரின் அடுத்த காதலி கேரளத்திலிருந்து இறக்குமதியாகும் புது நடிகை என்று 'துப்பறிந்து' செய்தி வெளியிட்டால் பத்திரிகை அலுவலகத்துக்கு 200 வாசகர் கடிதங்கள் வந்து குவிகின்றன. அதே இதழில் இன்னொரு பக்கத்தில், தமிழகத்தில் ஏழு மாவட்டங்களில் நிலத்தடி நீர் வற்றிவிட்டதால், இன்னும் மூன்று ஆண்டுகளில் இங்கொரு தார் பாலைவனம் உருவாகப் போகிறது என்பதை ஆதாரங்களுடன் வெளியிட்ட கட்டுரைக்கு, வாசகரிடமிருந்து வரும் கடிதங்கள் இருபதுகூட இல்லை.

சராசரி நடுத்தர தமிழ்க் குடும்பத்தின் இன்றைய நிலை என்ன? கடன் வாங்கிக் கஷ்டப்பட்டுக் கட்டும் வீட்டில் ஃப்ரிஜ் வைக்க ஒரு அறை, வாஷிங் மெஷினுக்கு இன்னொரு அறை, டி.வி. வைக்க மர கேபினெட். ஆனால், வீட்டில் படித்தவர்கள் நான்கு பேர் இருந்தாலும், எல்லாருக்குமாகச் சேர்த்து புத்தகங்கள் வைக்க மூன்று அல்லது நான்கு தட்டு உள்ள அலமாரிதான். அதிலும் ஒரு தட்டை, கலைப் பொருட்கள் என்ற பெயரில் தூசி படிந்த கிளிஞ்சல் குவியல்கள் ஆக்கிரமித்திருக்கும்.

மாதம் நூறு ரூபாய்க்குப் பத்திரிகைகள் வாங்குவதும் இன்னொரு நூறு ரூபாய்க்குப் புத்தகங்கள் வாங்குவதும் குடும்ப வருமானம் 20 முதல் 25 ஆயிரம் வரை உள்ள நடுத்தரக் குடும்பங்களுக்கு நிச்சயம் சுமையல்ல. ஆனால், வீட்டில் பொருளாதாரத் தட்டுப்பாடு வருவது போல் தோன்றினதுமே, முதலில் வெட்டு பத்திரிகைக்குத்தான். காபிக்கோ, டீக்கோ அல்ல! நூறு ரூபாய்க்கு பத்திரிகை வாங்குவதற்கு பதில் கேபிள் இணைப்பு கொடுத்துவிட்டால் போதும் ஐம்பது சேனல் கிடைக்கும் என்று சமாதானம் சொல்லிக்கொள்வார்கள். ஆனால், அந்த

ஐம்பது சேனலில் அறிவியல், சரித்திரம், சுற்றுச்சூழல் தொடர்பான நிகழ்ச்சிகளுக்கென்றே இருக்கும் சேனல்களைப் பார்ப்பது பாவச்செயல் என்று கருதுகிறது தமிழ்ச் சமூகம். சினிமா, தொடர் இரண்டைத் தவிர, தமிழ்ச் சமூகம் விரும்பும் ஒரே டி.வி.நிகழ்ச்சி, ஓயாமல் யாராவது பேசிக்கொண்டே இருக்கக்கூடிய அரட்டை, பட்டிமன்ற பாணி நிகழ்ச்சிகள்தான். தமிழர்களைப் போல ஓயாத பேச்சின் ஒலியிலேயே தன்னை அழித்துக்கொண்டு அறிவுத் தற்கொலை செய்யும் சமூகம் உலகில் வேறெங்கும் இல்லை.

கடந்த தலைமுறைகளில், தமிழ் மீடியாவுக்கு ஆழம் இருந்தது. சமூக அக்கறை இருந்தது. ஆனால், அதனிடம் நவீனத் தொழில் நுட்பமும், தேர்ச்சியும்இருக்கவில்லை. அடுத்த தலைமுறையிடம் தொழில்நுட்படும் தேர்ச்சியும் வந்த வேளையில், அது சமூக அக்கறையையும், ஆழமான தேடலையும் தொலைத்துவிட்டது.

இன்று தமிழில் பிழையில்லாமல் எளிய வாக்கியங்களை எழுதும் ஆற்றல் உடைய இளைஞர்களைத் தேடிக் கண்டுபிடிக்கப் பெரும்பாடு படவேண்டியிருக்கிறது. கற்பனையும் படைப்புத்திறனும் உடைய இளைஞர்கள் பலரும், மசாலா சினிமா தயாரிக்கும் மெஷினுக்கு நரபலியாக நிவேதனம் செய்யப்படுகிறார்கள். மசாலா சினிமாவில் 'ஜெயிக்கும்' ஒவ்வொரு இளைஞரின் காலடிக்குக் கீழேயும் நூறு அறிவாளி இளைஞர்களின் பிணங்கள் மிதிபடுகின்றன. இதை மாற்றாவிட்டால், தமிழ்ச் சமூகம் தாய்ப்பாலே குடிக்காமல் பவுடர் பாலிலேயே வளர்ந்த சவலைக் குழந்தையாக இன்னும் இளைத்துப்போகும்.

எட்டாம் வகுப்பிலிருந்தே ஒவ்வொரு சிறுவனும் சிறுமியும் தினசரி பத்திரிகைகள் படிக்கவும், டெலிவிஷன் நிகழ்ச்சிகளைத் தேர்வு செய்து பார்க்கவும் பயிற்றுவிக்கப்பட வேண்டும். இதற்கான மதிப்பெண் தேர்வு முறையில் சேர்க்கப்பட வேண்டும். மீடியாவைப் புரிந்துகொள்ளவும், நுகரவும், ரசிக்கவும், அலசவும், கண்டிக்கவும் போற்றவும் தமிழ்க் குழந்தைகள் கற்க வேண்டும். இல்லாவிட்டால், அவர்கள் பெரியவர்களாகும்போது, பத்திரிகை படிப்பதற்கும் டி.வி.பார்ப்பதற்கும் மாற்றாக தினம் மூன்றுவேளை ஒரு கேப்ஸ்யூல் விழுங்கினால் உலக அறிவும், பொது அறிவும் கிட்டிவிடுமா என்று கேட்கும் நிலைக்குத் தள்ளப்படுவார்கள்.

எந்தக் கேள்வியும் இல்லாமல், எந்த விமர்சனமும் இல்லாமல், கிடைப்பதை நுகர்ந்து வாழும் சமூகம் பிணங்களின் சமூகமாகிவிடும். மோசமான மீடியா ஆக்கிரமிக்கும் சமூகத்தில், அரசியலும், அறிவியலும், கலைகளும், மனித உறவுகளும் சகலமும் மோசமானதாகவே இருக்க முடியும்.

உயிர்ப்பும் மனிதமும் நிறைந்த தமிழ்ச் சமூகம் உருவாக வேண்டுமெனில், மீடியா பற்றிய நமது தேடல் இன்றே, இந்த நிமிடமே, இந்த நொடியே தொடங்க வேண்டும். ஆழ்கடலில் மூழ்கித் தேடினால் மட்டுமே முத்துக்கள் கிடைக்கும். சிரமப்படாமல் கரையில் நடந்தால் கிட்டுவது கிளிஞ்சல்கள் மட்டும்தான்.

தமிழா, தமிழா, உனக்கு எது வேண்டும்... முத்தா, கிளிஞ்சலா?

22 . தமிழருவி மணியன்

காந்திய மக்கள் இயக்கம்

உலக நாடுகளில் வல்லரசு மற்றும் பணக்கார நாடுகளைச் சேர்ந்தவர்கள் இல்லை நாம். பூலோகத்தையும் ஆகாயத்தையும் அளந்து பார்க்கிற அளப்பரிய கண்டுபிடிப்புகளைத் தமிழகம் தரவில்லை. தொழில்வளத்தில் உலகம் திரும்பிப் பார்க்கிற அதிசயம் எதுவும் தமிழர்கள் நிகழ்த்தவில்லை. பின், எதுதான் தமிழர்களின் அடையாளம்? தமிழ் செம்மொழியின் தகுதிதான் என்ன? உலகில் பல நாடுகள் வரலாற்றைப் படிக்க ஆரம்பித்த ஆரம்ப நாட்களிலேயே, தனக்கென தனி வரலாறே படைத்தவர்கள் தமிழர்கள் என்று சொல்லக்கூடிய தகுதியும் தரமும் நமக்கு எங்கிருந்து வந்தது?

அப்பாவிகளை ஏய்த்து வல்லரசு ஆகாமல், எளிமையாக இருந்து ஏழையாகவே வாழ்வது மேல் என்பதுதான் நம் முன்னோர் நமக்கு விட்டுச் சென்றிருக்கும் பாடம். சக மனிதனைப் பலவீனப்படுத்தியும் சுரண்டியும் பட்டாடை உடுத்துவதை விட, கந்தையானாலும் நேர்மையோடு கசக்கிக் கட்டுகிற கலாசாரம்தான் நமது பெருமை. ' பாலும் தெளிதேனும் பாகும் பருப்பும்' கடவுளுக்குத் தந்துவிட்டு, ' எனக்கு தமிழைத் தா' என்று கேட்ட பெருந்தன்மைதான் நம்முடைய தரம். ' ஒரு செயலைச் செய்வதன் மூலம் நமக்குப் பழி வருமெனில், உலகையே தந்தாலும் வேண்டாம். ஒரு சிறு நல்லகாரியத்தைச் செய்யும்போது வருகிற புகழுக்காக உயிரையே கொடுக்க நேர்ந்தாலும் மகிழ்ச்சி' என்று நற்செயல் செய்வதற்கான வாய்ப்புக்காக ஏங்கியவர்கள் தமிழர்கள்.

'என்னுடைய நல்ல காரியங்களுக்கு மட்டுமல்ல, தீய காரியங்களுக்கும், அதனால் ஏற்படுகிற விளைவுகளுக்கும்கூட நானே பொறுப்பு' என்று தன் தவறுகளைத் திரும்பிப் பார்க்கிற, நேர்மையாக ஒப்புக்கொள்கிற தீரமும் தரமும் தமிழர்களின் சொத்தாக இருந்தவரை, நாம் உலகத்தின் முன்பு தலைநிமிர்ந்தே நின்றோம்.

வால்மீகி ராமயணத்தில் ஒரு காட்சி... வானர அரசன் வாலி இறந்த பிறகு, அவனுடைய மனைவி தாரை, வாலியின் தம்பியாகிய சுக்ரீவனின் தொடைமேல் அமர்ந்திருப்பாள். கம்பர் தமிழில் ராமாயணத்தை எழுதும்போது, அந்தக் காட்சியைத் தமிழ்ப் பண்பாட்டுக்கு ஏற்ப மாற்றி அமைத்திருப்பார். தாயாக நினைக்க வேண்டிய அண்ணி உறவை மனதில்கொண்டு, சுக்ரீவனுடைய தாயாகவே காட்டி இருப்பார். காலங்களைக் கடந்த இந்தக் காப்பியப்

பண்பை நாம் நம் திரைப்படங்களின் மூலம் தொலைத்துக்கொண்டு இருக்கிறோம்.

'ஒரு தவறான படம் எடுக்கப்பட்டுள்ளது' என்று சமூகப்பொறுப்பு உள்ளவர்கள் குறிப்பட்ட ஒரு படத்தைப் பற்றி கண்டனம் தெரிவித்தார்கள். அதன்பிறகு, அந்தப் படம் முன்பைவிடவும் நன்றாக ஓடுவதாகச் செய்திகள் வருகின்றன. தமிழர்களின் மனதில் அழுக்கு சேர்ந்துவிட்டிருக்கிறது என்பதன் அடையாளம்தானே, தரங்கெட்ட படங்கள் நூறு நாள் ஓடி வெள்ளிவிழா கொண்டாடுவது? அந்த தரங்கெட்ட படத்துக்கு எதிராக தமிழ்ச் சமுதாயம் புரட்சி மூலம் ஆர்ப்பரித்து எழுந்திருக்க வேண்டும், அல்லது அகிம்சை முறையில் அந்தப் படத்தைப் பார்க்காமல் புறக்கணித்திருக்க வேண்டும். இரண்டும் இல்லாமல், அந்தப் படம் வெற்றிகரமாக ஓடுகிறது என்றால், நம்முடைய தரம் குறைந்துவிட்டது என்றுதானே பொருள்!

சமீப காலமாக ஊடகங்களில் அடிக்கடி வருகிற செய்திகள், மிகுந்த மனத் துயரை அளிக்கின்றன. ஆசிரியர்களில் சிலர் சமூக அவமானங்களாக இருக்கிறார்கள். மாணவர்கள் பேருந்தினுள் ஆபாசப் பாடல்கள் பாடி, பெண்களைப் பாலியல் சீண்டல்கள் செய்கிறார்கள். கணவன், மனைவிகளின் கள்ள உறவுகளின் கொலைப் பட்டியல் நீண்டுகொண்டே போகிறது. தான் காதலித்த பெண் வேறொருவனோடு சிரித்துப் பேசுவதைப் பொறுத்துக்கொள்ள முடியாமல், அவளைக் கொன்று தீர்க்கிற கல்லூரி ஹீரோக்கள் அதிகரித்துக்கொண்டே வருகிறார்கள். இதையெல்லாம் தடுத்து நிறுத்த வேண்டிய காவல் துறையிலும் கறுப்பு ஆடுகள். சேவை மனப்பான்மையோடு செய்ய வேண்டிய புனிதமான மருத்துவத் தொழிலிலும் கசாப்பு மருத்துவர்கள் கலந்திருக்கிறார்கள். கண்ணியமாக இருக்க வேண்டிய தலைவர்களே, கள்வர்களாக

த.செ. ஞானவேல்

இருக்கிறார்கள். மக்களுக்கு அறிவுரை சொல்ல வேண்டிய ஆன்மீகவாதிகளின் அந்தரங்க லீலைகளால், பூஜை அறைகள் பள்ளியறைகளாகிவிட்டன. இதையெல்லாம் கண்டித்து அறிவூட்ட வேண்டிய ஊடகங்கள், உணர்ச்சியூட்டி எரிகிற தீயில் பெட்ரோல் ஊற்றுகின்றன. எங்கே போய்க்கொண்டு இருக்கிறோம்?

மதமும் அரசியலும் சுயநலங்களின் ஊற்றுக்கண்களாக இருக்கின்றன. 'தனி மனிதர்களின் சுய நலமான வாழ்க்கை முறைதான் ஒழுக்கமின்மையின் ஆணிவேர்' என்றார் விவேகானந்தர். இன்ப நாட்டம், பொருள் தேட்டம் என்கிற தண்டவாளங்களின் மேல் நம் வாழ்க்கை பயணித்துக்கொண்டு இருக்கிறது. எந்த நேரத்திலும் விபத்துக்கு உள்ளாகும் பலவீனமான பாதை அது!

பொருள் சேர்ப்பது, வாழ்வின் அடிப்படைத் தேவைதான். நம் பேராசை, பொருள் குவிப்பதில் அதிக அக்கறை காட்டுகிறது.' ஒவ்வொருவனின் திறனுக்கும் ஏற்ப, தீது இல்லாமல் அறத்தின் வழிநின்று பொருள் சேர்க்க வேண்டும்' என்று அறிவுறுத்துகிறது திருக்குறள். ஆனால், மற்றவருடைய வீழ்ச்சியிலேனும் நமது வளர்ச்சி அமைந்துவிட வேண்டும் என்கிற எண்ணம் நம் பிள்ளைகளின் மனதில் நஞ்சாக விதைக்கப்படுகிறது.

பூனை குட்டி போட்டால், தாய்க்கு அதிகக் கவலை, பொறுப்பு! பத்திரமாக, வலிக்காமல் நம்மைத் தூக்கிக்கொண்டு போய்விடுவாள் தாய் என்கிற தைரியத்தில் இருக்கும் பூனைக் குட்டி! ஆனால், குரங்கினம் அப்படியல்ல. 'தன்னைப் பெற்றவள் எந்த நேரத்திலும் எந்த மரத்துக்கும், எந்தக் கிளைக்கும் தாவிவிடுவாள், உஷாராக இருக்க வேண்டியது நம் பொறுப்பு' என்று தாய்மடியைக் கெட்டியாகப்

பிடித்துக் கொள்ளும் குரங்குக் குட்டி. குரங்கிலிருந்து வந்த மனிதன், பூனை மனோபாவத்துக்கு வந்துவிட்டான்.

எல்லாவற்றையும் அடுத்தவர்கள் பார்த்துக்கொள்வார்கள் என்கிற பொறுப்பின்மையை வளர்த்துக் கொண்டுவிட்டான். மக்களின் தரம் தாழ்ந்ததால்தான், பொறுப்பு உணர்வு அகன்றதால்தான், தரமற்றவர்கள் தலைவர்களாகிறார்கள். 'வாக்காளர்கள் ஊமைகளாகவும், ஆள்பவர்கள் செவிடர்களாகவும் இருந்தால், நாடு நாசமாகும்' என்று எச்சரித்தார் மூதறிஞர் ராஜாஜி. அவரைப் பற்றி பள்ளி மாணவனிடம் கேட்டால், தெரியாது என விழிப்பான். அதுவே, மூன்றாம் தர சினிமாவில் நடிக்கிற யாரைப் பற்றிக் கேட்டாலும், உற்சாகமாக விசிலடித்து விவரிப்பான். பிள்ளைகளின் நோட்டுப் புத்தகங்களின் அட்டைகளில் காந்தி, பெரியார், நேரு, காமராஜர் இவர்களின் உருவங்களைப் போட்டால், அவை விற்பனை ஆவதில்லை என்று ஒரு கடைக்காரர் பேட்டி அளிக்கிறார். மாறாக, சினிமா நடிகர், நடிகைகளின் படங்கள் அச்சிட்ட நோட்டுப் புத்தகங்கள்தான் அதிகமாக விற்பனை ஆகின்றன என்றால், ஆரோக்கியமான, தரமான ஒரு தலைமுறையை எப்படி நாம் உருவாக்கப் போகிறோம்?

மக்களின் முன்னேற்றத்துக்காகத் திருமணம்கூடச் செய்துகொள்ளாமல், தன் வாழ்க்கையையே தியாகத்தால் செதுக்கிய பெருந்தலைவர் காமராஜரை, சட்டமன்ற உறுப்பினராக ஆகும் தகுதி இல்லாதவாறு தோற்கடித்துவிட்டோம். உண்மையில் அவர் தோற்கவில்லை, அன்று தோற்றது நம் நாடுதான். அதைக்கூட இன்னும் சரியாகப் புரிந்துகொள்ளாத பரிதாபத்துக்குரியவர்கள் நாம். கட்சிகளின் பின்னால் போகிற மந்தை மனோபாவம் நம்மிடம் இருக்கிறவரையில், நமக்கு நல்ல தலைவர்கள் கிடைக்கமாட்டார்கள்.

பொதுவாழ்வில் சுய நலமில்லாமல் வாழ்வதில் இருக்கிற மகிழ்ச்சி, அதை அனுபவித்தவர்களுக்குத்தான் தெரியும். புறமுதுகிட்டு ஓடுவதை புத்திசாலித்தனமாகக் கொண்டாடுவதை முதலில் நிறுத்துவோம். குறுக்குவழியில் வாழ்வு தேடுகிற குருட்டு சிந்தனைகளுக்கு ஒரு முற்றுப்புள்ளி வைக்கவேண்டிய காலத்தின் இறுதிக்கட்டத்தில் இருக்கிறோம்.

ஏழைப் பிள்ளைகளுக்குத் தருகிற சத்துணவு முட்டையிலும் அழுகிய முட்டைகளைச் சேர்க்கிறார்கள். அப்பாவிப் பிள்ளைகளின் உயிரோடு விளையாடி, அதில் கிடைக்கிற கமிஷனில் வாழ்கிற சொகுசு வாழ்க்கை மீது நமக்கே அருவருப்பு வராமல் போனால், நாம் மனிதர்கள் என்பதற்கு என்னதான் அடையாளம் இருக்கிறது, அநாதரவான விதவைக்கு அரசாங்கம் தருகிற சொற்பப் பணத்திலும் லஞ்சம் கேட்கிற அதிகாரிகளின் மனம் எப்படி ஆரோக்கியமாக இருக்க முடியும்?

எல்லாத் துறைகளிலும் இடைத்தரகர்களின் ஆதிக்கம் புகுந்துவிட்டது. கடவுள் விஷயத்திலும் இடைத்தரகர்கள்தான் கோலோச்சுகிறார்கள். நம்முடைய தேடல்களும், முயற்சிகளும் எவ்வளவு தூரம் வேண்டுமானாலும் கிளை பரப்பி நீண்டு செல்லலாம். ஆனால், வேர் நிலத்தில் ஊன்றுவதுதான் ஆரோக்கியமான மரத்துக்கு அடையாளம். 'உலகமே பொருளைத் தேடி ஓடுவதால், நானும் என்னிடம் இருக்கிற அன்பைத் தொலைத்துவிட்டு ஓடுகிறேன்' என்பது அறியாமை. ஒரு நாள். அன்பை நோக்கி நாம் திரும்ப வேண்டிய கட்டாயம் வரும். நமக்குத் தேவைப்படும்போது அது கிடைக்காது. நம்மிடம் இருந்ததையும் தொலைத்துவிட்டு, வழி தவறிய குழந்தையாக விழித்துக்கொண்டு நின்றிருப்போம்.

'ஒழுக்கம் உயிரினும் ஓம்பப்படும்' என்கிற அறம்தான், வாழ்வியல் தரம்! அதுதான் தமிழர்களின் வேர். 'பொருள்' மட்டுமல்ல மனித வாழ்வின் பொருள். காரணங்களைச் சொல்லி சூழ்நிலைச் கைதிகளாக இருந்தால், நமக்கு ஐந்தறிவு போதும். சூழ்நிலையைக் கைது செய்கிற ஆற்றல் இருந்தால்தான், நமக்கு ஆறாம் அறிவும் இருக்கிறது என்று அர்த்தம்!

23. ஜெயகாந்தன்

எழுத்தாளர்

'அணுகுண்டுக்கும் புத்தகத்துக்கும்

ஒரேயொரு வித்தியாசம்தான்!

அணுகுண்டு ஒருமுறைதான் வெடிக்கும்.

புத்தகம் திறக்கிறபோதெல்லாம் வெடிக்கும்!'

ஆம், வேறு எந்த கலைப் படைப்பாளியை விடவும் இலக்கியப் படைப்பாளிக்கு சமூகத்தில் கூடுதல் பொறுப்பு உண்டு. எழுதுபவன், கலைஞர்களில் சிறப்பானவன் என்பது என் கருத்து.

பிகாஸோவின் ஓவியங்களைவிட, பீத்தோவனின் இசைக் கோலங்களைவிட, ஹ்யூகோவின் ஒரு வாக்கியம், கதேயின் ஒரு கடைச்சொல், மக்களை ஆட்டிப் படைத்துவிடும். இசை, நடனம், ஓவியம், சிற்பம் எல்லாமே ஒரு கலை மாளிகையின் உட்பரிவுகள். அந்த மண்டபத்தின் மையத்தில் கொலுவீற்றிருக்கும் பேரரசி, இலக்கியமே ஆவாள். கலைகளின் தலைமைப் பீடம், இலக்கியமே!

ஒரு படைப்பாளன் என்பவன் எது பொய், எது மெய் என்று அறிந்து, எப்போது எழுதக் கற்றுக் கொள்கிறானோ, அப்போதுதான் அவனால் பொறுப்புடன் எழுத முடியும். எழுத்து என்கிற கலை, வருவாய்க்கும் கூலிக்கும் எழுதிப் பிழைப்பதற்கு அல்ல. படைப்பு என்பது பிழைப்பாகி பொய்யை எழுதித்தான் வாழ வேண்டும் என்கிற நிலை நேருமாயின், எழுதுவதை விட்டொழித்து, உடல் உழைப்பு மேற்கொள்வது உத்தமம்.

இப்படி நீ வாழ முடிந்திருக்கிறதா என்று கேட்கத் தோன்றலாம். என்னால் ஏற்க இயலாத ஒரு கருத்தை, எவ்வளவு நயமாகச் சொல்ல முடிந்தாலும், கலைநயத்துடன் எழுத்து கை கூடி வந்தாலும் என் இயல்புக்கு மாறான, என் நேர்மைக்குப் புறம்பான விஷயங்களை நான் எழுத்தாக்கியதில்லை. என் மனசாட்சிக்கு, எனது சித்தாந்தத்துக்கு, என் அந்தராத்மாவுக்கு ஒவ்வாத விஷயங்களைப் புனைபெயர்களில்கூட எழுத எனக்குச் சம்மதமில்லை. அப்படி எழுதித்தான் இந்தச் சமூகத்தில் பிழைக்க வேண்டியிருந்தால், பட்டினி கிடந்தாவது செத்திருப்பேன். எனது எழுத்துக்களுக்காக நான் பெறுவது சன்மானம், அவ்வளவே! அது கூலியோ, அடிமைக்குக் கிடைக்கும் விலையோ அல்ல.

எழுத்தாளன் என்பவன் யார் என்கிற கேள்வியை எனக்குள் தேடிப் பார்த்தால் கிடைக்கும் பதில் இதுதான். ஒரு பத்திரிகை

சம்பந்தப்பட்டவனாக, ஒரு நிறுவனம் சம்பந்தப்பட்டவனாக, ஒரு இயக்கம் சம்பந்தப்பட்டவனாக, ஒரு மொழி அல்லது நாடு சம்பந்தப்பட்டவனாக இருந்தபோதிலும், இவற்றையெல்லாம் கடந்து, இவற்றுள் எல்லாம் ஊடாடி, இவற்றின் மூலம் தான் வாழும் காலத்துக்கு, தன் கடமையை 'தான்' என்ற சுய முத்திரையுட ஸ்தாபித்து நிற்பவன். இந்தச் சூத்திரத்தை மனதிற்கொண்டு, நான் ஒரு எழுத்தாளனாகியதாகச் சொல்ல முடியாது. நான் ஒரு எழுத்தாளனாக ஆன பிறகு, என்னை இவ்வாறுதான் அடையாளம் கண்டுகொண்டேன்.

காலத்தால் படைப்பாளனும், அவன் படைப்பால் காலமும் உருவாக்கப்படுகிறது. காலம் என்பது இயற்கை சம்பந்தப்பட்டது. நேரம் என்பது மனிதன் சம்பந்தப்பட்டது. நான் எழுத்தாளனாக உருவானதற்கு எனது சமூகம் சார்ந்த காலமும், நான் பிறந்த நேரமும் காரணமாகும்.

நான் பிறந்ததும், எழுதப் படிக்கக் கற்றதும், உலக அறிவு பெற்றதும் அடிமை இந்தியாவில்தான். அடிமை இந்தியா என்றால், தவறாக அர்த்தப்படுத்திக்கொள்ளக் கூடாது. இக்காலத்தின் வாழ்கிற அடிமைகள் அக்காலத்தில் இல்லை. குறிப்பாக, எழுத்தாளர்கள் சுதந்திர தாகத்தோடு அச்சமின்றித் தங்கள் விருப்பங்களையும் கொள்கைளையும் படைப்புகளாக வடித்தனர். அடிமை இந்தியாவில் எழுத வந்த அனைவரும் சுதந்திரப் புருஷர்களாக இருந்தனர். சுதந்திர உணர்வு அவர்களது எழுத்துக்கு ஆதாரமாக இருந்தது.

'அச்சமில்லை அச்சமில்லை... அச்சமென்பதில்லையே' என்று உச்சி மீது வானிடிந்து வீழுகிற போதிலும் உரிமைகளை உரக்கக்

கூவினார்கள். 'அக்கா அக்கா என்றால், அக்கா வந்து கொடுக்க, சுக்கா... மிளகா.. சுதந்திரம் கிளியே?' என்று சுதந்திர வேட்கை தெறிக்க, சமூகம் தலை நிமிர்வதற்காக மட்டுமே தலை குனிந்தது படைப்பாளியின் பேனா.

அந்தப் பொறுப்பு உணர்வுடன் வந்த எழுத்துக்கள், எழுத்தாளனின் அனுபவங்கள் ஒவ்வொன்றும் வியப்பை, புதிய நம்பிக்கையையே சமூகத்துக்குத் தந்தன. எழுத்தாளனிடம் என்ன உணர்வு இருந்ததோ, அதே உணர்வை வாசகனும் பெற்றான். இந்தியா, நடைமுறையில் சுதந்திர வாழ்வைத் தொடங்கிய பிறகு, அதற்கு முன்பிருந்த நிலைமையே நிலவ வேண்டும் என்று எதிர்பார்ப்பதும், அவ்வாறு இல்லையே என்று குறைபடுவதும் முக்காலத்தையும் கணித்துப் பார்க்கவல்ல ஒரு எழுத்தாளனுக்கு உடன்பாடு ஆகாது.

காலம் மாறுகிறபோது மனிதர்களின் தன்மைகளிலும் போக்குகளிலும் மாற்றம் ஏற்படுவதும் இயல்புதானே! தாகம் கொண்டு இருக்கிறவனின் மன நிலையும் தாகம் தணிந்தவனின் மன நிலையும் ஒரே மாதிரி இருக்க முடியுமா? எனவேதான் சுதந்திரத்துக்கு முன்பு, சுதந்திரத்துக்குப் பின்பு என்று மாறிய இரண்டு காலங்களிலும் வாழ நேர்ந்திருக்கிற ஒரு படைப்பாளியின் மனோநிலையும் மற்றவர்களின் மனநிலையும் ஒரே மாதிரி இருக்க முடியாது. அந்த மாற்றத்துக்கான காரணங்களையும் காரணிகளையும் ஆராய்ந்தறிவதும், அந்த அனுபவங்களை அழகுபட வெளிப்படுத்துவதும்தான் ஓர் எழுத்தாளனின் பணி.

ஓர் ஆராய்ச்சிக்காரனுக்கு அச்சமிருக்கலாகாது. படைப்பாளியும் ஓர் ஆராய்ச்சிக்காரனே! அடர்ந்த காடுகளிலும், பாலைவனங்களிலும், பனிபடர்ந்த முகடுகளிலும் சில மனிதர்கள் சஞ்சரிப்பதே வாழ்க்கை

என்றிருக்கிறார்கள். அவர்களின் அச்சமின்மையும் மன உறுதியும் வியர்வைத்தருவதாகும். அத்தகைய அச்சமின்மையும் மன உறுதியும் எழுத்தாளனின் தவிர்க்க முடியாத தகுதிகளாகின்றன.

என் காலத்தில் என்னோடும் எனக்குப் பின்னாலும் எழுத வந்தவர்கள் எல்லாம் இதைத்தான் செய்திருக்கிறார்களா, அல்லது இதற்கு மாறாக இயங்குகிறார்களா என்று என்னிடமே கேட்காதீர்கள். அதைக் கண்காணிக்க வேண்டியதும் கவலைப்பட வேண்டியதும் என் வேலை அல்ல.

தவம் என்பது தானே செய்ய வேண்டியது. கண்டிஷன்களுடன் காவல்வைத்துத் தவம் செய்யச் சொல்ல முடியாது. லோகாயத ரீதியாக மனிதன் பெற வேண்டிய நியாயமான அடிப்படைத் தேவைகளே முற்றாகத் தீராத ஒரு சமூகத்தில் பிற வளர்ச்சிகள் குறித்துப் பேசுவதில், பேச்சுதான் லாபம். வேறு பயன் ஒன்றிராது. பேசுபவன் பிரபலமானவனாக இருந்தால், அப்புறம் பேச்சே ஒரு பயனாகிவிடுகிறது. தமிழகத்தில் சொல்லும் செயலும் வெறும் பேச்சாகவே இருந்தமைக்கு இதுதான் காரணம்.

பொருளாதார உலகில் 'பலன்' என்றால் 'பணம்' என்றே அர்த்தம். சுதந்திரத்துக்குப் பிறகு இந்தியாவின் எல்லாத் தேவைகளையும் பூர்த்திசெய்வதற்கு பொருளாதார முன்னேற்றமே தேவைப்பட்டது. அதற்கேற்ற உற்பத்தி, வாணிபம், சந்தை, வேலை வாய்ப்பு என்ற நோக்கங்களே கணிசமாக முன்னிறுத்தப்பட்டன. எழுத்தாளர்கள் சங்கம் வைத்துப் பிழைக்க வேண்டிய நிலைமைக்கு ஆளானார்கள். 'எழுத்தாளர்கள் சங்கம் வைத்துத்தான் பிழைக்க வேண்டிய நிலை ஒரு நாட்டில் இருந்தால், அவர்கள் எழுதுவதை விடுத்து, மூட்டை தூக்கிப் பிழைக்கலாம்' என்பதே என் கருத்து.

எழுத்தில் மட்டுமின்றி எல்லாத் துறைகளிலும் 'பொருள்' ஆதார நோக்கங்களுக்கு எல்லையே இல்லை. அந்தக் குறிப்பிட்ட நோக்கங்கள் இனி வளர்ந்துகொண்டே போகும். அதை யாரும் தடுக்க முடியாது. தடுக்கவும் கூடாது. நமது பத்திரிகைத் துறையும், புத்தக வணிகமும், எழுத்தாளர்கள் ஊதியமும் எண்ணிப் பார்த்திராத, அல்லது 'எண்ணி' மட்டுமே பார்க்க முடிந்த இலக்குகளை எட்டி இருக்கிறோம்.

இயந்திரங்களுடன் ஆன்மீக வளர்ச்சியும் சேர்ந்து வளர்ந்திருக்குமேயானால், கலையும், இலக்கியமும், நமது பண்பாடும் சிறந்து வளர்ந்திருக்கும். நான் ஆன்மீக வளர்ச்சி என்று இங்கு குறிப்பிடுவது கடவுளைப் பற்றியோ, மோட்சத்தைப் பற்றியோ அல்ல. மனிதர்களின் ஆன்மாவைப் பற்றிய, அவர்களின் வாழ்க்கை பற்றிய, மனசாட்சி பற்றிய வளர்ச்சியைக் குறிப்பிடுகிறேன். என் ஆன்மீகத்தை, மூட நம்பக்கைகளுடன் முடிச்சுப்போட்டுக் குழப்பிக்கொள்ளாதீர்கள்.

லௌகீக வாழ்க்கைக்குள் ஒரு ஆன்மீகம் இருக்கிறது. ஒவ்வொரு மனிதனும் தனக்குத்தானே கேட்டுக்கொள்ள வேண்டிய உண்மை அது. எழுத்தாளன் என்பவன், சமூகத்திடமிருந்து தனக்கான படைப்புக் கருப்பொருளை எடுத்து பேரும், புகழும், பணமும் பெறுகிறான். ஆகையால், அவன் தனக்கு உண்மையாக இருப்பதுடன், அவன் வாழ்கிற சமூகத்துக்கும் உண்மையாக இருக்க வேண்டிய பொறுப்பு இருக்கிறதுதானே?

அப்படி எழுத்தாளனும், அவனது படைப்பும் இல்லாமல் போனால் கோளாறைக் குறைப்பட்டுக்கொள்வதில் பயனில்லை. உண்மை இல்லாமல் போனதற்கானகாரணத்தை ஆராய்தல் வேண்டும். அவநம்பக்கை கொள்வதோ, குறை சொல்லிப் புலம்புவதோ ஒருபோதும் தீர்வாகாது. சொல்லப்போனால், அதுவே ஒரு பிரச்னையாகிவிடும்.

வியாபாரத்தை மட்டுமே வளர்ப்பது என்பது விஷயத்தை வளரவிடாமல் செய்துவிடும். புரட்சி வருவதற்காக எழுதுவதாக, பெரும்பாலானோர் நினைக்கிறார்கள். தன் எழுத்தால் புரட்சியே வந்துவிட்டதாகவும் சிலருக்கு நினைப்பு இருக்கிறது. அதனால்தான் மனித குல அழிவை வலியுறுத்தி இலக்கியம் படைக்கிறார்கள். புரட்சியும் இலக்கியமும் ஆக்க சக்திகள். ஒருவேளை அழிவுச் சக்திகளைப் புரட்சியாக ஒரு சமூகம் தவறாகப் புரிந்து கொள்ளுமேயானால், அதை அச்சமின்றி எடுத்துச் சொல்ல வேண்டியது ஒவ்வொரு படைப்பாளியின் கடமை.

அவனைச் சுற்றி வாழ்கிற சமூகத்தின் மனிதர்கள் வெறும் அடிமைப் பிறவிகளாக இருப்பதைக் கண்டு படைப்பாளன் சும்மா இருக்க முடியாது. இருக்கவும் கூடாது. அந்த அடிமைகள் ஏழைகளாக இருப்பின், கல்வி அறிவற்றவர்களாக இருப்பின், சமூக ஏற்றத்தாழ்வுகளின் சாபத்துக்குட்பட்டவர்களாக இருப்பின், அவர்கள் மீது அளவு கடந்த அன்பும், அவர்கள் இன்னல்களை எதிர்க்கிற சக்தியுமாக ஒரு படைப்பாளி இருப்பதே நியாயம்.

படைப்பு வலிமையானது. அதைப் படைப்பவனும் வலிமையானவன். வலியது மெலியதை அழிப்பதை இயற்கை தர்மமாகப் படைப்பாளியும் சொன்னால் அது மிருகத்தன்மையாகிவிடும். இயற்கை தர்மங்கள் எல்லாம் மேலானவை அல்ல. மெலியதை வலியது பரிந்து காப்பதே மனித தர்மம். படைப்பாளி என்பவன் முதலில் மனிதனாக இருப்பது முக்கியம்.

உண்மைக்கு முரணானதை, நேர்மைக்கு விரோதமானதைத் தன் படைப்புகள் மூலம் தோலுரித்துக் காட்டுவது, ஒரு படைப்பாளனுக்கு இருக்க வேண்டிய அடிப்படைப் பண்பு. படைப்பு என்பது

நேர்மையான விமர்சனமாக இருக்க வேண்டும்.. எல்லாவற்றுக்கும் மேலாக அஞ்சாமை என்பதுதான் படைப்பாளனுடைய அணிகலன் என்பேன்.

வள்ளுவர், காளிதாசன், ஷேக்ஸ்பியர், இப்சன், பெர்னாட்ஷா, ஆர்தர் மில்லர், தாகூர், பாரதி எனக் காலத்தை வென்று வாழும் மாபெரும் படைப்பாளிகளிடம் அந்த அணிகலன் இருந்ததால்தான் நூற்றாண்டுகள் தாண்டியும் அவர்கள் வாழ்கிறார்கள். அத்தகைய அஞ்சாமையும் நேர்மையும் இல்லாதவன் எத்தகைய கலைநயமிக்க படைப்பைத் தந்தாலும், அவன் எழுத்துக் கூலிதான். படைப்பாளிக்குப் பணம் எப்போதும் இரண்டாவது, மூன்றாவது இடத்தில்தான் இருக்க வேண்டும். பணமே எல்லாத் தேவைகளையும் தீர்த்துவைத்துவிடும் என்று கருதுபவர்கள் சிந்திக்கும் திறன் இல்லாதவர்கள். அவர்கள் ஒருபோதும் படைப்பாளியாக இருக்க முடியாது. ஏனென்றால், எழுத்தாளன் ஒருவன் கறுப்புப் பண உலகில் புழக்கமுடையவனாக இருந்தால், அவனுடைய எழுத்துக்கள் அவனது இதயத்திலிருந்து சுரக்கும்போதே கருப்பாகச் சுரக்க ஆரம்பித்துவிடும்.

தமிழகத்தில் அரசியல் உலகம் நாறிப்போய்க்கிடக்கிறது. ஆனால், அங்கேயாவது அது திறந்த சாக்கடையாக இருக்கிறது. கலை உலகில் ஒவ்வொருவரின் மடியிலும், மனதிலும், தலையிலும் அந்தச் சாக்கடை மிக மறைவாகக் கிருமிகளை உற்பத்தி செய்துகொண்டே இருக்கிறது.

சமூக மாற்றத்துக்கு அர்ப்பணித்துக்கொள்ளாத அரசியலும் படைப்பும் சாக்கடையாகத்தான் போகும்!

24. வேலு சரவணன்

குழந்தை நாடகக் கலைஞர்

" ஒரு காலத்துல, தரைக்குப் பக்கத்திலேயே வானம் இருந்துச்சாம்! அந்த வானம் பாறை மாதிரி இருக்குமாம். அப்போ, மனுஷங்க எல்லாம் ரொம்பக் குள்ளமா இருந்தாங்களாம். குள்ள மனுஷங்க நடந்தாலே, வானம் இடிக்குமாம். வேலைக்கு போறப்போ, எல்லாரும் வானத்தையும் தூக்கிட்டே போகணுமாம். மூட்டை தூக்குறவங்க, கலப்பை தூக்குறவங்க எல்லாருக்கும் வானத்தையும் தூக்கிட்டு நடக்கக் கஷ்டமா இருந்துச்சாம்.

மார்கழி மாசத்துல பாட்டி ஒருத்தி, தன் குடிசைக்கு வெளியில கோலம் போட துடைப்பம், தண்ணியோட வந்தப்போ, வானம் அவ

தலையில பலமா இடிச்சுடுச்சாம். கோபத்துல பாட்டி அந்த வானத்தை துடைப்பத்தால அடிச்சுட்டா. அந்த வேகத்துல வானம் ரொம்ப உயரத்துக்குப் போயிடுச்சு. மேல போன வானம் சும்மா போகலை, அந்தப் பாட்டியையும் தூக்கிட்டுப் போயிடுச்சு. இப்பவும் அந்தப் பாட்டி நிலவுல வடை சுட்டு விக்கிறா...!"

-இப்படி தங்களின் முகச் சுருக்கங்களைவிட, அதிகமான கதை விளையாட்டுக் கதைகளைப் பேரப் பிள்ளைகளுக்காக வைத்திருந் தார்கள் கிழவிகள். இன்றோ தாத்தா, பாட்டிகளிடம் கதை கேட்கிற பொறுமை இல்லாமல், வீடியோ கேம் விளையாட்டில், எதிரிகளைத் துப்பாக்கிகளால் சுட்டு வீழ்த்திக்கொண்டு இருக்கிறார்கள் குழந்தைகள். பெரியவர்களோ 'போர்' என்கிற பெயரில் குழந்தைகளையே சுட்டுப் பிணக்குவியல்களாக அடுக்கிக் கொண்டு இருக்கிறார்கள்.

நம் குழந்தைகள் ஆரோக்கியமாக விளையாடுவதற்குக்கூட நம்மால் கற்றுக் கொடுக்க முடியவில்லை என்பதுதான் இருப்பதிலேயே மிக அதிகமான துயரம். ஹாலிவுட்டில் உற்பத்தியாகிற ஆயுதம் தாங்கிய கதாநாயகர்களின் கொலை வேட்டைகளிலும், நம் லோக்கல் சின்னத்திரை சென்டிமென்ட் சீரியல் வேட்டைகளிலும் நிஜமாகவே வேட்டையாடப்படுகிறது நம் குழந்தைகளின் பால்யம். இந்தத் தகவல் தொழில்நுட்ப யுகத்தில் நம் பிள்ளைகள் நிறைய தகவல்களைத் தேடித் தேடிச் சேர்க்கிறார்கள். ஆனால், வாழ்க்கையைத்தான் தொலைத்துக் கொண்டு இருக்கிறார்கள்.

மனமும் உடலும் விழித்திருக்கிற இளம் பிராயத்தில் ஓடி ஆடித்திரிய வேண்டியவர்கள், வெட்டவெளி மைதானத்தின் சுதந்திரக் காற்றில் திளைக்க வேண்டியவர்கள், கணினிகளின் முன்னால் முடங்கிக்கிடக்கிறார்கள். உடல் விளையாட்டை ஊக்குவிக்க

வேண்டிய பள்ளியும், வீடும் குழந்தைகளின் சிறைச்சாலைகளாகவே மாறிவிட்டன. குற்ற உணர்ச்சியில் விதவிதமான விஞ்ஞான விளையாட்டுச் சாதனங்களைத் தங்கள் குழந்தைகளுக்காக வாங்கிக் குவிக்கிறார்கள் பெற்றோர்கள். விளையாட்டுகள், வெறும் பொழுதுபோக்கு என்பது மட்டும்தான் நம் மூளையில் உறைந்திருக்கிறது. அன்போ, நன்றியோ, ஈரமோ, வீரமோ எதுவாக இருந்தாலும் குழந்தைகள் தங்கள் விளையாட்டுக்கள் மூலம் கற்றுக்கொள்கிறார்கள் என்கிற உண்மையை உணர மறந்துவிடுகிறோம்.

குழந்தைகளுக்கு நல்லதைக் கற்றுக்கொடுக்கத் தவறினாலும் சகித்துக் கொள்ளலாம். காரணம், இயல்பாகவே அவர்கள் நல்லவர்கள். ஆனால், காட்டுத் தீயை ஊதிவிடுவதுபோல வேகமாகக் கற்கும் திறனுடனும் தாகத்துடனும் இருக்கிற பிள்ளைகளிடம் எல்லாவிதமான தீமைகளையும் விதைத்து விடுகிறோம்.

' அமெரிக்க ஜனாதிபதிகளின் நாடு பிடிக்கிற பேராசைக்கும், அதனால் எத்தனை உயிர்களையும் விலை பேசுகிற வன்முறைக்கும், அமெரிக்கக் குழந்தைகளின் விளையாட்டுகளுக்கும் நேரடித் தொடர்பு இருக்கிறது. அமெரிக்கக் குழந்தைகளிடம் சுயநலம் பெருக்கும், வன்முறை வளர்க்கும் விளையாட்டுகளை உடனடியாகத் தவிர்க்க வேண்டியது அவசியம்' என்று எச்சரித்திருக்கிறார் சமூகவியலாளர் நோம் சாம்ஸ்கி.

' டிரேட் கேம்ஸ்' என்று சொல்லப்படும் பணம் சேர்க்கிற, நாடு பிடிக்கிற விளையாட்டுகள்தான் அமெரிக்கக் குழந்தைகளின் உலகம். தன்னுடன் விளையாடும் சக நண்பனை ஒரு போட்டியாளனாக, எதிரியாகப் பாவிக்கிற விளையாட்டு அது. 'எப்படியாவது' அவனைவிட அதிகமான பணத்தைச் சேர்த்துவிட வேண்டும் என்றே

குழந்தைகளை வழி நடத்துகிற விளையாட்டு அது. இந்த வன்மம் தெரியாமலேயே விளையாட்டில் மூழ்கிவிடுகிறார்கள் சிறுவர்கள் அதன் விளைவுதான், அமெரிக்கப் பள்ளிகளில் மாணவர்கள் துப்பாக்கி பிரயோகித்து அடிக்கடி நிகழ்த்துகிற கொலைகள்.

'போட்டியும் பொறாமையும் வளர்க்கிற விளையாட்டுகளில் இருந்து தங்கள் குழந்தைகளை விடுவிக்க வேண்டும்' என்று அமெரிக்கப் பெற்றோர்கள் விழிப்பு உணர்வு பெற்று வரும் வேளையில், அந்தக் குப்பைகளை நம் பிள்ளைகளுக்கு அதிக பணம் கொடுத்து இறக்குமதி செய்து கொண்டு இருக்கிறோம்.

ஆடுவதற்குப் பெயர்தான் விளையாட்டு. நாமோ, விளையாட்டைப் பார்க்கிற விஷயமாக மாற்றிவிட்டோம். யாரோ, எங்கோ விளையாடிக் கொண்டு இருப்பதை நம் பிள்ளைகள் ஆடாமல், அசையாமல் உட்கார்ந்து பார்ப்பதால் என்ன பலன்? சதை பெருத்து, கூன் விழுவது மட்டும்தான் மிச்சம்.

நம் மூதாதையர்களுக்கு இருந்த அறிவும் தெளிவும் நமக்கு இல்லை. அவர்கள் சேர்த்துவைத்த மரபான விளையாட்டுச் செல்வங்களை எல்லாம் குழி தோண்டிப் புதைத்துவிட்டோம். மன மகிழ் விளையாட்டுகள், உடல் வள விளையாட்டுகள் என்று குழந்தைகளுக்கான விளையாட்டுகளை இரண்டு வகையாகப் பிரித்தார்கள் தமிழர்கள். அதிலும் கதை சார்ந்த விளையாட்டு, நாடகம் சார்ந்த விளையாட்டு என்கிற உட்பிரிவுகள் இருந்தன. நீர் விளையாட்டு, நில விளையாட்டு என்றும் வகைப்படுத்தினார்கள். ஏழைக் குழந்தைக்கும் பணக்காரக் குழந்தைக்கும் விளையாட்டில் எவ்வித பேதமும் இருந்ததில்லை.

நம் தட்பவெப்ப சூழலில் கிடைக்கிற பொருட்கள்தான் குழந்தைகளின் விளையாட்டுச் சாதனங்கள். விலை உயர்ந்த பொருட்களின் மூலம் சிறுவர்களுக்குள் ஏற்றத்தாழ்வை உருவாக்குகிற

சிறுமை நம் முன்னோர்கள் செய்யவில்லை. மஞ்சணத்தி மரத்தின் வேரில் உருவான மரப்பாச்சி பொம்மைகள் ஷோகேஸ்கள் இல்லாத வீடுகளில்கூட தட்டுப்படும். திருவிழாக்களில் குழந்தைகள் விளையாடுவதற்காகவே களிமண்ணால் ஆன விதவிதமான சொப்புகள் விற்க, குயவர்கள் திருவிழாக்களுக்கு வருவார்கள். இன்று குயவர்களோடு நம் குழந்தைகளும் காணாமல் போய்விட்டார்கள்.

ராமனைப் பிரிந்த சீதை, அசோகவனத்தில் தன்னந் தனிமையில் இருந்தபோது, அவளுடைய மனச் சோர்வை நீக்கியது தனியாளாகவே ஆடக்கூடிய பல்லாங்குழி. கிராமங்களில் வீட்டில் தனியாக இருக்கும் பெண்கள் ஆடுகிற இந்த ஆட்டத்துக்கு 'சீத்தாப்பாண்டி' என்று பெயர். இரண்டு பேர் சேர்ந்து, ஐந்து கற்களைப் பொறுக்கிவிட்டால், சுவையான மனமகிழ் விளையாட்டு தயார். பைசா செலவில்லாமல் ஆடுகிற விளையாட்டு முறை அது. நூற்றாங்குச்சி விளையாட்டின் மூலம் தன்னைச் சுற்றிப் பின்னிப் பிணைந்திருக்கிற சிக்கல்களை ஆடாமல், அசையாமல், பதறாமல் நிதானமாக எப்படி எடுக்க வேண்டும் என்பதைக் கற்றுக் கொண்டார்கள் பிள்ளைகள். எந்தக் குச்சியும் அசையாமல் ஒவ்வொரு குச்சியையும் எடுக்க வேண்டும் என்கிற சவாலில் உடலின் அனைத்து நாடி நரம்புகளும் நுட்பமாக இயங்குகிறது என்கிறார்கள் அறிவியல் வல்லுநர்கள்.

குழந்தையின் படைப்பாளுமையை, மனித நேயத்தை, கூட்டுணர்வை வளர்க்கும் விதமான விளையாட்டுகளைத் தங்கள் பிள்ளைகளுக்கு சொல்லித் தந்தார்கள் நமது முன்னோர்கள். கடந்த 20 ஆண்டுகளுக்கு முன்பு வரை கண்ணாமூச்சி ஆடாத சிறுவர்களும் இல்லை, சிறுவர்கள் கண் பொத்திப் பயமுறுத்துகிறபோது, பயப்படாத பெரியவர்களும் இல்லை. குழந்தையுடன் குழந்தையாகமாறிப் பெரியவர்களும் குழந்தை விளையாட்டின் உறுப்பினர்களாகவே

மாறினர். குழந்தைகளை மகிழ்விக்கக் ' கோமாளி' களாக மாறவும் தயாராகவே இருந்தார்கள் பெரியவர்கள்.

உறவுகளை அடையாளம் காணும் ஒரு வயதுக்குள்ளாகவே, குழந்தைக்குத் தமிழன் அறிமுகம் செய்த விளையாட்டு... 'நண்டு ஊருது, நரி ஊருது...!' உணவு சமைத்து, அதை உறவுகளுக்குப் பரிமாறி, மிச்சம் இருப்பதை வழிப்போக்கர்களுக்கும், காக்கை குருவிகளுக்கும் பகிர்ந்து கொடுக்கிற அற்புதமான உளவியல் தத்துவத்தை விளையாட்டாகச் சொல்லித் தருவது உலகின் தலைசிறந்த உத்தி! தன் கூட்டத்தைச் சேர்ந்த ஒருவர் வெளியே சென்றுவிட்டால், அவரை மீட்க தன்னையே பணயம் வைக்கிறதியாகத்தை உணர்த்துகிறது கபடி விளையாட்டு.

இப்படி உடலையும் மனதையும் செம்மையாக்கும் விளையாட்டுகளை மறந்துவிட்டு, மூளையோடு உரசிக்கொள்ளும் வன்முறையான விளையாட்டுகளை இறக்குமதி செய்வது எந்த விதத்தில் அறிவுடைமையாகும்?

பெரியவர்களுக்கான உலகத்தில் பொருளாதாரப் போட்டியில், நாடு பிடிக்கும் சண்டையில், எதிரியை வீழ்த்தும் சூழ்ச்சியில், பொறாமையும் வஞ்சமுமே நிரம்பி வழிகின்றன. அந்த உலகத்தில் குழந்தைகளையும் கொண்டுவந்து விடுவது நம் தலையில் நாமே நெருப்பு வைத்துக்கொள்வதற்குச் சமம்.

குழந்தைப் பருவம், வரம். பெரியவர்களின் பேராசையால் அது சாபமாகிவிட்டிருக்கிறது. குழந்தைகளை அவர்களின் உலகத்தில் குழந்தைகளாகவே வளர்ப்போம்.

அதுதான் அவர்களுக்கும் நல்லது, நமக்கும் நல்லது, நாட்டுக்கும் நல்லது!

த.செ. ஞானவேல்

25. ராதாகிருஷ்ணன் ஐ.ஏ.எஸ்.

இந்திய ஆட்சிப்பணி தமிழ்நாடு

'கற்க கசடறக் கற்பவை கற்றபின்

நிற்க அதற்குத் தக'

-இந்த திருக்குறள்தான் நம் வாழ்க்கையின் வணக்கத்துக்குரிய மந்திரம்!

படிக்க வேண்டும் அதன்படி நடக்க வேண்டும். இது கல்விக்கு மட்டுமில்லை... வாழ்க்கைக்கும் பொருந்தும். நாம் என்னவாகப் போகிறோம் என்பதைக் கல்வி தீர்மானிக்கும். யாராக விரும்புகிறோம் என்பதை நாமே தீர்மானிக்கிறோம்.

இரண்டு வயதிலேயே பள்ளிக்கு அனுப்பப்படுகிறோம். குறைந்தபட்சம் 18 வயது வரை கற்பதற்கான காலமாக வைத்திருக்கிறோம். 15 ஆண்டுகள் என்ன கற்றுக்கொண்டோம் என்று எப்போதாவது யோசித்திருக்கிறீர்களா?

நம்பிக்கையை, முயற்சியை, உழைப்பை, ஒழுக்கத்தை, நேர்மையை, ஒற்றுமையை, தியாகத்தை, உதவும் மனப்பான்மையை என நற்பண்புகள் கற்றுத் தேற வேண்டிய பருவத்தில், நமக்குப் புத்தகங்களை மனப்பாடம் செய்யவே நேரம் போதவில்லை. நம்மில் பலர் நம் பிள்ளைகளை கல்வி என்ற ஜன்னல் தாண்டி அனுபவத்தின் தெருவில் விளையாட விடுவதே இல்லை. பள்ளிப் பாடம் அளவுக்கு வாழ்க்கைப் பாடமும் அவசியம் என்பதை உணர வேண்டிய அவசியத்தில் இருக்கிறோம் நண்பர்களே! படிப்பது என்பது வேறு, கற்பது என்பது வேறு. இதன் வித்தியாசம் புரிந்தால்தான், வாழ்வை அணுக முடியும்.

ஒரு வெள்ளைக்காரர், வேட்டைக்குப் போனாராம். மனிதர்களைக் கொன்று உண்ணும் காட்டுவாசிகள் அவரைப் பிடித்துச் சென்று காட்டின் அரசன் முன் நிறுத்தினார்கள். மொழி தெரியாத அவர்களிடம் தன்னை விட்டுவிடும்படி ஆங்கிலத்தில் கெஞ்சினார் வேட்டையாட வந்த வீரர். "நீங்கள் உங்கள்வழக்கப்படி எப்படிவிலங்குளை வேட்டையாடுகிறீர்களோ, அதே போல எங்களுடைய குல வழக்கப்படிதான் நாங்கள் மனிதர்களைக்கொன்று உண்கிறோம்" எனச் சுத்தமான ஆங்கிலத்தில் பேசினான் காட்டின் அரசன். "இவ்வளவு அழகாக ஆங்கிலம் பேச எங்கே கற்றுக்கொண்டீர்கள்?" என வெள்ளைக்காரர் ஆச்சர்யமாக கேட்க, "நான் ஆக்ஸ்போர்ட் பல்கலைக் கழகத்தில் படித்தேன்" என்றான் அரசன்.

த.செ. ஞானவேல்

" இவ்வளவு படித்தும், நீ நாகரிகமாக வாழகற்றக்கொள்ளவே இல்லையா?" என்று வேதனையோடு கேட்டார் வேட்டைக்கு வந்தவர். "ஓ, பல்கலைக்கழகத்தில் நான் நல்ல நாகரிகம் கற்றிருக்கிறேன். உன்னைக் கொன்று உண்ணும்போது, நான் கைகளால் சாப்பிட மாட்டேன். ஃபோர்க்கில் குத்தித்தான் சாப்பிடுவேன். நான் கற்ற நாகரிகத்தை என் கூட்டத்தாருக்கும் கற்றுத் தந்திருக்கிறேன்" என்று சொல்ல, எல்லா காட்டு வாசிகளும் ஃபோர்க்குகளை எடுத்துக் காட்டினார்களாம். இது ஒரு கற்பனையான கதைதான் என்றாலும், நம் வாழ்க்கை முறை இந்தக் கற்பனைகளையும் தாண்டி கொடூரமாக இருக்கிறது.

சமுதாயத்துக்கு மருத்துவ சேவையாற்ற வேண்டிய ஒரு மாணவன் தானே " ராகிங்" என்ற பெயரில் சக மாணவனைத் துண்டு துண்டாக வெட்டிக் கொன்றது. ஈவ்-டீஸிங்கில் ஈடுபடுவது, செல்போனில் ஆபாசப் புகைப்படம் எடுப்பது, காதலிக்க மறுக்கும் பெண்ணின் மேல் ஆசிட் ஊற்றுவது எனப் படிக்கிற காலத்தில் பாதை மாறிப்போகும் தலைமுறை எப்படி உருவாகிறது? அதிக மதிப்பெண்கள் வாங்கி அரசு வேலைகளுக்கு வருபவர்களே லஞ்சம், ஊழல்களில் ஈடுபடுகிறார்களே எப்படி? காரணம் ஒன்றுதான், மூளையைக் கல்வி வளர்த்தெடுக்கும். இதயத்தை அனுபவம்தான் வார்த்தெடுக்கும்.

அதனால்தான் நம் பிள்ளைகளுக்குக் கல்வியைக் கொடுக்கிற அதே நேரத்தில் அவர்களுக்கான வாழ்க்கையை அவர்கள் வாழ்ந்து பார்க்கிற சுதந்திரத்தையும் தர வேண்டியது நம் கடமை. தவறுகளைத் திருத்தலாம், சிறகுகளை நறுக்கலாமோ? குழந்தைப் பருவத்தில் நகம் வெட்ட, குளிக்க, சீருடை உடுத்த, 'டை' கட்ட, 'ஷூ' மாட்ட, 'பேட்ஜ்' குத்துவதற்கு என்று என்னென்னவோ கற்றுத் தருகிறோம். ஆனால், '

சேர்ந்து வாழ வேண்டும்' என்கிற கூட்டுணர்வைச் சொல்லித் தருவதில்லை. பயத்தால் மாணவர்கள் பள்ளிக்கு நேரத்துக்குப் போகிறார்களே, தவிர, 'நேரம் தவறாமை' என்பது வாழ்வின் முக்கியமான 'டிசிப்பிளின்' என்று அவர்கள் உணர்வது இல்லை. நாம் உணர்த்துவதும் இல்லை.

ஸ்கவுட், என்.சி.சி. என்.எஸ்.எஸ். என சமூக உணர்வூட்டும் அமைப்புகள் பள்ளி, கல்லூரிகளில் இருக்கின்றன. அதற்காக மத்திய, மாநில அரசுகள் கோடிக்கணக்கான ரூபாய் செலவழிக்கின்றன. ஆனால், தங்கள் பிள்ளைகள் அந்த அமைப்புகளில் சேர்ந்தால், 'படிப்பு கெட்டுவிடும்' என்று தடுக்கிற பெற்றோர்கள் இருக்கிறார்கள். சமூக சேவைகளில் ஈடுபடுகிற பிள்ளைகளை 'பொறுப்பில்லாதவர்கள்' என்று வசைபாடுகிறது வீடு. அட, பல வீடுகளில் குழந்தைகளை டி.வி. நியூஸ் பார்க்க பெரியவர்கள் அனுமதிப்பதில்லை. சுற்றி என்ன நடக்கிறது எனத் தெரியாமல் வளரும் ஒரு தலைமுறைக்கு என்ன விதமான சிந்தனைகள் இருக்கும்? மீதி நேரங்களில் ஸ்போக்கன் இங்கீலீஷ், கம்ப்யூட்டர் என்பதற்காக அவர்களுக்கான சந்தோஷப் பூக்களை எல்லாம் பறிக்காதீர்கள்.

அரசு அதிகாரியாக, பல்வேறு பள்ளி, கல்லூரிகளின் விழாக்களுக்குச் செல்கிற வாய்ப்பு கிடைத்து இருக்கிறது. ஆண்டு விழாக்களில் கூட சின்னச் சின்னக் குழந்தைகள் ஆபாசமான திரைப்படப் பாடல்களுக்கு வேடம் போட்டு ஆடுவதைப் பார்க்கும்போது வேதனையாக இருக்கும். இன்னொரு பக்கம், கலையார்வத்துடன் பாட்டு, பேச்சு, கவிதை, கட்டுரை, நாடகம் போன்ற போட்டிகளில் குழந்தைகள் ஆர்வத்துடன் கலந்துகொள்வதை

ஊக்கப்படுத்தாமல், 'படிப்புதான் முக்கியம்' என்று அவர்களை ஊனப்படுத்துவதையும் பார்க்க முடிகிறது.

கலை, விளையாட்டு, சமூக உணர்வு எல்லாமே வாழ்க்கைப் படிப்புதான் என்பதை முதலில் பெரியவர்கள் உணர வேண்டும். இளம் பருவத்தில் குழந்தைகளிடம் கூட்டு உணர்வை வளர்க்காமல் விடுவதால்தான், வளர்ந்த பிறகும் அவர்கள் தனித்தனித் தீவாகவே இருக்கிறார்கள். முதலில் குழந்தைகளுக்கு மனிதம் பழக்குங்கள். சாலையில் விபத்தாகிக்கிடக்கிற மனிதனை தூக்கிவிடாமல், அவசரமாகக் கடந்துசெல்கிற ஈரமற்ற சந்ததியை உருவாக்குவது அல்லவே பெற்றோர்களின் வேலை.

'ஒருவர்' என்பது பெரும்பாலானவர்களின் வாழ்க்கையில் 'ஒரே ஒருவராக' இருக்கும் அளவு வாழ்க்கையைச் சுருக்கி வைத்திருக்கிறோம். தனித்தனியாக பெண்கள் இருந்து சாதிக்க முடியாததைப் பத்து பெண்கள் சேர்ந்து சுய உதவிக் குழுவைத் தொடங்கியதும் பத்து குடும்பங்களிலும் உடனடி மாற்றம் தெரிகிறது. சென்னை சைதாப்பேட்டையில், ஒரு காலனியில் குடியிருப்போர் நலச்சங்கம் என்று ஒன்றை நிறுவி, தங்களுடைய தேவைகளைத் தாங்களேத் தீர்த்துக்கொள்கிறார்கள். படிக்கிற காலத்திலேயே பக்கத்தில் இருப்பவனுக்கு உதவி செய்யாமல், அதன் மூலம் தான் அதிக மதிப்பெண் எடுக்க வேண்டும் என்று விரும்புகிற பொறாமையைப் போட்டியாக புரிந்துவைத்திருக்கிறோம். அங்குதான் நம் அறிவு விரிவடைதல் என்பது இதயம் சுருங்குதல் என்கிற எதிர் நடவடிக்கையாக மாறிவிடுகிறது.

ஆரோக்கியமான போட்டிக்கும், மனிதத் தன்மையையே அழித்துவிடுகிற பொறாமைக்கும் வேறுபாடு தெரியாமல் இருப்பதைப்

போல வாழ்வியல் துயரம் வேறு இருக்க முடியாது. அதில்தான் நம் உணர்வுகளை யாரோடும் பகிர்ந்துகொள்ள முடியாமல் தனிமைப்பட்டு விடுகிறோம். கும்பகோணம் பள்ளித் தீ விபத்து போன்ற சுயநல செயற்கை இடர்ப்பாட்டையும், சுனாமி போன்ற எதிர்பாராத இயற்கை இடர்ப்பாட்டையும் நேரில் பார்க்கிற வாய்ப்பு எனக்குக் கிடைத்திருக்கிறது. மனிதர்களுக்குள் இயல்பாக உறைந்துகிடக்கிற கூட்டுணர்வு மனப்பான்மையின் வேகமும், பயனும் மெய்சிலிர்க்க வைப்பவை.

சுனாமி வந்தபோது 19 நாட்கள் ஒரே ஆடையை அணிந்துகெண்டு இரவு பகலாக வீட்டுக்கே போகாமல் உழைத்த துப்புரவுத் தொழிலாளிகளைப் பார்த்திருக்கிறேன். ஒட்டு மொத்தக் குடும்பமும் கடலுக்கு இரையாகிப்போன பின்பும், விரக்தியடையாமல் பல உயிர்களைக் காப்பாற்றிய நிறைய நல்ல மனிதர்களைக் கண்டேன். சாதி, மதம் கடந்து நாம் மனிதர்களாக மாற இயற்கைப் பேரழிவுகள் வர வேண்டும் என்ற கட்டாயம் இல்லை.

பெங்களூரில் ஒவ்வொரு ஆண்டும் தற்கொலை செய்துகொள்பவர்களின் எண்ணிக்கை சுமார் மூவாயிரம். அதில் 90% பேர் பட்டதாரிகள். தற்கொலைக்கான காரணங்கள் என்ன தெரியுமா? காதல் தோல்வி, மன அழுத்தம், வேலைப் பளு, என அத்தனையும் அற்பமான காரணங்கள். மனச் சுமையிலிருந்து விடுபட அவர்களுக்குத் தெரிந்த பழக்கங்கள் எல்லாம் மது அருந்துவதும், பார்ட்டிகளுக்குப் போவதும், தோழிகளுடன் அலைவதும்தான். இசையை ரசிக்கப் பழகவில்லை. புத்தகங்கள் படிக்கும் பழக்கம் இல்லை. உடற்பயிற்சி செய்யும் பழக்கம் இல்லை. உதவி செய்யும் மனம் இல்லை. 'போர்' அடிக்கிற வாழ்க்கை என்று 'பார்' தேடுபவர்களின் எண்ணிக்கை கணிசமாக உயர்ந்திருக்கிறது.

த.செ. ஞானவேல்

குஜராத்தில் பூகம்பம், ஆந்திராவில் வெள்ளம், மும்பையில் குண்டு வெடிப்பு என்றால் பதறுகிறோம். பிள்ளைகளை வைத்து அஞ்சலி விளக்கேற்றுகிறோம். நிதி வசூலிக்க வைக்கிறோம். இந்த மனமும் மனிதமும் குழந்தைகளின் குணத்திலேயே வேர் பிடித்து வளர வேண்டும். வாழ்க்கையை ரசிப்பதும், சக மனிதனிடம் அன்பு பாராட்டுவதும் இயல்பாகவே அவர்களுக்குள் வளர வேண்டும். படிப்பைச் சொல்லித்தருகிற அதே நேரத்தில், பண்புகளையும் அள்ளித் தர வேண்டியது நம் கடமை. அதற்குத் தேவை அவர்களுக்கு நாம் அளிக்கும் சுதந்திரம். அவர்களுக்கான வாழ்க்கையை அவர்களே கற்றுக்கொள்ள அனுமதியுங்கள். தவறு செய்தால் குட்டுங்கள். நல்லது செய்தால் தோளைத் தட்டுங்கள். ஒரு தோழனாக!

'வாழ்வில் திட்டமிடத் தவறுகிறபோது, தவறு செய்யத் திட்டமிடுகிறோம் என்று பொருள். ஒரு நாளில், நாம் செய்ய வேண்டிய சின்னத் திட்டமிடலில் தொடங்கி முழு வாழ்க்கைக் குறித்தப் பெரிய திட்டமிடல்கள் வரை நமக்கு எவ்விதமான முன்யோசனைகளும் இருப்பதில்லை. All mistake are lessons' என்பதைக்கூட மறந்துவிட்டு புலம்பத் தீர்க்கிறோம்.

தொடர்ச்சியான பயிற்சியில்தான் கட்டுப்பாடான வாழ்க்கை சாத்தியமாகும்.

' ஒரு முறை கடலில் மூழ்கி, நாம் முத்தெடுக்காமல் திரும்பினால், கடலில் முத்துக்கள் இல்லை என்று பொருள் இல்லை. நம்முடைய முயற்சி போதவில்லை என்பதைப் புரிந்துகொள்ள வேண்டும்.'

தவறுகள்... வருந்துவதற்காக அல்ல, திருந்துவதற்காக!

26. தனசேகரன், ஸ்மீதா, மீனாட்சி, ராஜீவ் ராஜன்

வித்தியாசாகர் ஊனமுற்றோர் சட்ட உதவி மையம்

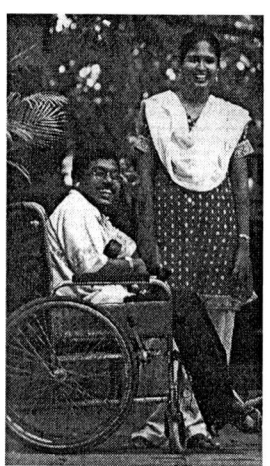
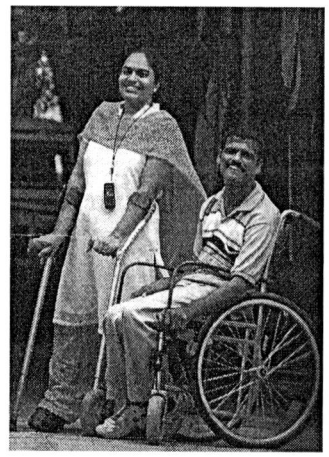

" எங்க பொண்ணு பொறக்கும்போதே ஊனம். நாலு இடத்துக்குப் போய் வரும்போது, அதுக்கு ஏதாச்சும் ஆபத்துன்னு வந்துட்டா அந்த அசிங்கத்தை எப்படிச் சுமக்கிறதுன்னுதாங்க, கர்ப்பப் பையை எடுத்துட்டோம். டாக்டர் ஐயாதான் எடுத்துடறது நல்லதுன்னு சொன்னாருங்க" -திருச்சியில் பிறந்த ஊனமுற்ற பெண்ணின் கல்வியறிவற்ற ஏழைப் பெற்றோர் தந்த வாக்குமூலம் இது. 'கருணைக்கொலை செய்வதென்றால் எந்த நிலையில் இருப்பவர்களைச் செய்யலாம்?' - பிரபல தமிழ்த் தொலைக்காட்சியில் ஒளிபரப்பான ஒரு க்விஸ் நிகழ்ச்சியில் பொதுமக்களிடம் பெறப்பட்ட நான்கு கருத்துக்களில் ஒன்று இது...

த.செ. ஞானவேல்

"பிறப்பிலேயே கடுமையான ஊனமுற்ற குழந்தைகளைக் கருணைக் கொலை செய்துவிடலாம் " - இந்தப் பதிலை எந்தப் பொறுப்பு உணர்வும் இல்லாமல் அப்படியே ஒளிபரப்பயது தொலைக்காட்சி. நான்கு மாதங்களுக்கு முன்னால், சென்னையில் ஊனமுற்றோர்களுக்கான விளையாட்டுப் போட்டிகள் நடைபெற்றன.

வெற்றிபெற்ற ஊனமுற்ற வீரர்களால் பரிசுகளை மேடையில் ஏறிப்பெற முடியவில்லை. பரிசு வழங்க வந்த உயர் அதிகாரி ' மனித நேயத்துடன்' கீழே இறங்கி வந்து அவர்களுக்குப் பரிசளித்ததாக புகைப்படத்துடன் செய்திகள். ஊனமுற்றவர்களுக்காக நடைபெறும் நிகழ்ச்சியில், அவர்களின் வசதிகளைக் கவனத்தில்கொண்டு மேடை அமைக்கும் முன்யோசனைகூட இல்லை என்பது பற்றி மீடியா ஒரு வரிகூட குறிப்பிடவே இல்லை.

இப்படி எத்தனை எத்தனை அவமானங்கள், புறக்கணிப்புகள். ஊனமுற்றவர்களை ஒரு பொருட்டாகவே மதிக்காத நம் சமூகத்தில் சில உதாரணங்களே இவை.

' அனைவருக்கும் கல்வி' என்கிற மத்திய அரசின் ' சர்வ சிக்ஷ அபியான்' என்கிற திட்டத்தில் 'அனைவருக்கும்' என்பதில் ஊனமுற்றவர்கள் இருக்கிறார்களா... இல்லையா? இரண்டாவது மாடியில் இருக்கிற வகுப்பறைகளுக்கு ஊனமுற்ற குழந்தைகளால் எப்படி ஏறிச் சென்று படிக்க முடியும்? பள்ளிகளில் ஊனமுற்றோருக்கான தனியான கழிவறை இல்லாமல் போனால், ஒரு நாள் முழுவதும் சிறுநீரை அடக்கிக்கொண்டு இருப்பதால் ஏற்படும் உடல் உபாதைகளின் வலியை உணர்ந்திருக்கிறீர்களா?

'ஹான்டி கேப்ட்' (Handicapped) என்கிற ஆங்கிலச் சொல், உடல் ஊனமுற்றவர்களை சிறுமைப்படுத்துகிறது என்பதால், பிஸிக்கலிசேலஞ்ச்டு (Physicaly Challenged) என்ற வார்த்தைப் பிரயோகத்தைக் கொண்டுவந்திருக்கிறார்கள். 'குருடு, செவிடு, ஊமை' என்று உடல் ஊனத்தை அழைத்து அவமானப் படுத்தக்கூடாது என்று கண்டிக்கிறது மணிமேகலை என்கிற இலக்கியம். 'பார்வையற்றோர், காது கேளார், வாய் பேசார்' என்று அழைத்து நாகரிக வளர்ச்சியைக் காட்டியது நல்ல தமிழ். இருந்தும் இதே தமிழகத்தில்தான் 'ஊனமுற்ற குழந்தைகளைக் கருணைக் கொலை செய்துவிட வேண்டும்' என்று சிலர் கருத்து தெரிவிக்கிறார்கள்.

ஊனத்துடன் பிறப்பதற்கு, பரம்பரைக் குறைபாடுகளில் இருந்து நிறைய காரணங்கள் இருக்கிறது என்று தெரிந்தும்,' போன பிறவியில் என்ன பாவம் பண்ணுச்சோ, இப்படி குறையோட வந்து பொறந்திருக்கு' என்று பெற்றவர்காளாலேயே திட்டப்படுகிற குழந்தையின் மனக் காயங்களை வார்த்தைகளுக்குள் எப்படி அடக்குவது? பெற்றோர்களும், உறவுகளும் முதலில் ஊனமுற்ற குழந்தையின் ஊனத்தை முதலில் ஏற்றுக்கொள்வது முக்கியம். 'பரிதாப உணர்ச்சியில்' உடல் ஊனத்துடன் சேர்த்து மனஊனத்தையும் ஏற்படுத்திவிடுவது கொடுமையிலும் கொடுமை.

ஊனமுற்றவர்களை, அவர்களுக்கான வேலைகளை அவர்களே செய்ய வசதி செய்து தராமல், எப்போதும் பிறரைச் சார்ந்து இருக்கும்படியே பார்த்துக்கொள்கிற அனுதாபம் நிச்சயம் அவர்களுக்குப் பயன்படாது. மாறாக துன்பத்தையே தரும். ஊனம் பற்றிய புரிதலைத் தருகிற கல்வியும் அவர்களின் பிரச்னைகளை அவர்களே சமாளிக்கிற, எதிர்கொள்கிற முடிவெடுக்கும் திறனை

வளர்த்தெடுக்க வேண்டும். மற்ற குழந்தைகளிடம் இருந்து ஊனமுள்ள குழந்தைகளைப் பிரித்து தனிமைப்படுத்துவது கொடூரமானது.

எல்லா பள்ளிகளிலும் ஊனமுற்றவர்கள் வந்து மற்ற குழந்தைகளைப்போல படிக்கிற சூழ்நிலையை அரசு உருவாக்க வேண்டும். அவர்கள் பள்ளிக்கு வந்துபோகிற வாகன வசதிகள் உட்பட எல்லாவிதமான வசதி வாய்ப்புகளையும் ஏற்படுத்தித் தருவது சமூகத்தின் கடமை. அதைப் பெறுவது ஊனமுற்றவர்களின் உரிமை. ஏனென்றால், கடமை கருணையாவதும், உரிமை இரக்கமாவதும் போன்ற துயரம் உலகில் வேறு இருக்க முடியாது.

தனி மனிதர்கள் தொடங்கி அரசாங்கம் வரை இதில் எல்லோரும் ஒரே மாதிரி இருக்கிறார்கள். ஊனமுற்றவர்களுக்கான எல்லா முடிவுகளையும் ஊனத்தின் வலியை உணராதவர்களே எடுக்கிறார்கள். திட்டக் குழுவில் ஊனமுற்றோருக்கான திட்டங்கள் தீட்டப்பட்டால், அந்தக் குழுவில் ஊனமுற்றவர்கள் இடம்பெற வேண்டும் என்பதற்கே நான்கு ஆண்டுகள் போராட வேண்டியிருக்கிறது. ஊனமுற்றவர்களுக்கான சட்டப் பாதுகாப்பைப்பெற, 11 ஆண்டுகள் போராட வேண்டியிருக்கிறது. இனி அந்தச் சட்டத்தை நடைமுறைப்படுத்த இன்னும் எத்தனை யுகங்கள் ஆகுமோ? சட்டத்திலும்கூட, 'ஊனமுற்றவர்களுக்கு இத்தகைய வசதிகள் இருக்க வேண்டும் என்று அறிவுறுத்தப்படுகிறதே தவிர, அந்த உரிமைகளும், தேவைகளும் நடைமுறைப் படுத்தப்படாமல் போனால், 'என்ன தண்டனை' என்பது பற்றிய விளக்கம் இல்லை.

தண்டனை இருந்தாலே தப்பித்துவிடுகிற புத்திசாலிகள், சட்டத்தின் அறிவுரைகளை வேதவாக்காக ஏற்று நடக்கவா போகிறார்கள்?

சென்னை உயர் நீதிமன்றம் எல்லா பொது இடங்களிலும் ஊனமுற்றவர்கள் இயல்பாக நடமாடுகிற தேவைகளை நிறைவேற்ற வேண்டும் என்று உத்தரவு பிறப்பித்தது. எத்தனைப் பேருக்கு அந்த உத்தரவு கிடைத்திருக்கும், அல்லது தெரிந்திருக்கும்? காலக்கெடு முடிந்ததும் 'ஏன் இன்னும் உத்தரவு நடைமுறைப்படுத்தப்படவில்லை?' என்று நீதிமன்றம் கேட்டால், 'உத்தரவே எங்கள் கைக்குக் கிடைக்கவில்லை' என்று இன்னும் சில வருட அவகாசம் கேட்பார்கள். இப்படி பொறுப்பைத் 'தட்டிக் கழிப்பது' இன்று சர்வ சாதாரணமாகிவிட்டது. ஊனமுற்றவர்களுக்கு வாக்களிக்கும் உரிமை இருக்கிறது. ஆனால், அவர்கள் வாக்குச் சாவடிகளுக்குச் சென்று ஓட்டுப் போடுகிற வசதியை சுதந்திரம் பெற்ற ஒரு ஜனநாயக நாடு, ஐம்பது ஆண்டுகளைக் கடந்த பிறகும் இன்னும் நிறைவேற்றவில்லை என்பது நம் அலட்சியத்தின் அளவுகோல்தானே.

விலங்குகள் தண்ணீர் அருந்த அங்கங்கே தண்ணீர் தொட்டிகள் வைக்க வேண்டும் என்று குரல் கொடுக்கிற காலத்தில், விலங்குகளிடம் காட்டப்படும் அக்கறையும், கவனமும்கூட இம்மாதிரி மனிதர்களுக்கு இல்லை என்றால் எப்படி?

ஊனமுள்ளவர்கள் செலுத்த வேண்டிய மின்சாரக் கட்டணம் செலுத்தவில்லை என்றால் வந்து 'பீஸ் பிடுங்கி' கடமை உணர்வைக் காட்டுகிற அரசு, ஊனமுற்றவர்கள் மின்சார கட்டணம் செலுத்துகிற இடத்தில் ஊனமுற்றவர்கள் வந்து போக வசதிகள் செய்ய வேண்டும் என்று நினைப்பதில்லை. ஊனமுற்றவர்கள் சராசரி மனிதர்களாக வந்து போக வேண்டிய அளவில் எந்த பொது இடமாவது இருக்கிறதா? பள்ளி, பேருந்து, மருத்துவமனை, தியேட்டர், ஷாப்பிங் காம்ப்ளெக்ஸ்

என எதுவும் ஊனமுற்றவர்களையும் மனதில் கொண்டு கட்டப்படுவதில்லை.

அரசு வெளியிடுகிற வேலைவாய்ப்பு விளம்பரத்தில் 'இந்தப் பதவிகளுக்கு ஊனமுற்றவர்கள் விண்ணப்பிக்க வேண்டாம்' என்று அறிவிக்கிறார்கள். அந்த வேலைகளுக்கு ஊனமுற்றவர்கள் தகுதியில்லை என்று யார் தீர்மானிப்பது? வேலைக்கான தேர்வை ஊனமுற்றவர்கள் எழுதட்டும். அந்த வேலைக்கான தகுதி இல்லை என்றால் பிறகு உரியவர்கள் நிராகரிக்கட்டும். அப்போதும் ஊனமுற்றவர்கள் என்பதால் நிராகரிக்காமல், அந்தக் குறிப்பிட்ட வேலைக்கு அவர்களுக்கு தகுதி குறைவு என்று நிராகரிப்பதுதான் நாகரீகம். ஆனால், வேலைக்கு விண்ணப்பிக்கவே தகுதியற்றவர்கள் என்று நிராகரிப்பது எந்த விதத்தில் நியாயம்? நாங்களும் இந்தச் சமூகத்தின் ஒரு தவிர்க்க முடியாத அங்கம் என்பதையும், எங்களுக்கும் இந்த நாட்டில் சகல உரிமைகளுடன் வாழ்கிற உரிமை இருக்கிறது என்பதையும் சமூகம் புரிந்துகொள்ளாதவரை எங்கள் பிரச்னைக்கு முழுமையான தீர்வு இருக்காது. ஊனம் ஜென்மத்தின் பாவமாகவும் பார்க்கப்பட வேண்டாம், இரக்கத்தால் கடவுளின் வரமாகவும் ஆக்கப்பட வேண்டாம்.

ஊனமுற்றவர்கள் எங்கேயோ தனித்து வேறு உலகத்தில் வசிப்பவர்கள் இல்லை. மனிதர்களாகப் பிறந்த யாரும், எப்போதும் ஊனமுற்றவர்களாக ஆகக்கூடும். அவசரத்தின் விபத்துகளும், பேராசையின் அணுகுண்டுகளும் ஆயிரமாயிரம் ஊனமுற்றவர்களை உருவாக்குகிற காலச்சூழலில், ஊனமுற்றவர்களின் உரிமையும், சமூகத்தின் கடமையும் கைகோக்க வேண்டியது அவசரம், அவசியம்!

27. விக்டர் லூயிஸ் ஆன்த்துவான்

பொருளியல் அறிஞர்

✸ விமானப் பயணங்களின் கட்டணம் குறைந்து கொண்டே வருகிறது. பஸ் கட்டணம் உயர்ந்து கொண்டே போகிறது. ஏன்?

✸ ஒரு விவசாயி மாடு வாங்க வேண்டும் என்று லோன் கேட்டால், தகுதி இல்லை என்கிறார்கள். கார் வேண்டும் என்று கேட்டால், உடனடியாக வீட்டுக்கு முன் கொண்டுவந்து நிறுத்துகிறார்கள். எப்படி?

✸ 20 ஆண்டுகளுக்கு முன்பு வரை 'லியோ டாய்ஸ்' என்கிற இந்திய நிறுவனம் தயாரித்த பொம்மைகளை விளையாடாத நடுத்தரவர்க்கக் குழந்தைகளே இல்லை. அந்த நம்பர் ஒன் நிறுவனம் ஏன் மூடப்பட்டது?

✦ 10 ஆண்டுகளுக்கு முன்பு வரை, 5 ஆயிரம் பேர் வசிக்கும் ஒரு ஏரியாவில் சின்னக் கடை வைத்து சோடா தயாரித்து விற்கும் வியாபாரிகள் உண்டு. எங்கே தொலைந்து போனார்கள் அவர்கள்?

✦ சென்னை போன்ற பெருநகரங்களில் சாலை ஓரங்களில் பிச்சை எடுக்கும் முதியவர்களை விசாரித்துப் பாருங்கள்... அவர்கள் நமக்குச் சோறு போட்ட விவசாயிகளாக இருப்பார்கள். அடுத்தவர்களுக்குச் சோறிட்ட கைகள். பிச்சையெடுக்க என்ன காரணம்?

-இப்படி நிறையக் கேள்விகளை அடுக்கிக்கொண்டே போகலாம். இதற்கெல்லாம் சேர்த்து மூன்றே பதில்கள்தான்! தாராளமயமாக்கல், தனியார்மயமாக்கல், உலகமயமாக்கல் என்ற மூன்றையும் நம் நாடு ஏற்றுக் கொண்டதால்தான் இந்தியா வறுமை மயமாகி இருக்கிறது.

இன்றைக்கு உலகம் முழுவதும் அறிஞர்கள் மத்தியில் பெரும்விவாதப் பொருளாகி இருக்கும் இந்த மூன்றும், இந்தியாவின் சாதாரண உழவர்களை, சிறு சிறு தொழில்கள் செய்துகொண்டு இருந்த நம் சகோதரர்களை அழித்த, அழித்துக்கொண்டு இருக்கும் வரலாற்றை இன்னும் நாம் முழுமையாக உணராமல் இருக்கிறோம்.

அமெரிக்க முன்னாள் அதிபர் பில் கிளிண்டன், முன்பொருமுறை இந்திய நாடாளுமன்றத்தில் உரை நிகழ்த்தும்போது, 'உலகம் கிராமமாகிவிட்டது. இனி, உலகமயமாக்கலைத் தவிர்க்க முடியாது' என்று கர்வத்துடன் சொன்னார். உடனே நமது முன்னாள் குடியரசுத் தலைவர் கே.ஆர்.நாராயணன், ' உலகம் கிராமமாகி இருக்கலாம். அதற்காக அதை ஒரேயொரு தலையாரி மட்டும் ஆள முடியாது' என்று பதிலடி தந்தார். இப்போதும் நாம் விழிப்படையவில்லை என்றால், நிச்சயம் சில தலையாரிகளால் மட்டுமே ஆட்சி செலுத்தப்படுவோம்.

யார் ஏழையாக இருக்க வேண்டும், யார் பணக்காரர்களாக இருக்க வேண்டும் என்பதையும் உலகமயமாக்கல்தான் தீர்மானிக்கிறது. கொலம்பஸ் இந்தியாவைக் கண்டுபிடிக்கச் சென்ற நிகழ்வுதான் (1492) உலகமயமாக்கலின் ஆரம்பம். இந்தியா என்று நினைத்துக்கொண்டு அவர் அமெரிக்கா சென்று இறங்கியது பயணத்தின் மீது இருக்கிற ஆர்வத்தால் மட்டுமல்ல, சூரியன் அஸ்தமிக்காத அடிமை தேசங்களைக் கொள்ளையடிக்கிற ஆசை. அமெரிக்காவின் பூர்வ குடிகளாக இருந்த சிவப்பு இந்தியர்கள் மீது வேட்டை நாய்களை ஏவிக் கொன்றுவிட்டு, அவர்களின் உழைப்பால் விளைந்த ஏராளமான செல்வங்களைக் கப்பல்களில் கொள்ளையடித்து வந்த கொடூரத்தை வீர வரலாறாகப் படிக்கிறார்கள் நமது பிள்ளைகள்.

ஐரோப்பிய, அமெரிக்க நாடுகளின் ஆதிக்கத்திலிருந்து ஏழை நாடுகள் விடுதலை பெற்றதும், அந்த நாடுகளின் மீதான தங்கள் ஆதிக்கத்தை நிலைநிறுத்த வழி தேடின வல்லரசுகள். தங்கள் நாட்டுத் தனியார் வங்கிகளில் அரேபியர்கள் போட்டுவைத்த பணத்தை ஏழை நாடுகளுக்குக் குறைந்த வட்டிக்குக் கடன் தந்தன. ஆனால், திடீரென்று ஒரு நாள் வட்டி விகித்தை உயர்த்தி, உடனடியாகப் பணத்தைத் திருப்பித் தர வேண்டும் என்று வற்புறுத்தின. தங்கள் நாடு கடனைத் திரும்பித் தர இயலாத நிலையில், திவாலாகிவிட்டதாக முதன் முதல் 1982-ல் மெக்ஸிகோ அறிவித்தது. அடுத்து, 20 நாடுகள் கடனைத் திரும்பித் தர இயலாது என்று அறிவித்தன.

இதனால், பெரிய சிக்கலில் சிக்கின தனியார் வங்கிகள். தங்கள் நாட்டு வங்கிகளைக் காப்பதற்காக, உலக வங்கி தருகிற கடன் மூலம் தனியார் வங்கிகளின் கடனை அடைக்கும்படி ஜி-7 பணக்கார நாடுகள் ஒரு திட்டத்தை முன்வைத்தன. ஏழ்மையில் சிக்கிய நாடுகள் தங்கள்

கடன்கார களங்கத்தைப் போக்க, உலக வங்கியிடம் கடன் வாங்கச் சம்மதித்தன. கடன் தருவதற்குப் பல நிபந்தனைகளை விதித்தது உலக வங்கி. உள் நாட்டு வியாபார நிறுவனங்களுக்கு மட்டுமே முக்கியத்துவம் அளிக்காமல், உலக தனியார் நிறுவனங்களைத் தங்கள் நாடுகளுக்குள் நுழைய அனுமதிக்க வேண்டும் என்றும், உள் நாட்டு நிறுவனங்களுக்கோ, மக்களுக்கோ மானியம் வழங்கக் கூடாது என்றும், அதற்கான சட்டங்களை இயற்ற வேண்டும் என்று உலக வங்கி விதித்த நிபந்தனைகளை ஏழை நாடுகள் ஏற்றுக்கொண்டன.

பொதுத்துறையில் அரசு எந்த நிறுவனத்தையும் நடத்தக் கூடாது. மின்சாரம், போக்குவரத்து, வங்கி, கல்வி, சுகாதாரம் உள்ளிட்ட சேவைத் துறைகளைத் தனியார் மயமாக்கவேண்டும். வெளிநாட்டு நிறுவனங்களின் சேவை, பொருட்கள், மூலதனம் எதற்கும் தடை இருக்கக் கூடாது போன்ற கடுமையான நிபந்தனைகள், விடுதலை பெற்ற நாடுகளை வேறுவிதமாக அடிமைப்படுத்தும் முயற்சியாக மேற்கொள்ளப்பட்டன. அந்த ஒப்பந்தங்களில் கையெழுத்திட்ட நாடுகளை எச்சரித்த சில நாடுகளில் இந்தியாவும் ஒன்று.

1991-ம் ஆண்டு வரை நமக்கு இருந்த தெளிவு கொஞ்சம் கொஞ்சமாகத் தடுமாற ஆரம்பித்தது. வலுவான மத்திய அரசு இல்லாமல் போனது. வெளிநாட்டு நிறுவனங்களுக்கு வசதியாகிவிட்டது. 100 மில்லியன் டாலரைச் சில நிறுவனங்களுக்கு உடனடியாகச் செலுத்த முடியாமல் போனதால், நம்முடைய தங்கத்தை அடகு வைத்துக் கடனை அடைத்தனர். கொஞ்சம் நிதானமாக யோசித்திருந்தால், அந்தப் பிரச்சனையைச் சுமூகமாகவே கையாண்டிருக்கலாம். சொற்பத் தொகைக்கு நாட்டின் எதிர்காலத்தையே அடகுவைத்த வரலாறு மிக மோசமானது.

தாராளமயமாக்கலை இந்தியா கொஞ்சம் கொஞ்சமாக ஏற்றுக்கொள்ள ஆரம்பித்து, இன்று உலகமயமாக்கலை எப்படி எதிர்கொள்வது என்று தெரியாமல் தடுமாறி நிற்கிறது.

இந்த உலகமயமாக்கலால் சில நன்மைகள் இல்லாமல் இல்லை. ஐ.டி., பி.பி.ஓ., வங்கித் துறை, சின்ன கார்களின் உற்பத்தி, மருந்துத் துறை, பயோ-டெக், கார்மென்ட்ஸ் போன்ற சில துறைகள் பெரிய வளர்ச்சி பெற்றிருக்கின்றன. இந்த துறைகளால் நேரடியான பலன் பெற்றவர்கள் 1 கோடிப் பேர். மறைமுகமாகப் பலன் பெற்றவர்கள் 20 கோடி இருக்கும். ஆனால், 80 சதவிகித மக்கள் விவசாயத்தைச் சார்ந்து வாழ்கிற ஒரு தேசத்தில், அவர்களின் வளர்ச்சி கணக்கில் கொள்ளப்படாமல் போவது, மன்னிக்க முடியாத துரோகம். ஐ.டி. துறையில் வளர்ந்திருக்கும் ஆந்திரா, மகாராஷ்டிரா, குஜராத் மாநிலங்களில் விவசாயிகள் தற்கொலை செய்துகொள்வது நாளுக்கு நாள் அதிகரித்துக் கொண்டு இருக்கிறது. தமிழகம், கர்நாடகம், கேரளா போன்ற மாநிலங்களிலும் இந்த சோகம் ஆரம்பித்து விட்டது. வளர்ந்த மாநிலங்களின் பட்டியலில் இருக்கிற இந்த மாநிலங்களின் விவசாயிகளுக்கே இந்தக் கதி என்றால் பீகார், உத்தரப்பிரதேசம், ஜார்கண்ட், அஸ்ஸாம் போன்ற மாநில விவசாயிகளின் துயரத்தை விளக்க வார்த்தைகளே இல்லை.

உலகமயமாக்கலால் பயோ, ஸ்டீல், டூரிஸம், சிமென்ட் போன்ற துறைகளுக்கு இந்தியாவில் பிரகாசமான எதிர்காலம் இருப்பதை மறுக்கவில்லை. ஆனால், 70% விவசாயிகளைத் தன் மக்கள் தொகையில் கொண்டிருக்கும் நாடு, அவர்களை சாலைப் பணியாளர்களாக, கூலித் தொழிலாளர்களாக மாறுவதைத் தடுக்காமல் போனால், சந்திக்கப்போகும் விளைவுள் ஆபத்தானவை.

ஒரு மாட்டை நீங்கள் வீட்டில் வளர்த்தால், அமெரிக்க அரசு உங்களுக்குச் சும்மாவே தினம் 2 டாலர்கள் தரும். ஐரோப்பாவில் கால்நடை வளர்ப்புக்கு அரசுகள் தரும் மானியம் 2 டாலர். அதுவே, ஜப்பானில் நீங்கள் மாடு வளர்த்தால், மானியம் 7.5 டாலர்! ஆனால், நம் நாட்டில் வங்கியில் கடன் வாங்கி மாடு வாங்கினால், அந்த மாட்டையே விற்றுதான் கடனை அடைக்க வேண்டியிருக்கிறது. ஏழைகள் மேலும் ஏழைகள் ஆவதும், பணக்காரர்கள் மேலும் பணக்காரர்கள் ஆவதும் இந்தியாவில்தான் அதிகம்.

உலகமயமாக்கலால், இமாச்சலப் பிரதேசத்தின் ஆப்பிளை நம்மால் பார்க்க முடியவில்லை. ஒரு மாநிலத்தின் பொருளாதாரமே ஆட்டம் கண்டுவிட்டது. சீனாவில் இருந்து எலெக்ட்ரானிக் பொருட்கள் முதல், பூண்டு வரை இறக்குமதி செய்து குறைந்த விலைக்கு விற்கிறார்கள். சாக்லெட், சீஸ், கோலாக்கள் என நம் உணவுப் பழக்கத்தையே மேல் நாடுகளுக்கு ஏற்ப மாற்றிக்கொண்டு இருக்கிறோம். இறக்குமதி ஆகிற பொருள் நமது தயாரிப்பைவிட எப்படிக் குறைந்த விலைக்குத் தரப்படுகிறது என்கிற தொழில்நுட்பத்தை ஆராய்ந்து நம் விவசாயிகளுக்கு வழங்காமல், அவர்களின் உற்பத்திப் பொருளைப் புறக்கணிப்பது, அவர்களைத் தற்கொலைக்குத் தூண்டுகிற குற்றத்துக்குச் சமம்.

உலகமயமாக்கலால் சில தொழில்கள் வளர்ந்திருக்கின்றன. ஆனால், 7 லட்சம் சிறுதொழில் நிறுவனங்கள் இழுத்து மூடப்பட்டுள்ளன. அதை நம்பிப் பிழைத்துக்கொண்டு இருந்த நம் சகோதரர்கள் வெளிநாடுகளுக்கு அடிமைகளாக ஏற்றுமதி ஆகிறார்கள். 3 ஆயிரம் பெரிய தொழில்கள் அடையாளம் இல்லாமல் அழிந்துவிட்டன. இவ்வளவு பிரச்சனைகளையும் தாண்டி இந்தியா

பொருளாதாரத்தில் வளர்திருக்கிறது என்றால், நம் இளைய தலைமுறை இரவு பகலென நேரம் காலம் பார்க்காமல் உழைத்துக்கொண்டு இருப்பதே காரணம்! இதுவும் ஒருவகையான மனித உரிமை மீறல்தான். இளமைக்குரிய எல்லா இயல்புகளையும் துறந்து, 40 டாலருக்குரிய வேலையை 4 டாலருக்குச் செய்துகொண்டு இருக்கிறார்கள்.

சரி உலகமயமாக்கலை எதிர்கொள்வது எப்படி?

நம்முடைய பெரிய பலமாக இருக்கிற விவசாயத் துறையை மேம்படுத்தாமல் நம்மால் உலகமயமாக்கலால் நம்மை அடையவே முடியாது. உழவர்களுக்கு அரசு நிறைய மானியம் தந்து, வேளாண்மை ஆராய்ச்சிகளைத் தொலைநோக்குடன் வளர்ப்பதே முக்கியம். வட இந்தியாவில் வெள்ள நிவாரண நிதியும், தென் இந்தியாவில் வறட்சி நிவாரண நிதியும் வழங்கிக்கொண்டு இருந்தால், அரசு செயல்படுவதில் அர்த்தமே இல்லை. நதிகள் இணைப்பு, சிறுதொழில் ஊக்கம், மனித வளத்தைப் பயன்படுத்துவது என்று எல்லா கோணங்களில் நாம் விழிப்பு உணர்வு பெற வேண்டியது அவசியம்.

அமெரிக்கப் பூர்வ குடிகளைக் கொன்று குவித்துக் கொள்ளையடித்தபோது இன்றைய வல்லரசுகளிடம் துப்பாக்கி இருந்தது. இன்று, அதைவிட பயங்கர ஆயுதமான 'உலகமயமாக்கல்' இருக்கிறது!

28. டாக்டர் இரா.சுரேந்திரன்

அரசு ஸ்டான்லி மருத்துவமனை (ஓய்வு)

கடைக்கோடியில் வாழும் சாதாரண குடிமகனுக்கும், எந்த நாட்டில் கல்வியும் மருத்துவமும் பாரபட்சமின்றிக் கிடைக்கிறதோ, அந்த நாடுதான் வாழ்வதற்குத் தகுதியானது. உயிர் காக்க இயலாமல் போனாலும், பொறுப்பின்மையாலும், அலட்சியத்தாலும் ஒரு நோயாளியைத் துன்புறுத்தக் கூடாது என்பதுதான் மருத்துவ உலகின் தாரக மந்திரம்! மனிதன் பிறப்பில் தொடங்கி இறப்பு வரை உடன் வருவது மருத்துவம்தான்.

தொண்டாக இருந்த வரையில் மருத்துவர்கள் கடவுள்களாகவே இருந்தார்கள். எப்போது மருத்துவம் தொழிலானதோ அப்போதே

மருத்துவர்கள் வியாபாரிகளாவதும் அரங்கேற ஆரம்பித்துவிட்டது! பாகிஸ்தானில் இருந்து சிகிச்சைக்காக இந்தியா வருகின்றனர் நோயாளிகள்.

அதே நேரம், பிரசவத்துக்குப் போராடும் கர்ப்பிணியைக் கட்டிலில் வைத்து தூக்கிக்கொண்டு மருத்துவமனையைத் தேடி ஓடும் அவலத்தில் இன்னும் பல ஆயிரக்கணக்கான கிராமங்கள் இந்தியாவில் இருக்கின்றன.

ஏழைகளுக்கு ஒரு மருத்துவம், பணக்கரார்களுக்கு ஒரு மருத்துவம், கிராம மக்களுக்கு ஒரு மருத்துவம், நகரவாசிகளுக்கு ஒரு மருத்துவம் என மருத்துவத்துக்குள்ளும் பாகுபாடு அதிகரித்து வருகிறது மருத்துவர்களிடம் கட்டாயம் இருக்க வேண்டிய மனித நேயமும், பொறுப்பு உணர்வும் நாளுக்கு நாள் குறைந்து வருகிறது.

எம்.ஆர்.ஐ. ஸ்கேனிங் மெஷின் ஐந்து கோடி ரூபாய். பெரும்பாலான தனியார் மருத்துவமனைகள் கடனில் அந்த மெஷினை வாங்கி வைத்துக்கொண்டு, ஒவ்வொரு மாதமும் பணம் கட்ட வேண்டிய கட்டாயத்தில் இருக்கின்றன. அதனால்தான், பென்சில் சீவும்போது விரலில் அறுத்துக்கொண்டாலும் ஸ்கேன் எடுக்க வேண்டும் என்று பரிந்துரைக்கிறார்கள். மருத்துவத்தின் மகத்துவம் மனித உயிரைக் காப்பாற்றுவதும், மனிதர்களை வாழ்வித்தலுமே ஆகும். இந்த இரண்டையுமே கொன்றுவிட்டு பிணத்தை உயிர்ப்பிக்கிற வேலையைப் போலக் கொடூரமானது வேறெதுவும் இல்லை.

தொலைக்காட்சியில் வருகிற மருத்துவமனை விளம்பரங்களில், ' எப்படி இருந்த நான் இப்படி ஆகிட்டேன்?' என்று மருத்துவரின் பெருமையை வாக்குமூலமாகத் தந்தால், சிகிச்சைக்கு ஆகிற செலவில்

50% தள்ளுபடி உண்டு. இன்னும் சில மருத்துவமனைகள் பேக்கேஜ் மருத்துவத்துக்கு தள்ளுபடி, குடும்பமாக ட்ரிட்மெண்ட் எடுத்துக் கொண்டால் தள்ளுபடி என சலுகைகளை வாரி வழங்குகின்றன. இப்படியே போனால், ஜவுளிக் கடைகளைப் போல் புத்தாண்டு, பொங்கல் சிறப்புத் தள்ளுபடிகள் கூட எதிர்காலத்தில் வரலாம்.

உயர்தர மருத்துவ வசதிகளைக் கொண்டு இருக்கிற தனியார் மருத்துவ மனைகள் மனிதநேயமில்லாமல் நடந்து கொள்கின்றன என்றால், ஏழைகளின் புகலிடமாக இருக்கிற அரசு மருத்துவ மனைகள் ஒழுக்கமாக நடந்து கொள்கின்றனவா?

உலகிலேயே காஸ்ட்லியான பயணம், அரசு மருத்துவமனையின் ஸ்ட்ரெச்சரில் பயணிப்பதுதான். 50 அடி தூரம் இருக்கிற ஆபரேஷன் தியேட்டருக்கு கூலித் தொழிலாளியை ஏற்றிக்கொண்டு போனாலும் 200 ரூபாய் கேட்பார்கள். அரசு மருத்துவமனைக்குச் சென்றால், 'த/அ' (தமிழ்நாடு அரசு) என்று பொறிக்கப்பட்ட வெள்ளை நிற மாத்திரையை எல்லா வியாதிக்குமே தருவார்கள். அதன் அர்த்தம் 'தலையெழுத்து அவ்வளவுதான்!' என்று ஜோக் அடிப்பதை எல்லோரும் கேள்விப்பட்டு இருக்கலாம். இதில் எல்லாம் உண்மை இல்லை என்று வாதாட அனுபவம் ஒப்புக்கொள்ளாது. 2006-ம் ஆண்டுக்கான தமிழக அரசின் மருத்துவ பட்ஜெட் தொகை சுமார் 2000 கோடி ரூபாய். ஏழைகளுக்குத் தரமான மருத்துவம் கிடைக்க வேண்டும் என்கிற ஒரே நோக்கத்தில் அரசு செலவழிக்கிற தொகை சரியான படி மக்களுக்குச் சென்று சேருமானால், உலகதரத்தில் நோயாளிகளுக்குச் சிகிச்சை அளிக்க முடியும். ஆனால், நடப்பதென்ன?

மத்திய அரசு சமீபத்தில் எடுத்த கணக்கெடுப்பின்படி, 100 கோடி ரூபாய் மருத்துவத் துறைக்கு ஒதுக்கினால், 80 கோடி ரூபாய் தகுதி இல்லாதவர்களுக்கே போய்ச் சேர்கிறதாம். இன்னொரு பக்கம் நமது வரிப் பணத்தில் நடத்தப்படும் ஒரு மருத்துவ மனைக்குள் முடிந்த அளவு நாமே பொறுப்பில்லாமல் நடந்துகொள்கிறோம். மாத வருமானம் 999 ரூபாய்க்கும் குறைவான ஏழைக்களுக்குத்தான் முழுக்க முழுக்க இலவச மருத்துவம் என்று வரையறுத்திருக்கிறது அரசு. ஆனால், மாதம் 10 ஆயிரம் ரூபாய் சம்பளம் பெறுபவர்கள்கூட 600 ரூபாய் தான் சம்பாதிப்பதாகச் சான்றிதழ் காட்டி, அரசு மருத்துவமனையில் சிகிச்சை பெறுகிறார்கள்.

அரசு மருத்துவமனையின் சிகிச்சையை யாருமே குறை சொல்ல முடியாது. சரியான பராமரிப்பு இல்லை என்றுதான் குற்றம் சாட்டப்படுகிறது. ஒரு நோயாளிக்கு ஒதுக்கப்படும் தண்ணீரை பத்து பார்வையாளர்கள் பயன்படுத்துகிறார்கள். கண்ட இடங்களில் எச்சில் துப்புவதும் குப்பை போடுவதுமான நமது பொறுப்பின்மையின் அடையாளங்கள்தான் அரசு மருத்துவ மனையின் அசுத்தங்கள்.

மருத்துவமனை என்பது அன்பும், ஆதரவும், பொறுப்பும், இரக்கமும் இருக்கிற மருத்துவர்கள், செவிலியர்கள், ஊழியர்கள் என அனைவரும் இணைந்து நோயாளிகளின் ஆரோக்கிய வாழ்வை உறுதி செய்கிற உன்னதமான இடம். இத்தகைய ஒரு மருத்துவ வசதியை அரசு மருத்துவ மனையில்தான் தர முடியும்.

அரசு ஸ்டான்லி மருத்துவமனையில் 'கல்லீரல், கணையம் பிரிவு மற்றும் ரத்தக்கசிவுத் தடுப்பு மையம்' என்கிற சிறப்பு வார்டு இயங்கி வருகிறது. இதில் அட்மிட் ஆகி சிகிச்சை பெற விரும்புகிறவர்கள்,

அரசாங்கத்தின் பெயரில் 5 ஆயிரம் ரூபாய்க்கு டி.டி.எடுத்துத் தர வேண்டும். பராமரிப்பு, ஊழியர்களுக்கான சம்பளம் போன்ற அடிப்படைத் தேவைகளுக்காக அதிலிருந்து பணத்தை எடுத்து அரசே வழங்குகிறது. ஆக, ஒரு தனியார் மருத்துவமனையில் 7 லட்ச ரூபாய் செலவழித்துச் செய்யப்படுகிற அறுவை சிச்சையானது அதைவிடத் தரமாக வெறும் 5 ஆயிரம் ரூபாயில் அரசு மருத்துவ மனையிலேயே கிடைக்கிறது.

நோயாளிகள் பற்றிய முழு விவரங்களும் கணினியில் பதிவு செய்வதில் தொடங்கி, நேர்மையான ஊழியர்கள், கனிவான நர்ஸ்கள், 24 மணி நேரமும் உடனிருந்து கவனிக்கும் மருத்துவர்கள் என சகல வசதிகளுடன் சுத்தமான பராமரிப்பல் இயங்குகிறது அந்த வார்டு. பொதுமக்களிடம் இருந்து பெறப்பட்ட பணத்தில் 70 லட்சு ரூபாய் மதிப்புள்ள நவீன மருத்துவ உபகரணங்களை எங்கள் துறைக்கு வாங்கியிருக்கிறோம். அந்தக் கருவிகள் ஏழைகளுக்கும் பயன்படுகின்றன.

ஏழை எளிய மக்கள் வந்து செல்லும் அரசு மருத்துவ மனையிலேயே தன் வாழ்நாளை அர்ப்பணித்துக்கொண்ட ரத்னவேல் சுப்பிரமணியம், ஆர்.வெங்கடசாமி, தன்ராஜ், சரத்சந்திரா போன்ற மருத்துவ மேதைகள் எவ்விதமான அங்கீகாரமும் புகழ் வளையமும் எதிர்ப்பார்க்காமலே தங்கள் சேவையை உன்னதமாகச் செய்து முடித்தனர். தகுதியானவர்கள் கண்டுகொள்ளப் படாததும், தகுதியில்லாதவர்கள் கொண்டாடப்படுவதும் ஆரோக்கியமான சமூகத்துக்கு அழகல்ல.

தமிழ் மண்ணே வணக்கம்!

100 கோடி மக்கள் தொகையைத் தாண்டிய ஒரு நாட்டில், தனியார் மருத்துவமனைகளின் சேவை நிச்சயம் தேவைதான். ஆனால், அரசு அதற்கான வரைமுறைகள் வகுக்க வேண்டியது மிக அவசியம். மேலும், நம் அறியாமையைத் தொலைத்துத் தகுதியான மருத்துவர்களை அடையாளம் காண்பது எப்படி? 20 வருடங்களுக்கு முன்பு வரைகூட ' குடும்ப மருத்துவர்' என்கிற நல்ல கலாச்சாரம் நம்மிடம் இருந்தது. அதைத் தொலைத்துவிட்டோம். நோய் வந்தால், முதலில் குடும்ப மருத்துவரிடம் சென்று கலந்து ஆலோசித்து. அதன் பிறகே தகுதியான மருத்துவ மனையையோ, சிறப்பு மருத்துவரையோ தேடிப் போவது நல்லது.

போட்ட பணத்தை பல மடங்காக எடுக்கிற வியாபாரமாக மருத்துவத் துறை மாறுவதைத் தடுக்க ஒரே வழி, அனைவருக்கும் சமமான கல்வி முறைதான். மருத்துவம் படிக்கும் காலத்தில் யாரும் எதையும் கற்றுக்கொள்ளவே முடியாது. பயிற்சி மருத்துவராக இருக்கிற அனுபவமும், அப்போது கிடைக்கிற அனுபவ பாடமும்தான் பணிக் காலம் முழுவதும் மருத்துவருடன் உடன் வரும்.

எனவே, குறிப்பிட்ட காலம் வரை பயிற்சி பெறாத மருத்துவர்கள் கிளினிக் வைக்க இயலாதவாறு தடுக்க வேண்டும். அதே போல மக்களை ஏமாற்றும் முறையற்ற விளம்பரங்களுக்குத் தடை விதிப்பதும் அவசர அவசியம். தனியார் மருத்துவமனைகளில் ' மெடிக்ளைம்' செய்கிற இன்ஷூரன்ஸ் பாலிஸி நடைமுறையில் இருக்கிறது. அரசு மருத்துவமனைகளுக்கு அதில் 10% பணம் கட்டினால்போதும். தரமான சிகிச்சையைப் பெற முடியும். நாம் கட்டுகிற பணத்தில் ஏழை எளிய மக்களும் நல்ல சிகிச்சை பெற முடியும். பணம் இல்லை

என்பதால் ஒரு குடிமகன் சிகிச்சை செய்யப்படாமல் இறந்துபோவது, மற்ற குடிமக்கள் அனைவருக்குமே அவமானம்.

நோய்கூட கடவுளைப் போலத்தான், அதற்கும் ஏழை, பணக்காரன் என்கிற வித்தியாசம் கிடையாது மனிதர்களைக் கடவுளாக்கும் ஒரே தொழில் மருத்துவத் தொழில். அதில் மிருகங்கள் வந்து நுழைவது தடுக்கப்பட வேண்டும்!

29. அ.கி.வேங்கடசுப்ரமணியன்

ஐ.ஏ.எஸ். (ஓய்வு) உந்துனர் அறக்கட்டனை

'கூட்டத்தில் கூடி நின்று

கூவிப் பிதற்றலன்றி

நாட்டத்திற் கொள்ளாரடீ - கிளியே

நாளில் மறப்பாரடீ!'

என விடுதலைக்கு முன்பே பாடினார் மகாகவி பாரதி. அரை நூற்றாண்டு தாண்டியும் நமக்கு இன்னும் அடிமை மனோபாவம் மாறவே இல்லை. கண்ணுக்கு முன் அநியாயம் நடக்கும், கூட்டமாகக் கூடி நின்று கூவிப் பிதற்றுவோம். ஆனால், அந்த அநியாயத்தைத்

திருத்த வேண்டும் என்கிற எண்ணமே நமக்கு வராது. மறுநாளே, அதை மறந்துவிட்டு வேறொரு இடத்தில் வேறொரு விஷயத்துக்காகக் கூடிப் பிதற்றிக் கொண்டு இருப்போம். இன்னும் எத்தனை காலத்துக்குதான் இப்படியே இருக்கப் போகிறோம்?

நாம் வரி கட்டுகிற ஊராட்சி, நகராட்சி, மாநகராட்சி போன்ற மக்கள் சேவை அமைப்பைத் தலைமை ஏற்று நடத்துகிற அதிகாரத்தை, பொறுப்பை யாருக்கு வழங்குவது என்று முடிவெடுக்கும் நேரம் உள்ளாட்சித் தேர்தல் காலத்தில்தான் நம் கைக்கு வருகிறது. குப்பை எடுக்க ஆள் வருவதில்லை, குடிநீர் வரவில்லை, சாலை வசதி இல்லை, தெரு விளக்கு எரிவதில்லை,

பிறப்பு, இறப்புச் சான்றிதழ் வாங்க லஞ்சம் கேட்கிறார்கள்... இப்படி ஊருக்கு ஊர், தெருவுக்குத் தெரு, ஆளுக்கு ஆள் எத்தனை எத்தனை குற்றச் சாட்டுகள்! ஆனால், நம்மில் 100-க்கு 45 பேர்கூட வாக்குச் சாவடிக்கு வந்து ஒட்டுப் போடுகிற கடமையைச் செய்வதில்லை. நாடாளுமன்ற, சட்டமன்றத் தேர்தல்களுக்கே இந்தக் கதி என்றால், உள்ளாட்சித் தேர்தல்களை நாம் எங்கே மதிக்கப் போகிறோம்?

வாக்குரிமை இருக்கும் குடிமக்கள், உள்ளாட்சித் தேர்தல் பற்றிய அடிப்படைகளை முதலில் புரிந்துகொள்ள வேண்டும். ' உங்களுக்கு முடிவு எடுக்கிற தகுதி இல்லை. அதனால், நாங்கள் சொல்வதை மட்டுமே கேளுங்கள்' என்று உங்கள் வீட்டுக்குள் நுழைந்து யாரேனும் சொன்னால், அனுமதிப்பீர்களா? ' நாடு காப்பதற்கே உனக்கு ஞானம் சிறிதும் உண்டோ? என்று நம்மைப் பார்த்து அரசியல் கட்சிகள் கேட்பது நமக்கு அவமானம் இல்லையா? உங்கள் பஞ்சாயத்து, நகராட்சி, மாநகராட்சித் தலைவர்களை உங்களால் தேர்ந்தெடுக்க முடியாது.

அதனால், உங்களை ஆள்வதற்கு எங்கள் கட்சி சார்பில் யாரையாவது நாங்கள் அனுப்புகிறோம்' என்று அவர்கள் சொன்ன பிறகும், நமக்கு ரோஷம் வரவில்லை என்றால் எப்படி?

மக்களே... ஆளுகிற ஆட்சி முறைக்குப் பெயர்தான் மக்களாட்சி. ஆனால், மக்களை ஆட்சி செய்வதை மக்களாட்சி என்று அர்த்தப்படுத்திக் கொண்டுவிட்டோம். நம்மை நாமே ஆளுகிற பக்குவம் உள்ளாட்சித் தேர்தலில் இருந்துதான் ஆரம்பிக்க வேண்டும். ' எங்கள் தெருவில் விளக்கு இல்லை, நல்ல சாலை இல்லை' என்று மனுக்களை எழுதி, யாரிடமோ கையேந்தி நிற்பதற்கு நம்முடைய தெருவை, பகுதியை நாமே ஏன் பார்த்துக்கொள்ள முடியாது? மக்கள் மன்னராக மாறக்கூடிய அற்புதமான வாய்ப்பை வழங்குவதுதான் உள்ளாட்சித் தேர்தல். ஆனால், நாம் ஏதோ ஓர் அரசியல் கட்சியின் பிரதிநிதிக்கு ஓட்டுப் போட்டுவிட்டு, மனுக்களைத் தூக்கிக்கொண்டு காலமெல்லாம் அவர்கள் பின்னால் திரிந்துகொண்டு இருக்கிறோம்.

மாநில சுயாட்சி வேண்டும் என்கிற உரிமையைப் போலவேதான், உள் சுய ஆட்சி வேண்டும் என்கிற உரிமையும், சுயமரியாதையை அடிப்படையாகக் கொண்டது. தமிழகத்தில் மொத்தம் 1 லட்சத்து 30 ஆயிரம் பிரதிநிதிகள் மக்களால் வாக்களிக்கப்பட்டுத் தேர்ந்தெடுக்கப்படுகிறார்கள். இவர்கள் அனைவரும் ஒன்று சேர்ந்து ஒருமித்த குரலில் மாநில அரசைக் கேட்டால், கேட்டது கிடைக்கும் நினைத்தது நடக்கும். ஆனால், அரசியல் கட்சிகளே உள்ளாட்சித் தேர்தலில் பிரதிநிதிகளை நிறுத்துவதால், மக்களின் வேட்பாளர்கள் இல்லாமல், அந்தந்தக் கட்சிகளின் ஆதிக்கமே மேலோங்குகிறது. நாடாளுமன்றம், சட்டமன்றங்களைவிட ' வரலாறு காணாத அடிதடி அமளிகள்' அரங்கேறுவது நகராட்சிக் கூட்டங்களில்தான். காரணம்,

மக்கள் நலன் அல்ல. ஊராட்சி, நகராட்சி அலுவலகங்களில் எந்தக் கட்சித் தலைவரின் புகைப்படத்தை மாட்டுவது என்கிற சமூக நல(!) பிரச்னைக்காகத் தங்களின் சட்டைகளைக் கிழித்துக்கொண்டு, செருப்புகளை வீசி, தங்கள் கட்சி விசுவாசத்தைக் காட்டுகிறார்கள் நாம் தேர்ந்தெடுத்த மாண்புமிகு மக்கள் பிரதிநிதிகள்.

2001-ம் ஆண்டு உள்ளாட்சித் தேர்தலில் தேர்ந்தெடுக்கப்பட்ட சில நல்ல, திறமையான உள்ளாட்சிப் பிரதிநிதிகள், தலைவர்களின் சாதனைகளை உதாரணமாக எடுத்துக்கொண்டால், அரசியல் பிரதிநிதிகளைவிட மக்கள் பிரதிநிதிகளால் எவ்வளவு நன்மை கிடைக்கும் என்பது புரியும். கடந்த உள்ளாட்சித் தேர்தலில், தலித்துகளும் பெண்களும் கணிசமாகத் தேர்ந்தெடுக்கப்பட்டு, எவ்வளவு உண்மையாக அவர்கள் உழைத்திருக்கிறார்கள் என்பதை அந்தந்த ஊர்களுக்குச் சென்று பார்த்தால் தெரியும்.

பாப்பாபட்டி, கீரிப்பட்டி உள்ளிட்ட தலித் பஞ்சாயத்துகளுக்குக் கடந்த பல ஆண்டுகளாக தேர்தல் நடத்தாமல் தோல்வியுற்ற நம் ஜனநாயத்தின் மனசாட்சியாக மாறியிருக்கிறார், குத்தம்பாக்கம் பஞ்சாயத்துத் தலைவராக இருக்கும் டாக்டர் இளங்கோ. இவர் ஒரு தலித் பரதிநிதி. சாதி அடையாளம், கட்சி அடையாளம் இல்லாமல், ஐந்தே வருடங்களில் அந்த ஊரையே மாற்றிக்காட்டி, 'பசி இல்லாத ஊர்' என்று பலகை வைக்கும் அளவுக்குச் சாதித்திருக்கிறார்.

வேலூர் மாவட்டம் இடையஞ்சாத்து பஞ்சாயத்துத் தலைவி ராணிமணி, ஒரு நல்ல பஞ்சாயத்தை எப்படி நிர்வகிக்க வேண்டும் என்று மற்ற பிரதிநிதிகளுக்கு வகுப்பு எடுக்கிற அளவுக்குத் தன் ஊரை மாற்றி இருக்கிறார். அரசியல் கட்சிகளின் பிரதிநிதிகள் இருந்தவரையில்

ஒழிக்க முடியாத சாராயம், இப்போது இடையஞ்சாத்தில் ஒழிந்திருக்கிறது. தன் கிராமத்துக்கு வேண்டிய சாலைகளை தன் கிராமத்து மக்களை வைத்தே போட்டுக்கொண்டார். கான்ட்ராக்ட் கலாச்சாரம் எதுவும் இல்லாமல், அந்த ஊர் மக்களுக்கு வேலைவாய்ப்பு பெருகியதுடன், ஊழலற்ற தரமான சாலையும் கிடைத்தது.

ராமநாதபுரத்தைச் சேர்ந்த மைக்கேல்பட்டினம் பஞ்சாயத்தின் ஜேசுமேரி, மழை நீர் சேகரிப்புத் திட்டத்தைச் செயல்படுத்திய நிர்வாகத் திறமைக்காக சர்வதேச அங்கீகாரத்தைப் பெற்றார். தேவிப்பட்டினம் பஞ்சாயத்தைச் சேர்ந்த ஜம்ரூத் பீவி, மதச் சார்பு சிறிதும் இன்றி கடந்த ஐந்தாண்டுகள் நல்ல நிர்வாகத்தைத் தந்திருக்கிறார். மறவன்மங்களம் அண்ணாதுரை, செமிப்பாளையம் பொன்னுசாமி, கீரப்பாளையம் பன்னீர் செல்வம், பண்ருட்டி பஞ்சவர்ணம் எனக் கட்சி அடையாளம், சாதி அடையாளம் இன்றிச் செயல்படும் பல நல்லவர்களை, திறமையானவர்களை, நேர்மையானவர்களை உதாரணமாகச் சொல்ல முடியும்.

பிரியாணி போடாமல், மைக் கட்டாமல், மேடை போடாமல் ஒரு சின்ன துண்டுப் பிரசுரம் மூலமே நமது பிரதிநிதியை நம்மால் தேர்ந்தெடுத்துவிட முடியும். ஒவ்வொரு பகுதியிலும் இயங்கும் தொண்டு நிறுவனங்கள், குடியிருப்போர் நலச் சங்கங்கள் மனது வைத்தால், அடுத்த ஐந்து ஆண்டுகளில் தமிழகத்தின் முகத்தையே மாற்றி அமைக்க முடியும். வேலைவாய்ப்பு, கல்வி, மருத்துவம் போன்ற பல்வேறு காரணங்களுக்காக நகரத்தை நோக்கிப் படையெடுக்கும் நம் கிராம மக்களைக் காப்பாற்ற ஒரே வழி, நம்மில் தகுதியானவர்களைத் தேர்ந்தெடுக்கிற இந்த உள்ளாட்சித் தேர்தல்தான்.

கர்நாடகா, மேற்கு வங்காளம் போன்ற மாநிலங்களைவிட, தமிழக உள்ளாட்சி அமைப்புகளுக்கு அதிகாரங்கள் குறைவு. ஆனால், இந்திய அளவில் சிறப்பாகச் செயல்படும் பிரதிநிதிகள் நம்மிடம்தான் அதிகம் இருக்கிறார்கள். மேற்கு வங்கத்தில் கடந்த ஆண்டு மட்டும் 10 லட்சம் கழிவறைகளை உள்ளாட்சிப் பிரதிநிதிகளின் நிர்வாகத்தில் கட்டினார்கள். 50 சதவிகித சுகாதாரப் பிரச்னை தீர்ந்தது. ஆனால், நம்மால் வீட்டுக்கு ஒரு கழிவறை கட்டக்கூட முடியாமல் போனது ஏன்? அதிகாரங்களைப் பரவலாக்காமல் சில அமைப்புகளிடம் மட்டுமே குவித்து வைப்பது ஆரோக்கியமான ஜனநாயத்துக்கு நல்லதல்ல. மக்களாட்சியில் பொதுமக்களுக்கும் அரசுக்கும் எவ்வித இடைவெளியும் இருக்கக் கூடாது.

'அரசாங்கம் திட்டம் போடும். மக்கள் அதன் மூலம் பயன் அடைவார்கள்' என்கிற மனோபாவம் மாற வேண்டும். மக்கள் தங்களுக்கான திட்டத்தை ஊழலற்ற முறையில் தாங்களே போட்டுச் செயல்படுத்தும் வண்ணம் அவர்களே பிரதிநிதிகளாக மாறவேண்டும். 'லஞ்சம் வாங்க மாட்டேன், வாங்கவும் விடமாட்டேன்' என்கிற உறுதிமொழியைத் தந்த விருத்தாசலம் நகராட்சித் தலைவரான வள்ளுவன், கடந்த ஐந்தாண்டுக் காலத்தில் தன் வாக்குறுதியைச் செவ்வனே நிறைவேற்றிக் காட்டியிருக்கிறார். அதே போல், பத்து பைசாகூட லஞ்சம் இல்லாமல் பத்தே நிமிடங்களுக்குள் பிறப்பு, இறப்பு சான்றிதழைப் பெற முடியும் என்பதை நிரூபித்துச் சாதித்திருக்கிறார் பண்ருட்டி நகராட்சித் தலைவர்.

மாற்றங்களைப் பிறரிடமிருந்து மட்டுமே எதிர்பார்க்காமல், தன்னிடமிருந்தே தொடங்க வேண்டும் என்கிற முயற்சியில், உள்ளாட்சியில் நல்லாட்சிக்கான கூட்டமைப்பாக ஊழல் எதிர்ப்பு

இயக்கம், லஞ்சம் கொடாதோர் இயக்கம், மக்கள் சக்தி இயக்கம் உள்ளிட்ட ஏழு தன்னார்வ அமைப்புகள் நல்ல வேட்பாளர்களை அடையாளம் கண்டு, அவர்களை மக்கள் முன் நிறுத்துகிற முயற்சியில் ஈடுபட்டுள்ளன.

ஒவ்வொரு பகுதியிலும் இந்த முறை பின்பற்றப்பட்டால், நம்முடைய 90 சத விகித பிரச்னைகளை நம்மால் முடிவுக்குக் கொண்டு வந்துவிட முடியும். அரசியல் மாநாடுகள் நடத்தி, கட்சியின் சின்னத்தை அறிமுகப்படுத்தி, கோடிக்கணக்கில் செலவு செய்துதான் நமக்கான மாற்றத்தை உருவாக்க வேண்டும் என்கிற அவசியமே இல்லை. நம் பகுதியில் இருப்பவர்களிலேயே ஒரு நல்லவரை அடையாளம் கண்டு, அவரை மக்கள் வேட்பாளராக்கி ஓட்டுப்போட்டால், அடுத்த ஐந்து ஆண்டுகள் நம் தலையெழுத்தை நாமே மாற்றி எழுதிவிட முடியும். இந்த வாய்ப்பைத் தவறவிட்டால் இன்னும் ஐந்து ஆண்டுகளுக்கு 'அடிதடி ரகளையில் ஈடுபடும்' நம் மாண்புமிகு கட்சிப் பிரதிநிதிகளின் பின்னால் மனுக்களோடு திரிவது தவிர்க்க முடியாததாகிவிடும்.

விழிப்பு உணர்வு என்பது சின்ன நெருப்பு. அதன் வீரியத்தை பாரதியின் வார்த்தைகள்தான் விளக்க முடியும்.

"அக்கினிக் குஞ்சொன்று கண்டேன் - அதை

அங்கொரு காட்டிலோர் பொந்திடை வைத்தேன்!

வெந்து தணிந்தது காடு - தழல் வீரத்தில்

குஞ்சென்றும் மூப்பென்றும் உண்டோ!"

த.செ. ஞானவேல்

30. செ.மா.அரசு

ஊழல் எதிர்ப்பு இயக்கம்.

'ரேஷன் கடைக்காரருக்கு

குழந்தை பிறந்தது...

எடை குறைவாக!'

என்று பத்திரிகையில் ஒரு ஜோக் படித்தேன். நம்முடைய துயரங்கள் எல்லாம் நகைச்சுவை ஆகிவிடுகின்றன. வேதனைகளையெல்லாம் சிரிப்பு மூலமே கடந்துபோகவேண்டி இருக்கிறது. ஊழலும் லஞ்சமும் அங்கிங்கெனாதபடி எங்கும் நீக்கமற நிறைந்திருக்கின்றன. 'வீடு வரை

உறவு, வீதி வரை மனைவி, காடு வரை பிள்ளை, கடைசி வரை யாரோ?' என்ற கேள்விக்கு விடை கிடைத்துவிட்டது. அதுதான் லஞ்சம்!

ஒருவன் குழந்தையாகப் பிறக்கும்போதே ஆரம்பிக்கும் லஞ்சம், அவன் இறந்து சுடுகாடு போய் எரிந்தோ, புதைந்தோ மண்ணோடு மண்ணாகிற வரையில் அவனை நிழல் போலத் தொடர்கிறது. தொட்டில் குழந்தைத் திட்டத்திலும் ஊழல்... சுடுகாட்டுக்குக் கூரை வேய்ந்ததிலும் ஊழல் என பத்திரிக்கைகள் படம்பிடித்துக் காட்டுகின்றன.

தமிழகத்தில் ஆட்சிக்கு வருகின்ற ஒவ்வொரு கட்சியும், ' தமிழகத்தை இந்தியாவின் முதல் மாநிலமாகக் கொண்டு வருவேன்' என்று வாக்குறுதிகளை வழங்குகின்றன. ஆனால் லஞ்சத்திலும், ஊழலிலும் பீகார், உத்திரப்பரதேசம் போன்ற மாநிலங்களோடு கடும்போட்டியில் இருக்கிறது தமிழ்நாடு.

" நம் நாடு விடுதலை அடைந்த பிறகு நேர்மையும், உண்மையும் முடங்கிப் போய் லஞ்சமும், ஊழலும் பெருகிவிடும் அபாயம் இருக்கிறது" என்று 1925-ம் ஆண்டே அபாயமணி அடித்தார் ராஜாஜி. அப்போதே கேட்காத நமக்கு, லஞ்சம் பெற்றுப் பிழைக்கிற பிழைப்பு மீது அவமானமோ, குற்ற உணர்ச்சியோ இல்லாமல் மரத்துப் போயிருக்கும் இந்தக் காலத்திலா கேட்கப்போகிறது?

' தவறான காரியத்தைச் செய்யத் தூண்டுவதற்குத் தருகிற பணம், பரிசு போன்றவையே லஞ்சம்' என்று வரையறுக்கிறது அகராதி. இன்றோ, கடமையைச் செய்வதற்கே லஞ்சம் கேட்கிற அளவுக்குக் கூச்சமற்றுப் போயிருக்கிறது நம் மனசாட்சி.

ஒவ்வொரு அரசு அலவலகங்களிலும், 'லஞ்சம் பெறுவதும், தருவதும் குற்றம். இந்த அலுவலகத்தில் யாரேனும் லஞ்சம் கேட்டால், மேலதிகாரிகளிடம் புகார் தெரிவிக்கவும்' என்று ஒரு அறிவிப்புப் பலகை துருப்பிடித்துக் காணப்படும். அந்தப் பலகையோடு நம் ஒழுக்கமும், நேர்மையும் சேர்ந்தே துருப்பிடித்துப் போய்விட்டது. 'யாருகிட்ட போய்ச் சொல்லணுமோ சொல்லு. நம்பர் தரட்டுமா?' என லஞ்சம் தரமறுத்துத் தட்டிக் கேட்பவர்களை வார்த்தைகளால் குத்திக் கிழிக்கிறார்கள் லஞ்சாதிபதிகள்!

வாரிசுச் சான்றிதழ் 15 நாள், சாதிச் சான்றிதழ் 2 நாள், பட்டா மாறுதல் 30 நாள், பிறப்பு இறப்புச் சான்றிதழ் 7 நாள் முதல் 15 நாள்... என நம் வாழ்க்கையின் அவசிய சான்றிதழ்களை இத்தனை நாட்களுக்குள் கொடுத்துவிட வேண்டும் என்று விதி இருக்கிறது. ஆனால், மக்களின் தலைவிதியல்லவா அங்கே எழுதப்படாத சட்டமாக இருக்கிறது! வாரிசுச் சான்றிதழ் ரூ.1000, சாதிச் சான்றிதழ் ரூ.25, வருமானச் சான்றிதழ் ரூ.100, பட்டா மாறுதல் ரூ.5000, பிறப்பு இறப்புச் சான்றிதழ் ரூ.100... இப்படி ஒவ்வொரு சான்றிதழுக்கும் வாங்கப்படும் லஞ்சத்தின் அளவு எந்த அலுவலகத்திலும் எழுதிவைக்கப்படவில்லை. அது அங்கு வேலை பார்க்கும் அனைவருக்குமே மனப்பாடமாகத் தெரியும்.

இருப்பிடச் சான்று பெற மனுக்களில் ஒட்ட வேண்டிய ஸ்டாம்ப் கட்டணம் ரூ.11, ஆண்டு வருமானம் ரூ.12000-க்கு மேல் உள்ள வருவாய் சான்றுக்கு ரூ.11, பிறப்பு இறப்பு, சாதி, வாரிசுச் சான்றிதழ் உள்ளிட்ட அனைத்து மனுக்களுக்கும் ரூ.1-இவ்வளவுதான் நாம் செலுத்த வேண்டிய கட்டணம். இந்த விவரமாவது சான்றிதழ் பெறுபவர்களுக்குத் தெரியுமா? தெரியாது.

தினமும் கடவுள் முன் நின்று கை கூப்பி வணங்குகிறவர்கள்கூட லஞ்சம் வாங்கத் தயங்குவதில்லை. தனது கறை படிந்த கரங்களைக் கடவுள் முன்னே கூப்பி நிற்கக் கூச்சம் வரவேண்டாமா? கடவுளிடம்கூட உண்மையற்று நடந்துகொள்வதைவிட வாழ்வியல் கொடூரம் வேறென்ன இருக்கிறது?

அரசியல்வாதிகள், அரசு அதிகாரிகள், பொதுமக்கள் என மூன்று தரப்பிலுமே ஊழலின் ஊற்றுக்கண் இருக்கிறது. அரசியலில் ஊழல் மலிந்து இருந்தால், சமூகமே ஊழல் மலிந்துதான் இருக்கும். தகுதியான அரசியல் தலைவர்களைத் தேர்ந்தெடுக்காமல் போகிற பாவத்துக்குச் சம்பளமாகத்தான், பொதுமக்கள் லஞ்சம் தர வேண்டியிருக்கிறது.

உத்திரபிரதேச சட்டசபையில் 2006-ல் வரவு-செலவு தாக்கல் செய்யப்பட்டது. அமைச்சர்கள் டீ-பிஸ்கட் சாப்பிட்ட செலவுக் கணக்கு மட்டும் 4.08 கோடி ரூபாய். அதில், உணவுத்துறை அமைச்சர் மட்டும் 18,52,000 ரூபாய்க்கு டீ. பிஸ்கட் சாப்பிட்டிருக்கிறார். அதே ஆண்டு, சாப்பிட உணவில்லாமல் விஷம் குடித்துக் குடும்பத்தோடு பொது மக்கள் தற்கொலை செய்துகொண்ட நிகழ்வுகள் 8% சதவிதத்திலிருந்து 17% சதவிகிதமாக உயர்ந்திருப்பதாகச் சொன்னது வேறொரு புள்ளிவிவரம்.

30 ஆண்டுகளுக்கு முன்பு ஊழலை ஒழிக்க 'சந்தானம் கமிட்டி' அமைக்கப்பட்டுப் பரிந்துரைகள் வழங்கப்பட்டன. லஞ்சம், ஊழல் தடுப்பு ஆணையமும் உருவாக்கப்பட்டது. கடுமையான விதிமுறைகள் உருவாக்கப்பட்டன. ஆனால், இன்னும் திறமையான ஊழல் பெருச்சாளிகள் வளர்ந்தார்களே அன்றி, லஞ்சம் குறையவே இல்லை. நம்முடைய திறமை முழுவதும் தவறான வழியிலேயே

செலுத்தப்படுகிறது என்பதற்கு உதாரணம், நம் நாட்டில் ஆண்டுதோறும் பெறப்படும் லஞ்சப் பணம் மட்டுமே 26,000 கோடி ரூபாய் என்பதுதான்.

பொதுமக்கள் இப்போதெல்லாம் அரசு அதிகாரிகள் மீது புகார் சொல்வதே, 'லஞ்சம் கொடுத்த பிறகும் வேலை செய்ய மாட்டேங்கிறாங்களே!' என்கிற நிலையில்தான். கடமையாற்ற லஞ்சம் பெறுவது குற்றமில்லை என்கிற மனோபாவம் லஞ்சம் பெறுபவர்களுக்கு மட்டுமின்றி, கொடுப்பவர்களுக்கும் வந்துவிட்டது. மேலதிகாரிகள், காவல்துறை அதிகாரிகள், நீதிமன்றம், அரசாங்கம் போன்ற அதிகார பீடங்களிடம்தான் நம்முடைய துயர்களை முறையிடமுடியும். அவர்களே ரத்தம் உறிஞ்சுகிற அட்டைப் பூச்சிகளாக இருந்தால், யாரிடம் போய் முறையிடுவது?

செங்கல்பட்டில் ஒரு இன்ஸ்பெக்டர் டீக்கடை தொழிலாளியிடம் லஞ்சம் வாங்கியதற்காக கையும் களவுமாகப் பிடிபட்டார். இதற்கிடையில் புகார் கொடுத்த ஊழல் எதிர்ப்பு இயக்க உறுப்பினர் குண்டர்களால் தாக்கப்பட்டு, உயிருக்குப் போராடும் நிலையில் மருத்துவமனையில் அனுமதிக்கப்பட்டார். மூன்று மாத இடைவெளியில் அந்த இன்ஸ்பெக்டருக்கு வேறொரு 'நல்ல' வருமானம் வரும் ஏரியாவில் பணிமாற்றம் தந்து 'தண்டித்தார்கள்' நம் கடமைமிகு அதிகாரிகள்.

திருத்தணியைச் சேர்ந்த ஒரு பெண் வழக்கறிஞர் தனக்கு நீதிபதி பதவி கிடைக்க அவ்வூர் முன்னாள் எம்.எல்.ஏ.விடம் 5 லட்ச ரூபாய் லஞ்சம் தந்திருக்கிறார். எதிர்பார்த்த 'நீதிபதி' பதவி கிடைக்காததால், கொடுத்த லஞ்சத்தை அவர் திருப்பிக் கேட்க 3 லட்ச ரூபாய்தான்

கிடைத்தது. வெகுண்டெழுந்த வழக்கறிஞர் உயர்நீதிமன்றத்தில் வழக்குத் தொடுத்தார். விசாரித்த நீதிபதி, பாக்கித் தொகையை விரைவில் வழக்கறிஞருக்குத் தர வேண்டும் என்று உத்தரவிட்டார். 'நீதிபதி பதவிக்காக லஞ்சம் கொடுத்தேன்' என்று ஒருவர் நீதிமன்றத்திலேயே சொன்னாலும், எந்தவிதத் தண்டனையும் கிடையாது. பெண் வழக்கறிஞர் விரைவிலேயே 'நீதிமிகு' நீதிபதியாகிவிடுவார் என்கிறார்கள்.

இதையெல்லாம் தட்டிக் கேட்க வேண்டிய நம் 'மாண்புமிகு'க்கள், நாடாளுமன்றத்தில் கேள்விகள் கேட்க 10,000 ரூபாய் முதல் 15,000 வரை லஞ்சம் பெற்று, நம் நாடாளுமன்ற ஜனநாயக பெருமையை உலகறியச் செய்தார்கள். 'ஊழல்மிகு' 'லஞ்சம்மிகு' என்கிற அடைமொழியோடு அதிகார பீடங்கள் இருக்க, 'அறியாமைமிகு' 'அலட்சியம்மிகு' பொது ஜனங்கள், 'யார் எப்படி இருந்தால் எனக்கென்ன? என் வேலை சீக்கிரம் நடந்தால் போதும்' என்று வாழப் பழகிவிட்டார்கள்.

தவறுகளிலிருந்து பாடம் கற்பதை விடுத்து, அதையே பழக்கமாக மாற்றிக் கொள்வது தற்கொலை செய்துகொள்வதற்குச் சமம். ஒவ்வொரு ஊரிலும் பத்து பேர் ஒன்றிணைந்து லஞ்சத்தை ஒழிக்கப் பாடுபட்டால் நாடும் வளமாக இருக்கும், நாமும் நலமாக இருக்கலாம். ஆர்.டி.ஓ. அலுவலகம், தாசில்தார் அலுவலகம், ரேஷன் கடைகள், அரசு அலுவலகங்கள் என எல்லா இடங்களிலும் 'ஒற்றுமை என்கிற ஆயுதம்தான் நமக்குக் கேடயமாக விளங்க முடியும்.

ஊருக்குப் பத்து பேர் ஒன்று சேர முடியாதா?

த.செ. ஞானவேல்

31. பாமா

ஆசிரியை, எழுத்தாளர்

உலகத்திலேயே மிக உன்னதமான இடம், தாயின் கருவறையே!

ஒரு கரு உயிராகி உருவாகி வளர்கிற இடமான கருவறையும், பள்ளி வகுப்பறையும் ஒன்றுதான்!

தாயின் ஆரோக்கியம்தான் குழந்தையின் ஆரோக்கியம். ஆசிரியர்களின் ஆரோக்கியம்தான் மாணவர்களின் ஆரோக்கியம், அதுவே சமூகத்தின் ஆரோக்கியமும். வீடுகளில் குழந்தைகள் பிறக்கிறார்கள். ஆனால், வகுப்பறைகளில்தான் அவர்கள் வளர்கிறார்கள்.

செய்தித்தாள்கள் பார்த்தால், பகீரென்று இருக்கிறது!

பள்ளிச் சுற்றுலாவுக்கு மாணவிகளின் பாதுகாப்புக்குச் சென்ற ஆசிரியர்கள், குடிபோதையில் பயிர்களையே மேய்ந்த கொடுமை கேள்விப்பட்டு,ஊரே திரண்டு ஆசிரியர்களைச் சிறைப்பிடித்ததாக ஒருசெய்தி.

பொள்ளாச்சி அருகில் ஆசிரியர் ஒருவர், நான்காம் வகுப்புப் படிக்கும் மாணவியிடம் பாலியல் வன்முறையில் ஈடுபட்டு இருக்கிறார். அழுதபடி வீட்டுக்குப் போன சிறுமியை அள்ளிக்கொண்டு மருத்துவமனைக்கும் காவல் நிலையத்துக்கும் போனார்கள். இப்போது அந்த ஆசிரியருக்கு பத்தாண்டுகள் சிறைத் தண்டனை வழங்கி இருக்கிறது நீதிமன்றம் என்றொரு செய்தி.

விருதுநகர் மாவட்டத்தில் ஆசிரியர் ஒருவர் மாணவ-மாணவிகள் தவறு செய்தால், அவர்களின் தொடையில் கைவைத்துக் கிள்ளுவதைப் பல வருடப் பழக்கமாகத் தொடர்ந்து செய்து வந்திருக்கிறார். புதிதாக வந்த தலைமை ஆசிரியர் அதைக் கண்டித்தது விபரீதமாகி, சாதிப் பிரச்னையாக உருமாறியிருப்பதாக ஒரு செய்தி.

' மலைக் கிராமத்துப் பிள்ளைகளுக்கு நான் பாடம் நடத்துவதா?' என்று பள்ளிக்கே போகாமல், கையெழுத்து மட்டும் போட்டு சம்பளம் வாங்கி 'சீட்டு கம்பெனி' நடத்திக் கொண்டு இருந்த ஆசிரியர் பிடிபட்டார் என்றும் ஒரு செய்தி. இப்படி எத்தனை எத்தனை செய்திகள்?

25 ஆண்டு காலம் ஆசிரியையாகப் பணியாற்றி வரும் என் அனுபவத்தில் நான் என் மாணவர்களுக்குக் கற்றுக்கொடுத்ததைவிட, அவர்களிடம் கற்றுக்கொண்டதே அதிகம். ஒரு நாள் பள்ளிக்குப் போக, பேருந்து இல்லை என்றால் விடுமுறை எடுத்துவிட நினைக்கிறது மனது. ஆனால், பேருந்தையே பார்க்காத கிராமங்களின் கரடுமுரடான

பாதைகளைச் செருப்புகளற்ற கால்களால் நடந்து வருகிறார்கள் நம் மாணவர்கள்.

தொழிற்சாலைகளில் இயந்திரங்களுடன் வேலை பார்க்கிற தொழிலாளிகூட, தான் தினமும் வேலை பார்க்கிற இயந்திரத்தைத் தன்னுடைய குழந்தையைப் போலப் பராமரிப்பார். ஆனால், ஜீவனுள்ள குழந்தைகளுடன் பழகுகிற ஆசிரியர்கள், மாணவர்களை இயந்திரம் போல நடத்துகிற அவலத்தை எந்த நீதிமன்றத்தில் போய் முறையிடுவது?

சிந்திக்கத் தெரிந்த ஒரு தலைமுறையை உருவாக்கும் பொறுப்பை மறந்து, மதிப்பெண்ணுக்குப் பின்னால் ஓடுகிற ஒரு கூட்டத்தைத் தயார்படுத்தினால் போதும் என்கிற மனநிலை எப்படி வந்தது?

பள்ளிக்குக் குடித்துவிட்டு வந்து பாடம் எடுக்கிற ஆசிரியர்கள் இருக்கிறார்கள். மாணவர்களிடமே பான்பராக் கேட்டு வாங்கிப்போட்டுக் கொள்பவர்கள் உண்டு. மாணவர்களின் எதிர்காலத்தைவிட சில ஆசிரியைகளுக்குப் புடவையும், சீரியல் கதைகளும்தான் முக்கியம் என்றால் எப்படி?

குழந்தையின் நேரடி ரோல் மாடல் ஆசிரியர்தான். 'தீண்டாமை ஒரு பாவச்செயல்' என்று பாடம் நடத்திவிட்டு, வகுப்புக்குள்ளேயே தீண்டாமை கடைப்பிடிக்கிற பாவத்துக்கு என்ன பரிகாரம்? 'ஒற்றுமையே பலம்' என்று மனப்பாடம் செய்யச் சொன்னால் போதாது. சம்பள உயர்வுக்காகக் கொடி பிடித்துப் போராடுகிற, உண்ணாவிரதம் இருக்கிற, தர்ணா நடத்துகிற ஆசிரியர்கள், என்றைக்கேனும் மாணவர்கள் நலனுக்காகப் போராட்டம் நடத்தியிருக்கிறார்களா? பாடச்சுமை அதிகம், கல்விக் கட்டணப் பளுவை ஏழை மாணவர்களால்

தாங்க முடியாது, மாணவர்கள் அமர்ந்து படிக்கிற சூழல் பள்ளியில் இல்லை. மனப்பாடத் திறனை மட்டுமே வளர்த்து, வாழ்க்கையைத் தொலைத்துவிடுகிற கல்வி முறையை மாற்ற வேண்டும்... இப்படி மாணவர்களின் நலனை முன்வைத்து ஒன்று திரண்டு ஒரு நாளாவது தங்களுடைய எதிர்ப்பை ஆசிரியர்கள் காட்டியிருக்கிறார்களா?

நன்றாகப் படிக்கிற மாணவனைவிட, படிப்பு வராத மாணவன் மீது அதிக அக்கறை செலுத்துவதுதான் ஆசிரியரின் அடிப்படை பண்பு. ஒரு மாணவன் படிக்கவில்லை என்பதைவிட, 'ஏன் அவனால் படிக்க முடியவில்லை?' என்கிற கேள்விக்கு விடை கண்டுபிடிப்பதும் ஓர் ஆசிரியரின் முக்கியக் கடமையே! தன் வகுப்பில் படிக்கிற ஒரு மாணவனுக்குப் பணம் வாங்கிக்கொண்டு டியூஷன் எடுப்பதைவிட ஆசிரியர் சமூகத்துக்கு வேறு அவமானம் இருக்க முடியுமா? அதிலும் டியூஷனுக்குப் போனால் பாஸ் பண்ணிவிடலாம் என்கிற மனோபாவத்தைத் தன் மாணவனுக்குத் தருகிற ஆசிரியர் சமூகத்தின் முன் குற்றவாளி அல்லவா!

ஆசிரியர் பணி என்பது ஒரு தொழில் அல்ல. காட்டு மூங்கில்களை புல்லாங்குழலாக்கும் கலை. சம்பளத்துக்கு மட்டுமே வேலை பார்க்க நினைப்பவர்கள் இந்த வேலைக்கு வராமல் இருப்பது சமூகத்துக்குச் செய்கிற நன்மை. நமக்குத் தெரிந்ததை கற்றுக்கொடுப்பது மட்டும் ஆசிரியரின் வேலை இல்லை. குழந்தைகளிடமிருந்து கற்றுக்கொள்வதும் முக்கியம். கற்றுக்கொடுப்பதன் முதல் தகுதியே கற்றுக்கொள்கிற மனநிலைதான்.

குழந்தைகளை உளவியல் அடிப்படையில் புரிந்துகொள்ள ஓராண்டு படிப்பே போதாது என்று கல்வியாளர்கள் புலம்பிக்கொண்டு

இருக்கும்போது அந்த ஒரு வருடத்தையும் அஞ்சல் வழியில் படித்து ஆசிரியராகிவிடுகிற அவலம் வேறெங்கும் நடக்காதது.

ஆசிரியர்களின் தரம் குறித்தும், தகுதி குறித்தும் நம்மிடம் போதிய விவாதம் வருவதில்லை. அஞ்சல் வழிக் கல்வி முறையில் படித்து ஒருவர் டாக்டர் ஆனால், அந்தத் துறை எவ்வளவு மோசமாகுமோ, அதைவிட மோசமான நிலைமைதான் ஆசிரியர் தொழிலுக்கு வந்திருக்கிறது. மேல் நாடுகளில் கல்லூரிப் படிப்பைவிட பள்ளிப் படிப்புகளுக்குத்தான் அதிக மரியாதையும், முக்கியத்துவமும் தருவார்கள். நாம், ஆயிரம் ரூபாய் வேலைக்கு டீச்சர்களை நியமித்தால் தரம் எப்படி வரும்? தனியார் பள்ளிகளும், கல்லூரிகளும் அடிமாட்டு விலைக்கு ஆசிரியரை வேலைக்குச் சேர்ப்பதை யாராலும் தடுக்க முடியவில்லை என்பது கொடுமையிலும் கொடுமை. பிறகு அவர்களிடம் என்ன மாதிரியான கடமை உணர்வை எதிர்பார்ப்பது? ஆர்வம் இருந்தும் இது வருமானம் இல்லாத வேலை என்று ஒரு தலைமுறை விலகிவிட்டால், நாளைய தலைமுறை என்னாகும்?

14 வயது வரை கட்டாயக் கல்வி என்பதை ஏதோ கடமைக்காக அமல்படுத்துகிறோம். ஆனால், எப்படிப்பட்ட கல்வி என்பதைப் பற்றி தெளிவில்லை. 1992-ம் ஆண்டு ராஜீவ்காந்தி காலத்தால் உருவாக்கப்பட்ட கல்விக் கொள்கையையே இன்னும் நாம் முழுதாக விவாதிக்கவில்லை. கடந்த பத்தாண்டுகளில் எவ்வளவு மாற்றங்கள் நடந்த பின்னும், பழைய விஷயங்களையே பின்பற்றுகிறோம். ஏற்றத்தாழ்வான கல்விமுறை, அச்சமூட்டும் மதிப்பெண் ஜீரம், கெடுபிடியான ஆசிரியர் தொழில் என்றிருக்கும்போது ஏமாற்றதைத் தவிர்க்க முடியாது.

ஒரு சமூகம் தவறானதாக இருந்தால், அந்தச் சமூகத்தில் ஆசிரியர்கள் சரியாக இல்லை என்று அர்த்தம். கல்விப் பணிக்காக தங்களையே கரித்து மெழுகாகித் தொண்டாற்றும் ஆசிரியர்களும் இருக்கிறார்கள். ஆயிரத்தில் ஒருவராக ஆயிரமாயிரம் ஆசிரியர்களும் அந்த உன்னத நிலைக்கு உயர்வது எப்படி?

இது ஆசிரியர்கள் கற்க வேண்டிய தருணம்!

32. அசோகமித்திரன்

எழுத்தாளர்

ஒரு ரூபாய்க்குப் பல வண்ணப் பக்கங்களை உடைய செய்தித்தாள் நமக்குக் கிடைக்கிறது. அதை அப்படியே சேமித்துப் பழைய காகிதங்கள் வாங்கும் கடைக்காரரிடம் தந்துவிட்டால், அடுத்த மாதம் முழுக்க நாளிதழ்களை வாங்கிவிட முடியும்.

விரல் நுனியில் உலகம் வந்துவிட்டது. கணினி, உலகம் உருண்டை என்பதை சதுரம் என்பதாக மாற்றிக் காட்டுகிற மாற்றங்கள் கண்ணுக்கு முன்னால் அரங்கேறுகின்றன. அதேநேரம் தொலைக்காட்சிகளில் வருகிற 'க்விஸ்' நிகழ்ச்சிகளைப் பார்த்தால் ஒன்றுமே புரியவில்லை.

'இந்தியாவின் முதல் பிரதமர் யார்? என்று கேள்வி கேட்டால், தலையைச் சொறிந்துகொண்டு, 'க்ளூ கிடைக்குமா?' என்று கேட்கிறார்கள். ஒரு ரூபாய்க்கு உலக நடப்புகள் தெரிய ஆரம்பித்த பிறகு, நாட்டின் முதல் பிரதமரைத் தெரியாத தலைமுறை உருவாகிக் கொண்டிருக்கிறது. 30 ஆண்டுகளுக்கு முன்பு, புத்தகங்களைத் தேடிப் படிப்பதில் தொடங்கி வாங்குவது வரை ஒரு வாசகனுக்கு நிறையச் சிக்கல்கள் உண்டு.

தேடிப் படிக்க வேண்டியிருந்தது. இன்று ஊருக்கு ஊர் புத்தகக் கண்காட்சி நடக்கிறது. கல்வி அறிவு பெற்றவர்களின் சதவிகிதம் நாளுக்கு நாள் உயர்ந்துகொண்டே போகிறது. புதிய தலைமுறைக்கு ஊதிய விகிதமும் கணிசமாக உயர்ந்திருக்கிறது. எல்லாம் இருந்தும் படிக்கிற பழக்கம் ஏன் குறைந்து வருகிறது?

'சித்திரமும் கைப்பழக்கம், செந்தமிழும் நாப்பழக்கம்' என்று தமிழ் சொல்லித் தருகிற நல்ல வழக்கங்கள் நிறைய இருக்கின்றன. அவற்றைத் தெரிந்துகொள்வதென்றால் வாசிப்புப் பழக்கம் வேண்டும். 'உன் நண்பனைச் சொல், நீ யாரென்று சொல்கிறேன்' என்பது நண்பர்களுக்குப் பொருந்துவதைவிட, புத்தகங்களுக்கு 100 சதவிகிதம் பொருந்தும். ஒருவர் படிக்கிற புத்தகங்களை வைத்து அவருடைய மனப்பான்மையை நம்மால் கணித்து விட முடியும். நல்ல நண்பர்கள் ஒரு குழந்தைக்குக் கிடைக்கிற சூழ்நிலையை பெற்றோர்கள் பிள்ளைகளுக்கு உருவாக்க வேண்டும் என்கின்றனர் உளவியல் நிபுணர்கள். புத்தகங்களையும் பிள்ளைகளுக்கு நண்பர்களாக்க வேண்டியது பெற்றோரின் முதல் கடமை.

த.செ. ஞானவேல்

வாழ்க்கை முழுக்க ஒளிந்து கிடக்கிற ரகசியங்களை நமக்குக் கண்டுபிடித்துக் கொடுப்பதற்கும், கேள்விகளால் நம் மனதில் நிறைய வெளிச்சங்களைக் கொண்டு வருவதற்கும் வாசிப்புப் பழக்கம் அவசியம்.

கடவுளைக் கடவுளாக மட்டுமே பார்க்காமல், தனக்கான சகலவிதமான உறவாகவும் பார்த்தார் பாரதியார். 'கண்ணன் என் காதலன், கண்ணன் என் காதலி, கண்ணன் என் குரு, கண்ணன் என் சேவகன், கண்ணன் என் குழந்தை...' என்று தான் வணங்குகிற கண்ணனைத் தனக்கு எல்லாம் தருகிற உறவாகப் பார்ப்பதைப் போல புத்தகங்களும் ஒரு மனிதனுக்குச் சகலமாகவும் இருக்க முடியும். அந்த உறவுக்குப் பழக்கம் அறுபடாமல் இருப்பது அவசியம்.

ஒரு மனிதனால் குதிரையைத் தண்ணீர்த் துறைக்கு அழைத்துப் போக முடியும். ஆனால், நூறு பேர் சேர்ந்தாலும் அக்குதிரையைத் தண்ணீர் குடிக்கவைக்க முடியாது. முதலில் தாகம் இருக்க வேண்டும். அந்தத் தாகத்தில்தான் தண்ணீரின் பயன் முழுமையாக இருக்க முடியும். வாசிப்புப் பழக்கம் என்பது ஒவ்வொருவருக்குள்ளும் வரவேண்டிய தார்மீகத் தாகம்!

இதர கலைகளான ஓவியம், சிற்பம், இசை, நாட்டியம் போன்றவற்றைப் பலருடன் பகிர்ந்துகொள்வதில் பெரிய சிரமம் இல்லை. ஆனால், ஓர் எழுத்தாளன் தான் எழுதியதைப் பகிர்ந்து கொள்ள வேண்டும் என்றால், அதற்கு வாசகனின் நேரமும், முயற்சியும் அவசியம். படைப்பது கலையென்றால், படிப்பதும் ஒரு கலைதான். எதை வாசிப்பது, எப்படி வாசிப்பது, ஏன் வாசிப்பது என்பது வரை ஆத்மார்த்தமாக ஒரு புத்தகத்துடன் உறவாட முடியும். மற்ற கலைகள்

ரசனையை வளர்ப்பவை. புத்தகங்கள் மட்டும்தான் நமக்குச் சிந்திக்கவும் செல்லித் தருபவை!

பொழுதுபோக்குக்கு ஏதாவது தேவை என்று யோசித்த போதுதான் புத்தகத்தின் மூலம் புதுமைப்பித்தன் எனக்கு நண்பர் ஆனார், திருவள்ளுவர் நண்பர் ஆனார், இளங்கோ, கம்பர், தாகூர், காளிதாசர், ஷேக்ஸ்பியர் போன்ற உயர்ந்த சிந்தனையாளர்களை எனக்கு நண்பர்களாக அறிமுப்படுத்தியது என் வாசிப்புப் பழக்கம்தான்!

படிக்கத் தூண்டியதைப் போல எழுதத் தூண்டியதும் எனக்குள் இயல்பாக இருக்கிற வாசிப்பு தாகம்தான். தலைமுறைகளைத் தாண்டிய உயர்ந்த சிந்தனையாளர்களை நம் மன உலகத்துக்குள் சாதாரணமாகக் கொண்டுவந்து உலவவிடுகிற ஆற்றல் நூல்களுக்குத்தான் உண்டு.

வாசிப்புப் பழக்கம் என்பது அருமையான ருசி. அழகான பசி. ஒரு முறை சுவைக்கப் பழகிவிட்டால் அது தொடர்ந்து வரும். எழுத்துக்களையோ, சிந்தனைகளையோ யாரும் யாருடைய மூளையிலும் திணிக்க முடியாது. அது ஒவ்வொருவரின் தனிப்பட்ட முயற்சியின் முலமே நடைபெறும். 15 வயது ஆகிற குழந்தை இன்று 24 மணி நேரத்தில் 15 மணி நேரத்துக்கும் அதிகமாகப் பாடப் புத்தகங்களுடன் செலவிடுகிறது. கல்லூரி வரை நம் குழந்தைகளின் மூளையில் திணிக்கப்படுகிற பாடப் புத்தகங்களைத் தவிர அவர்களுக்கு வேறென்ன படிக்கக் கற்றுத் தருகிறோம்? வாசிப்புப் பழக்கம் என்பது பசியாகவும் ருசியாகவும் இருக்க வேண்டிய நிலைமைமாறி, நம் அடுத்த தலைமுறைக்கு அது அலர்ஜியாவிட்டது! கல்லூரி முடிந்ததும் புத்தகங்களுக்கும் அவர்களுக்குமான உறவு முற்றிலும் துண்டிக்கப்பட்டு விடுகிறது. தொலைக்காட்சிகளில் ' ஹாபி'

யைச் சொல்பவர்கள் ' வாட்ச்சிங் டி.வி, லிஸனிங் மியூஸிக்' என்பது போன்ற பார்ப்பதும் கேட்பதுமான பொழுதுபோக்குகளைச் சொல்கிறார்களே ஒழிய, பெரும்பாலும் ' புத்தகம் படிப்பேன்' என்று சொல்வதில்லை. ஒரு தலைமுறை சிந்திப்பதை கண்ணுக்கு முன்னால் இழந்து வருகிறது என்பதற்கு இதுதான் சாட்சி! செய்தித்தாள்களையும் பெரும்பாலானவர்கள் படிப்பதில்லை. மேலோட்டமாகப் புரட்டி மேய்ந்துவிட்டு, அதை அப்படியே கசங்கி விடாமல் மடித்து வைத்துவிடுகிறோம். மக்களின் ரசனைக்கு முற்றும் முழுவதும் வளைந்து கொடுத்து விற்பனையுடன் தொடர்பு படுத்துகிற வணிக வாசிப்புப் பழக்கமே இல்லாதபோது, நூல்களைத் தேடிப் படித்துச் சிந்திக்கிற பழக்கம் எப்படி வரும்?

சென்னை போன்ற பெருநகரங்களில் புத்தகங்கள் கிடைப்பதாக நம்பி, ஷாப்பிங் மால்களுக்குள் உள்ள சில கடைகளுக்குச் சென்றால், அங்கு புத்தகங்களைவிட அதிக அளவு வீட்டு உபயோகப் பொருட்கள்தான் விற்பனைக்கு இருக்கின்றன. ஏழெட்டு அலங்காரமான அலமாரிகளில் அதிக விற்பனை வாய்ப்புள்ள புத்தகங்கள் மட்டும் அடுக்கி வைக்கப்பட்டு இருக்கின்றன.

புத்தகக் கண்காட்சிகளில் லட்சக் கணக்கில் புத்தகங்கள் விற்பனை ஆவது உண்மையிலேயே மகிழ்ச்சி! ஆனால், புத்தகங்கள் வாங்குவதையும், கண்காட்சியைப் பார்வையிடுவதையும் கௌரவமான விஷயமாக கையாளத் தொடங்கிவிட்டால், நம் செயல்களுக்கு அர்த்தம் இல்லாமல் போய்விடும். புத்தகங்கள் வாங்கப்படுவதைவிட வாசிக்கப்படுவதில்தான் பயன் அடங்கி இருக்கிறது. வாசிப்பது என்பது பொழுதுபோக்கு மட்டுமல்ல, அது பொழுதை நாம் புரிந்துகெள்ள உதவும். நகைச் கடைகளைப் போல்

புத்தகக் கடைகள் கௌரவத்தின் சின்னமாக மாறுவது யாருக்கும் பயன்படாது. நூல்களின் விற்பனையை வைத்து அதன் பயனைத் தீர்மானிக்க முடியாது. தீர்மானிக்கவும் கூடாது.

ஒரு சமூகம் ஏன் படிக்க வேண்டும் என்று யோசித்துப் பார்த்தால், அந்தச் சமூகத்தின் நாகரிகமும் பண்பாடும் வாசிப்புப் பழக்கத்தில் இரண்டறக் கலந்திருக்கிறது. மட்டமான ரசனை உள்ள திரைப்படம் அமோக வெற்றி அடைவதற்கும், ஒரு நல்ல திரைப்படம் தோல்வி அடைவதற்கும் வாசிப்புப் பழக்கத்துக்கும் நேரடியான சம்பந்தம் இருக்கிறது. தொடர்ந்து மோசமான தலைவர்கள் வருவதற்கும், பொறுப்பில்லாத அதிகார வர்க்கம் உருவாவதற்கும் புத்தகங்கள் படிக்கிற பழக்கத்துக்கும் தொடர்பு இருக்கிறது.

தமிழகத்தின் பக்கத்தில் உள்ள கேரளாவில் இருக்கிற அரசியலுக்கும், சினிமாவுக்கும், இலக்கியத்தின் தரத்துக்கும் அவர்களின் வாசிப்புப் பழக்கம் மிக முக்கியமான காரணம். கம்யூனிஸ்ட் இயக்கங்கள் மக்கள் படிக்க வேண்டும் என்பதை ஒரு இயக்கமாகவே நடத்தி வெற்றி அடைந்தன. பீகார் மாநிலம் பின்தங்கி இருப்பதற்கும், மேற்கு வங்காளம் அனைவரையும் திரும்பிப் பார்க்க வைப்பதற்கும் வேறுபாடு, புத்தகம் படிக்கிற ஒரு சமூகத்துக்கும் புறக்கணிக்கிற ஒரு சமூகத்துக்கும் உள்ள வேறுபாடுதான்.

ஒரு சமூகத்தில் புத்தகங்கள் அதிக விற்பனை ஆவதும், வெளியிடப்படுவதும் மிக அவசியம். தமிழர்கள் ஆறு கோடி பேர் இருக்கிறார்கள். இலங்கை தொடங்கி உலகம் முழுவதும் இன்று தமிழினம் பரவியிருக்கிறது. ஒரு சதவிகிதம் என்ற கணக்கு வைத்துக்கொண்டால்கூட ஆறு லட்சம் பேர் புத்தக வாசிப்பு

உடையவர்களாக இருக்க வேண்டும். ஆனால், இங்கு ஒரு நல்ல நூல் 1,000 பிரதிகள் அச்சிட்டு, ஐந்தாண்டுகள் வரை விற்பனை ஆகாமல் தேங்கிக்கிடப்பது வருத்ததுக்குரிய விஷயம் இல்லையா?

குழந்தைகள் எல்லாவற்றையும் பார்த்து கற்றுக்கொள்கிறார்கள். 'போலச் செய்தல்' என்பதுதான் மனித இனத்தில் 'கற்றல்' என்கிற அற்புதத்தைக் கொண்டுவந்தது. ஒன்றைப் பார்த்து இன்னொன்றைச் செய்யத் தொடங்கி, பின் முன்னதைக் கடந்து மேல்நோக்கிச் செல்வதால்தான் உலகில் ஒவ்வொரு கண்டுபிடிப்புகளும் நிகழ்கின்றன.

வீடுகளுக்குள் 'படிக்கிற பழக்கம்' இருந்தால்தான் அது பிள்ளைகளுக்கும் வரும். குழந்தைகளுக்கு நீச்சல் பழக்குவதைப் போல, இசை கற்றுக்கொடுப்பது போல நூல்களை வாசிக்கவும் கற்றுத் தரவேண்டும். ஒரு விடுமுறை நாளை குழந்தைகளோடு நூலகத்தில் செலவிட பெற்றோர்கள் முன்வர வேண்டும்.

வீடு கட்டுகிறபோது சமையல் அறை, பூஜை அறை, படுக்கை அறை என்று பார்த்துப் பார்த்துக் கட்டுகிறோம். அந்த வீட்டில் படிப்பதற்காக ஓர் அறையைத் தனியே ஒதுக்க முடியாவிட்டாலும், குறைந்தபட்சம் ஒரு அலமாரியையாவது ஒதுக்கலாமே!

நல்ல நண்பர்கள், பிள்ளைகளுக்கு மட்டுமல்ல... பெரியவர்களுக்கும் முக்கியம்தான்! நல்ல வாசகர்கள் இருப்பது என்பது நல்ல குடிமகன்கள் இருப்பதாகும். எல்லாவற்றுக்கும் மேலாக நல்ல மனிதர்களை உருவாக்குவதாகும்!

33. சுவாமி சத்யப்ரியானந்தா

இராமகிருஷ்ண வித்யா பீடம்

ஆங்கிலேயர்களின் ஆயுதங்களுக்கு முன்னால், அகிம்சை என்கிற கேடயம் தரித்தார் காந்தியடிகள். இந்திய மக்கள் சுதந்திரக் காற்றைச் சுவாசிக்க தன் வாழ்நாளை அர்ப்பணித்த காந்தியின் இறுதி மூச்சை ஆயுதம்தான் நிறுத்தியது. அடிமை இந்தியா காப்பாற்றி வைத்த காந்தியை, சுதந்திர இந்தியா சுட்டுக் கொன்றது! 'பகைவனுக்கு அருள்வாய் நன்னெஞ்சே' என்ற மனப்பக்குவத்தை காந்திக்கு வழங்கியது அவரது ஆன்மிகம். ஒரு மனிதனின் பக்குவம், ஒரு தேசத்தையே பக்குவமடைய வைத்தது. சாதாரண ஆத்மா, மகாத்மாவானது அப்படித்தான்.

ஒழுக்கமான ஆன்மிகம் இல்லாத சமூகமும் ஒழுக்கமற்றதாகவே மாறும். கலவரமும் வன்முறையும் நிறைந்த சமூகத்தில் உண்மை தொலைந்து போகும். உண்மையான ஆன்மிகத் தேடலை அடுத்த தலைமுறைக்குக் கற்றுக்கொடுக்கத் தவறினால், வருங்காலத் தலைமுறை வன்முறைக்கு விலைபோவதைத் தடுக்கவே முடியாது. நிலாவில் காற்று இருக்கிறதா? தண்ணீர் இருக்கிறதா? மனிதன் வாழ முடியுமா என்றெல்லாம் ஆராய்ச்சிகள் நிகழும் வேளையில், மதக் கலவரங்கள் நிகழ்த்திக்கொண்டு இருக்கிறோம். எந்த மதம் மனிதனைக் கொல்லச் சொல்கிறது? எந்தக் கடவுள் லஞ்சம் வாங்கச் சொல்கிறார்? எந்த மதத்தின் வழிபாடு, ஆயுதம் தரிக்கச் சொன்னது? மனிதர்களின் பேராசைகளுக்கும் பொறுப்பின்மைக்கும், மதமும் கடவுளும் காரணமாக்கப்படுவதுதான் துயரம்.

நம் நாட்டில், மதங்களின் பெயரால் பிரிவினைகளும், சாதி மத பேதங்களும் அதிகரித்தபோதெல்லாம் அடிமைப்பட்டிருக்கிறோம். உண்மையான ஆன்மிகத் தேடலை விடுதலைக்கு முன்பு ஒரு இயக்கமாக நம் முன்னோர்கள் நடத்தினார்கள். ராமகிருஷ்ண பரமஹம்சர், விவேகானந்தர், வள்ளலார் போன்ற ஆன்மிகப் பெரியோர்கள் நம் மக்களைப் பக்குவப்படுத்தினர். அதன் பிறகுதான் பிரிந்துகிடந்த சமூகம், ஆங்கிலேயருக்கு எதிராக ஒன்று திரண்டது. இன்று மீண்டும் ஆன்மிகம் அதன் உண்மைத் தேடலைத் தொடங்க வேண்டிய காலச்சூழல் உருவாகிக்கொண்டு இருக்கிறது.

சடங்குகளை, மூட நம்பிக்கைகளை ஆன்மிகம் என்று நம்பிக்கொண்டு இருக்கிறோம். நம்மில் பலருக்குக் கடவுளிடம் பிரார்த்தனை செய்யக்கூட தெரியவில்லை. கதவு, ஜன்னல்களை மூடிவிட்டு கண்களை மூடி உட்கார்ந்து கொண்டால் தியானம்

செய்வதாக நம்புகிறோம். உண்மையில் கதவுகளைத் திறந்து வெளிய வந்து நின்று மக்களின் துயரங்களைத் துடைக்க நம்மால் முடிகிற நல்ல காரியங்களுக்குப் பெயர்தான் தியானம்.

ஏழை மக்களுக்குச் செய்கிற சேவை, கடவுளுக்கு நேராக சென்று சேர்ந்துவிடும். கடவுளைத் தரிசிக்க நாள் கணக்கில் வரிசையில் நின்று உண்டியலில் போடப்படுகிற பணம் மக்களாகிய கடவுளிடம் வராது.

'மக்கள் சேவையே மகேசன் சேவை' என்பது அரசியல் தலைவர்கள் இப்பாது நகைச்சுவையாகப் பயன்படுத்துகிற வாசகம். அரசியலுக்கு ஆன்மிகம் வழி காட்டலாம். ஆனால், இங்கு ஆன்மிகத்துக்கே அரசியல்தான் வழி காட்டுகிறது. கோஷ்டி சண்டைகள் இன்று ஆன்மிகப் பெரியவர்களிடமும் வந்துவிட்டது. அரசியல் ஊர்வலம், சாதி ஊர்வலம் போன்றே இன்று மத ஊர்வலங்களும் அசிங்கமாகிவிட்டன. கடவுள் சிலைக்கு ஆயுதம் தாங்கிய போலீஸார் பாதுகாப்பு தரவேண்டிய துர்பாக்கிய நிலைமையில் இருக்கிறோம்.

ராமகிருஷ்ண பரமஹம்சர், யாத்திரைக்குப் போகும் வழியில் அநேகக் குழந்தைகள் உடைகள் இன்றி இருந்ததைப் பார்த்து யாத்திரையை நிறுத்தினார். சீடர்களிடம் அவர்களுக்கு உடைகள் வாங்க உடனடியாக ஏற்பாடு செய்யக் கேட்டார். ' நம்மிடம் இருக்கும் பணத்தில் உடை வாங்கிவிட்டால், யாத்திரை போக முடியாது. பகவானைத் தரிசிக்க முடியாது' என்று சீடர்கள் சொல்ல, ' பகவானை இந்தக் குழந்தைகளிடமின்றி கோயில்களிலா தரிசிக்க முடியும்?' என்று கேட்டார். அந்தப் பக்குவம்தான் ஆன்மிகம்.

வாடிய பயிருக்காகவே வாடிய ஆன்மிகம், மனிதர்கள் வாட அனுமதிக்குமா? சடங்குகளைத் தாண்டிய மனிதநேயமே முக்கியம். '

எனது இளம் நண்பர்களே, வலிமை உடையவர்களாக இருங்கள். இதுவே நான் உங்களுக்கு வழங்கும் அறிவுரை. கீதை படிப்பதைவிட, கால்பந்து விளையாடுவதின் மூலம் நீங்கள் சொர்க்கத்தின் அருகில் இருப்பீர்கள். உங்கள் தோள்கள், தசைகளின் சற்றுக் கூடுதலான வலிமையால் கீதையை இன்னமும் சற்று தெளிவாகப் புரிந்துகொள்வீர்கள்' என்று கீதை படிப்பதை முன்னிறுத்துகிற ஆன்மிகத் தெளிவுதான் இன்றைய அவரசத் தேவை.

யாருக்குக் கோயில் கட்டுவது என்கிற சண்டைகளில் மனித நேயத்துக்குச் சமாதி கட்டுவது ஆரோக்கியமான ஆன்மிகம் ஆகாது. இன்னும் சொல்லப்போனால், விவேகானந்தரின் பார்வையில் மனிதர்களின் ஆரோக்கியம் முதன்மையானது.

இந்தியாவில் இன்னும் 40 சதவிகித மக்கள் அடிப்படை சுகாதாரமான கழிப்பிட வசதிகூட இன்றி வாழ்கிறார்கள். இதனால் தொற்றுநோய் அதிகரித்து மக்களின் ஆயுட்காலம் குறைகிறது என்கிறது சுகாதார அமைப்பின் புள்ளிவிவரம். கோயில் கட்டுவதைவிட மக்களின் ஆரோக்கியத்தை உறுதி செய்வது முக்கியம். அப்போதுதான் கடவுள் நம் ஒவ்வொருவருக்குள்ளும் இருப்பார். நமக்குள்ளேயே கடவுளைத் தரிசிக்க மக்கள் சேவைதான் ஒரே வழி.

ஆனால், சுயநலம் நம்மை ஆட்டுவிக்கிறது. நாம் சொல்வதை நம் மனம் கேட்க மறுக்கிறது. பகவத் கீதையில் ஒரு சித்திரம் வரும். ஐந்து குதிரைகள் பூட்டப்பட்ட தேரில் கிருஷ்ண பகவான் இருப்பார். நம் ஐம்புலன்கள்தான் ஐந்து குதிரைகள். அந்தக் குதிரைகளின் போக்குக்கு தேரைவிட்டால் ஒவ்வொன்றும் ஒவ்வொரு திசையில் இழுக்கும்.

செல்ல வேண்டிய பாதையில் செல்ல முடியாது. அதை ஒருமுகப் படுத்துகிற முயற்சிதான் நம் ஆன்மிகத் தேடல்.

ஏன் ஒருமுகப்படுத்த வேண்டும் என்பது முக்கியமான கேள்வி, நாம், உணவு உண்டு வாழ்வதற்காக யாரோ விதைபோட்டு பயிர் வளர்க்கிறார்கள். நம் பயணம் வசதியாக அமைய வேண்டும் என்பதற்காக யாரோ வியர்வை சிந்தி சாலைகளை அமைத்தார்கள். அந்த மக்களின் உழைப்புதானே நம்மை உயிர் வாழவே வைக்கிறது. அதற்கு நன்றி உடையர்வகளாக இருக்க, நாம் திரும்ப இந்த சமூகத்துக்கு ஏதாவது செய்ய வேண்டும்.

மனம் தீய வழியில் சென்றால் நமக்கும் நல்லதல்ல. நாட்டுக்கும் நல்லதல்ல. அதைக் கட்டி நேர்வழியில் செலுத்த ஆன்மிகம் பயன்பட வேண்டும். மகான்கள் வெறுமனே போதிக்க மட்டும் இந்த பூமியில் அவதரிக்கவில்லை. எளிய உயிர்களிடம் அன்பு செலுத்தி, ஒழுக்கமான வாழ்வைச் செம்மையாக வாழ முடியும் என்று நிரூபக்க நம்மிடையே அவதரித்தார்கள். அவர்களை வழிபடுவது என்பது அவர்கள் வாழ்ந்த விதத்தைப் பின்பற்றுவதுதான் .

மனிதம் மறந்த எந்த மதமும் மதமே அல்ல. பாமரனைப் பண்புள்ளவனாகவும். பண்புள்ளவனைத் தெய்வமாகவும் உயர்த்துவதே மதம் என்கிறது இந்து தர்மம். 'கண்ணுக்குப் புலப்படும் கடவுளாக விளங்கும் உன் சகோதரனையே நீ நேசிக்காவிட்டால், கண்ணுக்குப் புலப்படாமல் மறைந்திருக்கும் கடவுளை எப்படி நீ நேசிக்க முடியும்?' என்று கேட்கிறது நம் வேதம். ' உங்களில் எவரும் ஒரு தீமையைக் கண்டால் தமது கைகளால் தடுக்கட்டும். இயலாவிட்டால் நாவால் தடுக்கட்டும். அதுவும் முடியாவிட்டால்

தமது உள்ளத்தால் தடுக்கட்டும்' என்று போதிக்கிறது இஸ்லாம். 'அண்டை வீட்டார் பசித்திருக்கும் போது, தான் மட்டும் உணவு உண்பவன் இறை விசுவாசியே அல்ல' என்று போதிக்கிறது அன்பின் மதம். 'தன்னைப் போல் பிறரை நேசி' என்று அன்பையே வசனமாக்குக்கிறது பைபிள். உலகின் எல்லா மதங்களும் அன்பையே போதிக்கின்றன.

துப்பாக்கி தொழிற்சாலைகள் மூடப்படுவதும், அணு ஆயுதப் பரிசோதனைகள் நிறுத்தப்படுவதும்தான், ஆன்மிகம் உண்மையாக உலகில் பின்பற்றப்படுகிறது என்பதன் அடையாளம். ஆம், அன்புதான் ஆன்மிகத்தின் வேர். எளிமைதான் கடவுள் தன்மை!

நிறைவான வாழ்வை மனிதனுக்குச் சொல்லித்தருகிற எல்லா நல்ல விஷயங்களும் எல்லா மதங்களிலும் இருக்கின்றன. ஆனால், ஓட்டை வாளியில் ஒரு கிணற்று நீரை ஊற்றி நிரப்பனாலும் அது காலியாகவே இருக்கும். மனதின் ஓட்டைகளை அன்பு மட்டுமே அடைக்க முடியும். அதுவே ஆன்மிகம்!

34. ய.சு.ராஜன்

அறிவியல் அறிஞர்

தீய குணங்களைத் தடுத்து நிறுத்த மேல்நோக்கிச் செலுத்தும் அம்சமாகவோ, உனது பேராற்றலை வெளிப்படுத்துவதாகவோ, அக்னியைப் பார்க்காதே! அது நெருப்பு. இந்தியனின் இதயநெருப்பு. அது வெறும் ஏவுகணை அல்ல. இந்த நாட்டின் எரியும் பெருமை. அதனால்தான் அதற்கு அத்தனை ஒளி! -இந்தியாவின் அறிவியல் பெருமையாக உலகம் திரும்பிப் பார்த்த அக்னி ஏவுகணை குறித்து, நம் குடியரசுத் தலைவர் அப்துல்கலாமின் வார்த்தைகளில் தெறித்த பெருமிதம்தான் அறிவியலின் ஆற்றல்! ஐம்பது ஆண்டுகளுக்கு முன்பு, ஒவ்வொரு கிராமமும் ஒவ்வொரு தனி உலகம். இன்று

ஒட்டுமொத்த உலகமுமே ஒரேயொரு கிராமமாக மாறிய அதிசயம் நிகழ்ந்ததன் காரணம்... அறிவியல்!

' பணியின்மை செல்வம் விளைவின்பம் ஏமம்

அணியென்ப நாட்டிற்கிவ் வைந்து!'

என்று நாட்டின் அணிகலன்களைச் சொல்கிறது திருக்குறள். வள்ளுவர் சொல்கிற இந்த ஐந்துக்கும் ஆதாரம் அறிவியல்தான். கப்பல் கட்டும் தொழில்நுட்பம் வரை பல நூறு ஆண்டுகளுக்கு முன்பே அறிவியல் வாழ்வு நடத்திய நாம் ஏன் இந்த விஞ்ஞான யுகத்தில் பின்தங்கி இருக்கிறோம்? நீண்ட நெடிய பாரம்பரியம் உடைய நமக்கு நிகழ்காலத்தில் ஏன் அறிவியல் பார்வை இல்லாமல் போய்விட்டது?

சீனாவுக்கு அடுத்து அதிக மனிதவளம் இருக்கிற ஒரு தேசம், நம்மில் பத்தில் ஒரு பங்குகூட இல்லாத சிறிய நாடுகளைவிட பொருளாதாரத்தில் பின்தங்கி இருப்பது ஏன்? யாரோ நிகழ்த்துகிற கண்டுபிடிப்புகளை விலை கொடுத்து வாங்கி பயன்படுத்துகிறவர்களாகவே இருப்பது எதனால்?

அறிவியல் அறிஞரின் சாதனை என்பது நாட்டில் உள்ள அறிவியல் அமைப்புகளில் தலைமைப் பொறுப்புகளுக்கு வருவது மட்டுமே என்றாகிவிட்டது. அறியாமையும் லஞ்சமும் நாட்டின் மற்ற துறைகளில் இருக்கும்போதே அளவில்லாத தீமையை விளைவிக்கின்றன. ஆனால், நாட்டின் எதிர்காலத்தைத் தீர்மானிக்கிற அறிவியல் துறையில் இந்த இரண்டும் இன்னும் இருக்கின்றன, என்பது அனைவரும் சேர்ந்து படவேண்டிய கவலை.

இந்தியா போன்ற பரந்துபட்ட ஒரு தேசத்தின் அதிகாரம் ஒரே இடத்தில் குவிக்கப்பட்டிருக்கிறது. ஒரு புதுகண்டுபிடிப்பு குறித்த உற்பத்திக்கு அனுமதி வாங்க, அதிகார வர்க்கத்திடம் நடையாக நடக்கும்போது, பாதி சக்தி செலவழிந்துவிடும். ஒரு டியூப் தயாரிப்புக்கு அரசிடம் அனுமதி வாங்கியிருப்போம். அதனுடைய கழிவுப்பொருளை வைத்து இன்னொரு பொருளை உற்பத்தி செய்கிற வாய்ப்பைக் கண்டுபிடித்திருப்போம். ஆனால், அதற்கு அனுமதி வாங்கி உடனே உற்பத்தியைத் தொடங்க முடியாது. கழிவாக வெளியே கலந்து சுற்றுப்புறச்சூழல் மாசுபட்டாலும் பரவாயில்லை, புதிதாக எதையும் முயற்சி செய்ய முடியாது என்பதில் நம் விதிமுறைகள் உறுதியாக இருக்கின்றன. ஒரு கார் உற்பத்தி செய்ய அனுமதி பெற்ற நிறுவனம், புதிய மாடல் ஒன்றை இங்கே வடிவமைத்து அனுமதி வாங்குவதற்குள் வெளிநாட்டு நிறுவனங்கள் தங்களது கண்டுபிடிப்பை நம் நாட்டில் விற்றுத் தீர்த்திருக்கும்.

அறிவியலில் வரலாற்று ரீதியாக நாம் பின்தங்கிப் போனதற்கு நிறையக் காரணங்கள் இருக்கின்றன. ஆங்கிலேயர்களிடம் அடிமைப்பட்டபோது எல்லா விதமான ஆய்வுகளையும் நாம் இந்தியாவில் செய்ய முடியாதபடி கவனமாகப் பார்த்துக் கொண்டார்கள். கல்லூரிப் படிப்பு முடிந்த பிறகு ஒருவர் மேற்படிப்பு படிக்க வெளிநாடுதான் போகவேண்டியிருந்தது. அறிவியல் ஆர்வம் இருக்கிற எல்லோருக்கும் வெளிநாடு செல்ல வசதி இருக்காது. எத்தனையோ அறிவியல் அறிஞர்களின் வரலாறு இதனாலேயே வெளியுலகுக்குத் தெரியாமல் போனது. இன்று நாட்டின் முன்னேற்றத்தால் உள்நாட்டிலேயே ஆய்வு நடத்துகிற வாய்ப்புக்கள்

வந்துவிட்டன. ஆனால், 200 ஆண்டு கால நம் அடிமை மனோபாவம் மட்டும் இன்னும் மாறவே இல்லை.

எல்லாவற்றுக்கும் ஒரு வெளிநாட்டு அங்கீகாரத்தை எதிர்நோக்கியே வாழப் பழகிவிட்டோம். அதனால்தான் நம் இளைஞர்கள் தங்களுடைய மொத்தத் திறமையையும் வேறு வழிகளில் செலவழித்துக்கொண்டு இருக்கிறார்கள். இந்தியா ஐ.டி. துறையில் பெரிய சாதனை படைத்திருக்கிறது என்பது உண்மை. ஆனால், பொருள் உற்பத்தியோ, கருவி உற்பத்திகளோ இல்லாமல், சாஃப்ட்வேர் உற்பத்தியை மட்டுமே கைக்கொள்வது ஆரோக்கியமான சூழல் ஆகாது.

உதாரணமாக, நாம் அன்றாடம் பயன்படுத்துகிற செல்போனில் நூற்றுக்கணக்கில் தொழில் நுட்பத்தை புகுத்தினால்தான் வணிகரீதியாக வெற்றி பெறமுடியும். கண்டுபிடிப்பன் அடுத்த கட்டத்துக்கு நகர முடியும். இப்படிப்பட்ட தொழில்நுட்பங்களை நாம் படிப்பவர்களாகவும், பயன்படுத்துகிறவர்களாகவும் மட்டுமே இருப்பதில் நாட்டுக்கும் லாபம் இல்லை... நமக்கும் பயனில்லையே!

நம் மக்களின் நிறைவான, ஆரோக்கியமான வாழ்வுக்கு உத்திரவாதம் அளிக்கிற பெரிய பொறுப்பை அறிவியலும், தொழில் நுட்பமும் பெற்றிருக்கின்றன. மக்களுக்குப் பயன்படாத எந்த ஒரு அறிவியல் தொழில்நுட்பமும் விழலுக்கு இறைத்த நீர்தான். ஒரு நாட்டில் மக்களுக்கு உணவு, கல்வி, மருத்துவம் போன்றவை கிடைக்க வேண்டும் என்பது முதல்படி. அவை அனைத்தும் தரமாகக் கிடைக்கிறதா என்பதும் முக்கியம்.

மலேசியா, தொழில் துறையில் தன்னை வெகு வேகமாக வளர்த்துக் கொண்டே வரும் போதும், தன் நாட்டின் இயற்கை வளங்கள் பாதிக்காமல் பார்த்துக்கொள்கிறது. பொருளாதாரத்தில் அதிவேக வளர்ச்சி அடைந்துவரும் அந்த நாட்டின் நிலப்பரப்பின் 60 சதவிகிதக் காடுகள் அப்படியேதான் இருக்கின்றன.

அறிவியலும் தொழில்நுட்பமுமே ஆக்கப்பூர்வமான மூலாதார சக்திகள் என்பதை சீனாவைப் போல நமக்கு வேறு யாராலும் உணர்த்த முடியாது. போன் உற்பத்தி முதல், பூண்டு உற்பத்தி வரை தொலைநோக்குடன் அறிவியலைப் பயன்படுத்தி வல்லரசாக வளர்ந்து நிற்கிறது சீனா.

அணுகுண்டு வீச்சால் உலக வரைபடத்தில் இருந்தே காணாமல் போயிருக்க வேண்டிய நாடு, ஜப்பான். ஆனால், தொழில் நுட்பத்தை தங்கள் கைவசமாக்கி, அழிக்க நினைத்த அமெரிக்காவுக்கே சவால் விடுகிறது அந்த நாடு!

30 ஆண்டுகளுக்கு முன்பு வரை தென்கொரியாவைப் பற்றி யாரும் நினைத்துக்கூடப் பார்க்க மாட்டார்கள். நவீன அறிவியல்பூர்வ அணுகுமுறையால் எஃகு உற்பத்தி, கப்பல் கட்டுமானம், நிலவாகனங்கள், மின்னணுத் துறை போன்றவற்றில் உலகளாவிய மாபெரும் போட்டி நாடாக வளர்ந்து நிற்கிறது தென்கொரியா.

இப்படி நமக்கு முன்னுதாரணமாக விளங்கக்கூடிய நாடுகளுக்குப் பெரிய வரலாற்றுப் பின்புலம் இல்லை. அந்நாடுகளின் வளர்ச்சிக்கு மிக முக்கியமான காரணம், அறிவியல் தொழில் நுட்பங்களுக்காக அந்நாட்டு அரசு தருகிற ஊக்கம்தான். நாட்டின் பாதுகாப்பு உள்ளிட்ட அனைத்துக்கும் ஆதாரமான விண்வெளி ஆராய்ச்சிக் கூடத்துக்கு நாம்

ஆரம்பத்தில் சில கம்ப்யூட்டர்களை வாங்க வேண்டும் என்றால், அதற்காக அரசாங்கத்திடம் நடத்த வேண்டிய கடிதப் போக்குவரத்தை இப்போது நினைத்தாலும் மலைப்பாக இருக்கிறது. ஒவ்வொரு கணிப்பொறி வாங்குவது தொடர்பாகவும் நீண்ட தகவல் குறிப்புகள், ஆலோசனைக் கூட்டங்கள், அனுமதி வேண்டல்கள், ஆயிரம் கேள்விகள்... பத்தாயிரம் பதில்கள் என்று போகும் நிலையில் எங்கிருந்து நல்ல ஆய்வுகளை மேற்கொள்ள இயலும்?

நம் நாட்டின் முதுகெலும்பு என்று சொல்லப்படும் வேளாண்மைத் துறையை கண்ணுக்கெதிரே தொலைத்து வருகிறோம். விதைகளைக் கூட வெளிநாடுகளில் இருந்து வாங்க வேண்டியிருக்கிறது.

காலகாலமாக இருக்கிற நம் மரபுச் செல்வங்களுக்கு வெளிநாட்டு நிறுவனங்கள் காப்புரிமை வாங்கும் முயற்சியில் இருக்கின்றன. குறைந்தபட்சம் நமக்கு இதுகுறித்துக் கோபம்கூட வரவில்லை. விவரம் தெரிந்த அறிவியல் துறையும் வாய்மூடி மௌனமாகவே இருக்கிறது. பாரம்பரிய மருந்துகள், மூலிகைப் பயன்பாடுகள், உலோகவியல் நுட்பங்கள், கட்டுமானத் திறமைகள் அனைத்தையும் மறுஆய்வுக்கு உட்படுத்தி, அவற்றில் உள்ள சிறப்புகளைக் கண்டறிந்து மேலும் வளர்த்தெடுக்க வேண்டும்.

இதெல்லாம் நிகழ வேண்டுமானால், அறிவியல், தொழில் நுட்பங்கள் குறித்த விழிப்பு உணர்வு நம் அனைவருக்கும் அவசியம். அறிவியல் பரிசோதனைகள் அனைவருக்கும் எளிதாகக் கிடைக்கும் படியான உயர்தரக் கல்வி ஒவ்வொரு மாநிலத்திலும் கிடைக்க வேண்டும்.

எல்லாவற்றுக்கும் மேலாக, தோல்வியைப் பகிரங்கமாக ஒப்புக் கொள்ளக்கூடிய மனநிலையும், சமூகச் சூழ்நிலையும் அறிவியலுக்கு மிக அவசியம். அமெரிக்கா போன்ற நாடுகள், பத்து முயற்சிகளில் இரண்டு வெற்றிபெற்றாலே போதும் என்று எட்டு தோல்விகளை மனம் திறந்து ஏற்றுக் கொள்கின்றன. அதுதான் அறிவியல்பூர்வமாகவும் சாத்தியம்!

நம் நாட்டில் பத்து முயற்சியில் ஏழு வெற்றிபெற்று மூன்று தோற்றாலும் பல்வேறு அவமானங்களைச் சந்திக்க வேண்டியிருக்கிறது. மீடியா முதல் அரசியல் மட்டம் வரை அறிவியல் துறை மீது பொறுப்பில்லாமல் விமர்சனங்களை அள்ளிவீசுவது தவிர்க்கப்பட வேண்டும்.

நம் போற்றுதலுக்குரிய விஞ்ஞானி சர் சி.வி.ராமன் சொன்னார்...

'விஞ்ஞானப் பாடவேளையில் ஆறு வயதிலிருந்தே ஆசிரியர்கள் தங்களின் மாணவர்களை விஞ்ஞானிகளாக நடத்த வேண்டும்!' அதுதான் சரி! அப்போதுதான் அறிவியலும், தொழில்நுட்பமும் நமக்கு வரமாக அமையும்!

35. அஜிதா

வழக்கறிஞர்

பெண்கள் மிக அதிகமான வன்முறைக்கு ஆளாக்கப்படுகிற இடம் எது தெரியுமா? அவர்களின் வீடுகள்தான்!

'பெண்களுக்கு எதிரான குற்றங்களில் நூற்றுக்கு அறுபது சதவிகிதக் கொடுமைகள் அவர்களின் குடும்பங்களுக்குள் நிகழ்வதுதான். எனவே, குடும்பத்துக்குள் நிகழும் வன்முறையில் இருந்து பெண்களைப் பாதுகாப்பது மிக முக்கியம்' என்று உச்ச நீதிமன்ற முன்னாள் தலைமை நீதிபதி ஆனந்த் தெரிவித்திருக்கும் கருத்து நிஜம்.

வெளியே போனால் ஆபத்து எனச் சொல்லிச் சொல்லியே, பெண்களைக் காலகாலமாக வீட்டுக்குள் முடக்கி வைத்தார்கள்.

ஆனால், குடும்பத்துக்குள்தான் பெண்கள் பாதுகாப்பு இல்லாமல் இருக்கிறார்கள். இதற்கு வெளியே உதாரணங்களைத் தேடுவதைவிட, இதை வாசிக்கிற சமயத்திலேயே, தங்கள் வீட்டை மனசாட்சியுடன் திரும்பிப் பார்த்தால்... அம்மாவாக, அக்காவாக, தங்கையாக, மனைவியாக, அண்ணியாக, மகளாக, மருமகளாக என எங்கேனும் ஒரு பெண் பாதிக்கப்பட்டிருப்பாள். கல்வி, சொத்து, சுதந்திரம் எதிலுமே பெண்ணின் நிலை இப்போதும் இரண்டாம் பட்சம்தான். வீட்டில் வேலைகளையும் செய்துகொண்டு, அலுவலகத்திலும் வேலை பார்த்து, இரவில் கணவனின் உடல் இன்பத்தையும் பூர்த்திசெய்து, நல்ல மனைவியாக, தாயாக, ஊழியராக வாழ்ந்து கொண்டு இருக்கிறார்கள் நம் சமூகத்தின் சரிபாதி உறுப்பினர்கள்.

'குடும்பம் ஒரு சொர்க்கம்!' - 'குடும்பம் ஒரு சிறை!' இந்த இரண்டில் எது உண்மை?

இரண்டுமே உண்மைதான். ஆண்களுக்குக் குடும்பம் சொர்க்கம். பெண்களுக்குப் பெரும்பாலும் அது சிறைதான். அடிமைகளை வாங்குவதோ, விற்பதோ, உலகம் முழுவதும் தடை செய்யப்பட்டுவிட்டது. ஆனால், 'கன்னிகாதானம்' செய்து பெண்ணைப் 'புகுந்த வீட்டு'க்கு அனுப்பும்போது, அவள் அறிவிக்கப்படாத அடிமையாகவே அனுப்பப் படுகிறாள்.

அடிமைகளையாவது விலை கொடுத்து வாங்குவார்கள். பெண் அதையும்விட கீழானவளாகவே பார்க்கப்படுகிறாள்.

'தட்சணையோடு' பெண்ணைத் தாரை வார்க்கிறார்கள். தான் பிறந்து வளர்ந்த குடும்பத்தில் தொடங்கி, திருமணத்துக்குப் பிறகு வாழப்போகிற குடும்பத்திலும் பெண் வஞ்சிக்கப்படுகிறாள். இதை

எதிர்த்து நீதிமன்றம் சென்றாலும், அவளுக்கு ஆதரவாக சட்டங்களும் இல்லை. அப்படியே ஒன்றிரண்டு இருந்தாலும் அவை நடைமுறையாவதும் இல்லை. நம்மை நாகரிகப் படுத்திக்கொள்ளும் வாய்ப்பை 'குடும்ப வன்முறையிலிருந்து பெண்களைப் பாதுகாக்கும் சட்டம்' நமக்கு வழங்குகிறது. பெண்களை மனுஷிகளாக நடத்த வேண்டும் என்கிற விடுதலைக் குரலுக்கு முதன் முறையாக சட்டம் முழுமையாக செவிசாய்த்திருக்கிறது.

இப்போதே இந்தச் சட்டத்துக்கு எதிரான சில முணுமுணுப்புகள் வரத் தொடங்கி இருக்கின்றன. 'கணவன் கை நீட்டி மனைவியை அடித்தாலே சிறையாமே? 20 ஆயிரம் ரூபாய் அபராதம் போடுவாங்களாமே? வீட்டுக்குள் பெண்ணை வைத்துவிட்டு, ஆண்களை வெளியேற்றி விடுவார்களாமே?' என்று பல சந்தேகங்களுடனும் எதிர்ப்புகளுடனும் இந்தச் சட்டத்தைப் பற்றிப் பேச ஆரம்பித்திருக்கிறார்கள்.

1860-ம் ஆண்டு ஆங்கிலேயர்களால் கொண்டுவரப்பட்ட இ.பி.கோ. சட்டங்களின் அடிப்படையில், பெண்ணை ஒரு குடும்பத்துக்குள் வைத்துக் கொன்றாலும், அதற்கு எவ்விதமான தண்டனைகளும் இல்லை. 1986-ம் ஆண்டு வரை பெண்களுக்குச் சட்டம் வழங்கிய பாதுகாப்பான லட்சணம் இதுதான். பிறகு வரதட்சணை, சிசுக் கொலை, சித்ரவதை தொடர்பான சில சட்டங்கள், பெண்கள் மீதான அத்துதுமீறலைத் தடுக்கும்பொருட்டு உருவாக்கப்பட்டன. ஆனால், அவை எதுவுமே, பாதிக்கப்பட்ட பெண்களுக்கு நிவாரணம் தருகிற தெலைநோக்குடன் இல்லை. ஒரு பெண், கணவனால் துன்புறுத்தப்பட்டால், அதற்கு கணவனுக்கு தண்டனை உண்டு. ஆனால் அதற்குப் பிறகு அவள் அந்தக் குடும்பத்துக்குள் சேர்ந்து வாழ முடியாது. அதற்காகச் சட்டரீதியாக

போராடுவதற்குச்கூடத் திண்டாட வேண்டிய நிலைமையில் இருந்தாள் பெண்.

இப்போதுதான் பெண்ணுரிமை ஆர்வலர்கள், சமூகநீதி அக்கறையுள்ளவர்கள், சட்ட வல்லுநர்களின் உதவியுடன் துயரங்களுக்குச் சட்டரீதியாக முற்றுப்புள்ளி வைக்கிற நல்ல காரியம் நடந்திருக்கிறது. 'குடும்ப வன்முறையிலிருந்து பெண்களைப் பாதுகாக்கும் சட்டம் 2005' என்கிற சட்டத்தை அரசு கொண்டு வந்திருக்கிறது.

2000-ம் ஆண்டு மார்ச் மாதம் 8-ம் தேதி பெண்கள் தினத்துக்கான பரிசாக அப்போதைய பி.ஜே.பி. அரசு அறிமுகப்படுத்திய இந்தச் சட்டம், ஜனநாயக பூர்வமாக வடிவம் எடுக்க இத்தனை ஆண்டுகள் ஆகியிருக்கின்றன. பி.ஜே.பி அரசு அறிமுகப்படுத்திய அந்தச் சட்டத்தில் குடும்ப வன்முறை பற்றிய மேம்போக்கான அம்சங்கள் மட்டுமே இருந்தன. அதற்குப் பெண் அமைப்புகளிடமிருந்து பெரிய அளவில் எதிர்ப்புகள் கிளம்பவே, அனைத்துத் தரப்பனரின் கருத்துக்களையும் அறிந்து இப்போது தேவையான அளவு சட்ட நுணுக்கங்கள் சேர்க்கப் பட்டுள்ளன.

'நான் தொட்டுத் தாலி கட்டின பெண்டாட்டி. அவளை நான் அடிப்பேன்... உதைப்பேன்... கேட்கிறதுக்கு நீ யாரு?' என்று இனி யாரும் வீர வசனம் பேச முடியாது. வார்த்தைரீதியாக, பாலியல் ரீதியாக, உடல்ரீதியாக, உளவியல்ரீதியாக, பொருளாதாரரீதியாக.. இப்படி எந்த விதத்தில் ஒரு பெண் துன்புறுத்தப்பட்டாலும், பாதிக்கப்பட்ட பெண்தான் புகார் தர வேண்டும் என்று இல்லை. பக்கத்து வீட்டுக்காரர் ஒரு தொலைபேசியில் புகார் தெரிவித்தாலே போதும்...

புகார் சொன்னவருக்கு எவ்விதமான தொந்தரவும் வராமல்... அந்தப் பெண்ணைச் சட்டரீதியாக மீட்டெடுக்க முடியும்.

குடும்ப அமைப்பில் உள்ள எந்த ஒரு பெண்ணுக்கு எதிராகவும், 'காயம் அல்லது உடல் வலியை ஏற்படுத்துவதோ, அவரது உடல் உறுப்புகளுக்கோ, உயிருக்கோ, முன்னேற்றத்துக்கோ ஊறு விளைப்பதோ, அல்லது உடல் மற்றும் மனரீதியாக அவச்சொல் பிரயோகிப்பதோ, பாலியல்ரீதியாகத் துஷ்பிரயோகம் செய்வதோ... அனைத்துமே குடும்ப வன்முறை' என்று தெளிவாக வரையறுக்கிறது சட்டம். மனைவியின் விருப்பம் இல்லாமல் வற்புறுத்தி உடலுறவு கொண்டாலும், அது பாலியல் துன்புறுத்தல்தான். 'மேட்ரிமோனியல் ரேப்' என்கிற குற்றமாகவே அதைப் பாவிக்க முடியும்.

ஏதேனும் பிரச்சனையில், 'இது என் வீடு. இந்த வீட்டை விட்டு வெளியே போ!' என்று கணவன் சொல்ல முடியாது. 'பகிர்ந்து கொள்ளப்பட்ட மண வீடு' என்று புதிய சொல்லாக்கத்தை உருவாக்கி இருக்கிறார்கள். பொருளாதாரம் ஈட்டுவது கணவன் மட்டுமே என்றாலும், அந்த வீட்டில் மனைவிக்கும் சரிபங்கு உரிமை இருக்கிறது. மிருகத்தை அடிக்கிற மாதிரி அடிக்கிறான். ஏம்மா, எதிர்த்துக் கேட்ட மாட்டேங்கிறே?' என்று பாதிக்கப்பட்ட பெண்களிடம் கேட்டால், என்னை வீட்டை விட்டு வெளியே போன்னு சொன்னா நான் எங்கே போவேன் என்கிற கேள்வியை விசும்பலோடு கேட்காத பெண்களே இல்லை. இனி, அந்தக் கொடுமையைச் செய்ய முடியாது.' குடி அமர்வு ஆணை' மூலம் வீட்டை விட்டு வெளியேறும்படி பாதிக்கப்பட்ட பெண் தொடர்ந்து அச்சுறுத்தப்பட்டால், அந்த வீட்டில் இருக்கிற அத்தனை ஆண்களையும் சட்டப்படி வெளியேற்ற முடியும்.

மலடி, நடத்தை கெட்டவள் முதலான தீய வார்த்தைகளைப் பெண்ணுக்கு எதிராகப் பிரயோகித்தலும் இச்சட்டத்தின்படி குற்றமாகும். இன்னும், பாதிக்கப்பட்ட பெண்ணுக்குத் தேவையான மருத்துவ வசதிகள், மனநல ஆலோசனைகள், நிவாரணங்கள், பாதுகாப்பு இல்லங்களின் கடமைகள், காவல்துறை அதிகாரிகள் -நீதிமன்ற நடுவர்கள் - சேவை அமைப்புகளின் கடமைகள் என எல்லாவற்றையும் தெளிவாக வரையறுத்திருக்கிறார்கள்.

இத்தகைய புரட்சிகரமான ஆணைகளை உடைய இச்சட்டத்தை நடைமுறைப்படுத்தவும், அதிகாரங்களை நடைமுறைப்படுத்தவும், கடமைகளை விரைந்து ஆற்றவும், பாதுகாப்பு அலுவலர்களை மாவட்டந்தோறும் ஒவ்வொரு மாநில அரசும் நியமிக்க வேண்டும். அந்த அலுவலர்கள் கூடுமானவரை பெண்களாகவே இருப்பர். இந்தச் சட்டம் குறித்து தொலைக்காட்சி, வானொலி, நாளிதழ்களில் விளம்பரம் செய்து மக்களிடம் கொண்டு சேர்க்கிற பணியையும் அரசு உடனடியாகச் செய்ய வேண்டும் என்பது வரை தொலைநோக்குடன் இச்சட்டம் இயற்றப்பட்டு இருக்கிறது.

குடும்ப வன்முறைக்கு எதிரான இச்சட்டத்தின் ஆணைகளை, பாதுகாப்பு அலுவலர்கள் முறைப்படி நடைமுறைப்படுத்தாவிட்டால், அதுவும் குற்றமாகக் கருதப்பட்டு, அவருக்கு ஓராண்டு சிறைத் தண்டனையும், அபராதமும் விதிக்கப்படும். கணவன் மட்டுமின்றி தந்தையோ, சகோதரர்களோ, பெண்ணின் நியாயமான காதலுக்குக் குறுக்கே நின்றாலும், இச்சட்டத்தின்படி நடவடிக்கை எடுக்க முடியும்.

இந்தச் சட்டம் மிகக் கடுமையாக இருப்பதாகவும், குடும்பத்துக்குள் நடக்கிற சின்னச் சின்ன விஷயங்களையும் பெரிதாக்கி, குடும்ப

அமைப்பையே சிதைத்துவிடும் என்றும் ஒரு பேச்சு கிளம்பயிருக்கிறது. 'எய்ட்ஸ் தடுப்புத் திட்டம்,' ' மலேரியா ஒழிப்புத் திட்டம்' போன்ற திட்டங்களை அரசு அமல்படுத்தினால் நாட்டில் எய்ட்ஸ், மலேரியா போன்றவை அதிக அளவில் இருக்கிறது என்று பொருள். அப்படி, ' குடும்ப வன்முறையிலிருந்து பெண்களைப் பாதுகாக்கும் சட்டம்' ஒன்று இயற்றப்படுகிறது என்றால், அந்த அளவுக்குக் குடும்பத்துக்குள் பெண்கள் பாதிக்கப்படுகிறார்கள் என்று அர்த்தம்.

இதற்கு மேலும், 'இவ்வளவு பயப்படுகிற அளவு எந்த வன்முறையும் நம் குடும்ப அமைப்பில் இல்லை' என்று சொல்பவர்களின் கவனத்துக்காக, இதோ ஒரு புள்ளிவிவரம்... பெங்களூர் நகரத்தில் மட்டும் 1998-ம் ஆண்டு 1,248 பெண்கள் வரதட்சணைக் கொடுமையால் இறந்திருக்கிறார்கள். இதில் பாதிக்கும் மேற்பட்டவர்கள் தீக்காயங்களுடன் மருத்துவ மனைகளில் இறந்துள்ளனர். குடும்பத்துக்குள் நிகழும் வன்முறையின் உச்சபட்சமே இந்தப் பெண்களின் மரணம். அதுவும் அதிகாரப்பூர்வமாகப் பதிவு செய்யப்பட்ட கணக்குதான் இது. உறவுகள் கூடி, தற்கொலை என்று ஜோடித்த பெண்களின் சாவுகள் கணக்கில் வரவில்லை. தமிழகத்தில் கணக்கெடுப்பு நடத்தினால், நாம் வெட்கப்பட வேண்டிய புள்ளி விவரங்களைச் சந்திக்க நேரும்.

கடைசியாக ஒன்று... தன் வீட்டில் இருக்கிற பெண்ணை சக மனுஷியாகப் பாவிக்கிற யாருக்கும் எதிராக இந்தச் சட்டத்தால் எந்த நடவடிக்கையும் எடுக்க முடியாது. அவர்கள் பயப்பட வேண்டிய அவசியமில்லை. மற்றபடி குற்றமுள்ளவர்களின் மனது இனியாவது குறுகுறுக்கட்டும். இல்லையேல், சட்டத்தின் முன் கைகட்டி நிற்பதைத் தவிர, வேறு வழி இல்லை!

தமிழ் மண்ணே வணக்கம்!

36. ஆ.சிவசுப்பிரமணியன்

வரலாற்றாய்வாளர்

' எந்தையும் தாயும் மகிழ்ந்து குலாவி

இருந்ததும் இந்நாடே! - அதன்

முந்தையர் ஆயிரம் ஆண்டுகள் வாழ்ந்து

முடிந்ததும் இந்நாடே! - அவர்

சிந்தையில் ஆயிரம் எண்ணம் வளர்ந்து

சிறந்ததும் இந்நாடே! - இதை

வந்தனை கூறி மனத்தில் இருத்தி என்

வாயுற வாழ்த்தேனோ?'

என்கிற நம் மூதாதையர் பற்றிய வரலாற்று உணர்வுதான் நமக்கு விடுதலையின் தேவையை உணர்த்தியது. எப்படி வாழ்கிறோம் என்பதை மதிப்பிட எப்படி வாழ்ந்தோம் என்கிற வரலாறுதான் அளவுகோல்.

அந்த உணர்வைத் தமிழன் தொலைத்ததால்தான், நம்முடைய கீழாநெல்லியை வெளிநாட்டுக்காரர்கள் உரிமை கொண்டாடுகிறார்கள். வரலாறு தெரியாமல் போனதால்தான், தமிழகப் பள்ளிகளில் தமிழ் பேசினால் தமிழ்ப் பிள்ளைகளுக்குத் தண்டனை கிடைக்கிறது. தமிழ்க் குடும்பங்களின் கிழவன், கிழவிகளைப் பயனற்றவர்களாக, பாரமானவர்களாகப் பார்ப்பதற்கும் நமக்கு வரலாற்று அறிவு இல்லாமல் போனதுதான் முக்கிய காரணம். கடந்த காலத்தைப் பற்றித் தெரிந்துகொள்ள விரும்பாத எந்தச் சமூகமும் தன் முகவரியைத் தொலைத்துவிடும்.

வரலாறு என்பதை, படித்தால் வேலை கிடைக்காத ஒரு பாடப் பிரிவாக வைத்துவிட்டோம். நம் பெருமைகளை, இழப்புகளை, அதற்கு நாம் தந்த விலையைத் தெரிந்து கொள்வதற்கு வரலாறுதான் நமக்கு கடந்த காலம் காட்டும் கண்ணாடி என்பதை மறந்துவிட்டோம்.

சரி, கடந்த காலத்தை தெரிந்து வைத்துக்கொண்டு என்ன செய்வது? காலம் காட்டும் கண்ணாடிதான், வருங்காலத்துக்கான பாதைகளையும் காட்டும் கைவிளக்கு. எனவே, வரலாற்றைத் தொலைப்பது என்பது வருங்காலத்தையே தொலைப்பதற்குச் சமம்.

நம் நாட்டின் மிகப் பெரிய தீமை, சாதிப் பிரிவினையும், தீண்டாமைக் கொடுமையும் ஆகும். குஜராத்தில் பூகம்பம் வந்தது. உயர்ந்து நின்ற கட்டடங்கள் எல்லாம் தரைமட்டமாயின. இடிபாடுகளுக்கிடையில் ஆயிரக்கணக்கில் இறந்து கிடந்தனர் நம் மக்கள். கை, கால் இழந்து, எலும்பு முறிந்து ஊனமுற்றவர்கள் ஆயினர். உயிர் துறந்து, உடைமை துறந்து கூட்டம் கூட்டமாக முகாம்களில் தங்கியிருந்தனர். அந்த நிலையிலும், தாழ்த்தப்பட்ட மக்களுக்கும், எங்களுக்கும் ஒரே உலையில் உணவு சமைத்தால் நாங்கள் சாப்பிடமாட்டோம் என்று பெரிய போராட்டத்தையே நடத்தினர் நம் உயர்சாதிச் சகோதரர்கள். இதைவிட அவமானமும் துயரமும் வேறென்ன இருக்க முடியும்?

பண்டமாற்று முறையில் தேன் கொடுத்து, மீன் வாங்கி உயிர் வாழ்ந்த ஒரு கலாசாரத்திலிருந்து வந்தவர்களுக்குள்தான் இப்போது இத்தகைய கொடூரப் பிரிவினை, எப்படிச் சேர்ந்து வாழ்ந்தோம் என்கிற வரலாறு அடுத்த தலைமுறைக்கு உணர்த்தப்பட்டால்தான், பிரித்த சூழ்ச்சி எதுவென்று உணர முடியும்.

'நான் விவசாயம் செய்கிற சாதியைச் சேர்ந்தவன் இல்லை' என்பதை உணர்த்துவதற்காகத்தான் மார்பில் நூல் அணிந்தார்கள் என்பதை நாம் உணர்த்தி இருந்தால், உழவர்கள் சூத்திரர்களாக ஆகியிருக்கமாட்டார்கள். ' உழந்தும் உழவே தலை' என்று சொல்கிற திருக்குறளின் அர்த்தமும், ஆழமும்தானே நம் வரலாறு! இனம், மொழி, நாடு, அரசியல், பொருளாதாரம், இலக்கியம்... இதுபோன்ற ஒவ்வொரு சமூகவியல் துறைக்கும் வரலாறு தேவை. நடந்த நிகழ்வுகளையும் செய்திகளையும் முறைப்படுத்தி வருங்காலத்துக்குச் சான்றாகவும், அறிவுறுத்தலாகவும் அமைவதே வரலாறு. நம்

முன்னோர்களின் வாழ்வியல் அனுபவங்களே, வரலாறு! அனுபங்களைத் தொலைத்துவிட்டு புதியதொரு வாழ்க்கையை வாழ்வது அறிவுடமை ஆகாது.

'முதலாம் பானிபட்டு போர் எந்த ஆண்டு நடந்தது? என்று கோடிட்ட இடத்தை நிரப்புகிற கேள்வியாக வரலாற்றை நினைவு வைத்திருக்கிறோம். அதுதான் தவறு. ' ஏன் அந்தப் போர் நடந்தது? அதனால் நிகழ்ந்த பாதிப்புகள் என்னென்ன? என்பன போன்ற கேள்விகள் மூலம்தான் வரலாற்றை அணுகவேண்டும். கடந்த காலத்தின் துணை கொண்டு நிகழ்காலத்தைப் புரிந்துகொள்ளவும், வருங்காலத்தைக் கணிக்கவும் பயன்படுகிற சமூக விஞ்ஞானமாக வரலாற்றை பார்ப்பதே சரியான அணுகுமுறை.

இன்று நடக்கிற ' இந்து - முஸ்லீம்' மதக் கலவரங்களுக்கும் நம் மெக்காலே கல்வி முறையில் பயின்ற வரலாற்றுப் பாடத்துக்கும் நிறைய தொடர்புகள் இருக்கின்றன. 'ஸ்டூவர்ட் மில்' என்கிற ஆங்கில வரலாற்றாசிரியர், 'ஹிஸ்டரி ஆஃப்' பிரிட்டிஷ் இந்தியா என்கிற தமது வரலாற்று நூலில், இந்தியாவை ' இந்து இந்தியா' , 'முஸ்லிம் இந்தியா' என்று வகைப்படுத்தினார். இன்று இந்தியாவில் இந்து, முஸ்லிம் மதக் கலவரங்கள் நடப்பதற்கும், இந்தியா - பாகிஸ்தான் கிரிக்கெட் ஆட்டம் இருநாட்டு இந்து - முஸ்லிம்களுக்கு இடையிலான அறிவிக்கப்படாத போராகப் பாவிக்கப்படுவதற்கும், வரலாற்று ஆசிரியர்களின் பிரிவினைகளுக்கும் நேரடியாகச் சம்பந்தம் இருக்கிறது. இந்தப்பிரித்தாளும் சூழ்ச்சியே நமக்கு மெக்காலே கல்வித் திட்டத்தின் மூலம் பாடமாக்கப் பட்டது.

நமக்கென்று ஒரு வரலாறு இல்லை, பண்பாடு இல்லை என்று நமக்கே சொல்லப்பட்டது. நாமும் கிளிப்பிள்ளைகளைப் போலத் திருப்பி அதையே சொன்னோம். நமது மன்னர்களைப் பற்றிய பெருமைகளையும், அவர்களின் போர்த் தந்திரங்களையும், வரி வசூலிக்கும் முறையையும் மட்டுமே வரலாறு என நமக்குப் போதிக்கப்பட்டது. மன்னர்களின் வரலாற்றையே மக்களின் வரலாறுதான் உருவாக்குகிறது என்பது நமக்கு இந்த விஞ்ஞானயுகத்தில்கூடப் புரியவில்லை.

'மங்கலம்' என்கிற பெயரில் முடிகிற ஊர்ப் பெயர்கள் இன்று நமக்கு வெறும் ஊர்ப் பெயர்களாக மட்டுமே தெரியும். ஆனால், அரசன் கண்ட ஒரு கெட்ட கனவுக்குப் பரிகாரமாக, நான்கு வேதங்களைக் கற்றவர்களுக்கு அவர்கள் விரும்புகிற பூமியைத் தானமாக தருகிற இடத்துக்கு 'மங்கலம்,' 'அகரம்' என்கிற அடைமொழியுடன் பெயர் தந்தனர். அதற்கு முன்பு அங்கு வாழ்ந்த மக்களின் வரலாற்றைத் தேடிச் சென்றால்தான், நம் முன்னோர்களுக்கு இழைக்கப்பட்ட கொடுமையின் தீவிரம் நமக்குப் புரியும்.

ஹிட்லரின் சுயநலத்துக்கு அவருடைய 'இன மேன்மை வரலாறு' தான் கருவியாக இருந்தது. 'ஆரியர்கள், உலகம் ஆளப் பிறந்தவர்கள்', 'உலகம் நமதே!' என்கிற கோஷத்துக்குப் பின்னால் லட்சக்கணக்கான மனித உயிர்கள் விலை பேசப்பட்டன.

பித்தப் பை கற்கள் காரணமாக லூயி மன்னன் அதிக வலியில் துடிதுடிக்க நேர்ந்ததும், அதன் பொருட்டு எழுந்த கோபமுமே பிரெஞ்சுப் புரட்சியின் ஆணிவேர். இந்திய வரலாற்றில், இஸ்லாமிய மன்னர்கள் கொடூரமானவர்களாகவே சித்திரிக்கப் பட்டிருக்கிறார்கள்.

ஔரங்கசீப் மன்னனை கொடூரமானவனாகவே அடுத்தடுத்த தலைமுறைகளுக்கும் சொல்லி வருகிறோம். அதுவே தஞ்சையை ஆண்ட இந்து, மராத்திய மன்னர்களின் அந்தப்புரப் பெண்களின் வயது 12-லிருந்து தொடங்குவதைச் சொல்வது இல்லை. எல்லா மத அரசர்களும் மக்களைத் துன்புறுத்தும் நோக்கம் கொண்டவர்களாகவே இருந்திருக்கிறார்கள். அப்படி இருக்கும்போது ஒரு குறிப்பட்ட மதத்தைச் சேர்ந்த அரசர்களை மட்டும் மோசமானவர்களாகச் சித்திரிப்பது வரலாற்றுப் பிழை அல்லவா?

வாழ்ந்த வரலாறும், வீழ்ந்த வரலாறும் முழுமையாகத் தெரிந்தாலொழிய பாபர் மசூதி, ராமர் கோயில் போன்ற விவகாரங்களுக்குத் தீர்வு கிடைக்காது.

'முன்பு ஒரு காலத்தில் அவர்களிடம் பைபிள் இருந்தது... நம்மிடம் நிலங்கள் இருந்தன. இன்று நம்மிடம் பைபிள் இருக்கிறது. அவர்களிடம் நம் நிலங்கள் இருக்கின்றன. நமது நிலத்தில் நாமே அடிமைகள்' என்கிற ஒரு ஆப்பிரிக்கக் கவிதையில் கறுப்பு வெள்ளைப் பிரிவினையின் வரலாறும், மதங்கள் மக்களை அடிமை கொள்ள எவ்வாறு பயன்படுத்தப்பட்டன என்கிற தகவலும் பொதிந்திருக்கிறது.

இப்படி ஒவ்வொன்றையும் வருங்காலத் தலைமுறை, வரலாறாகப் படிக்கும்போதுதான், நடந்த தவற்றை மீண்டும் நிகழாமல் தடுக்க முடியும். காரணம். வரலாற்று உணர்வுதான் சூழ்ச்சிகளிலிருந்து நம்மைத் தற்காத்துக் கொள்ளும் கேடயம். தாக்குவதற்காக அல்ல, தற்காப்பதற்காக நமது முன்னோர்களின் வரலாற்றை, நமது அடுத்த தலைமுறைக்குச் சரியான கோணத்தில் விளக்க வேண்டியது நமது கடமை அல்லவா?

37. பெர்னாட் ஃபாத்திமா

சமூக ஆர்வலர்

கரும்புத் தோட்டத்திலே - அவர்

கால்களும் கைகளும் சோர்ந்து விழும்படி

வருந்துகின்றனரே! ஹிந்து

மாதர்தம் நெஞ்சு கொதித்துக் கொதித்து மெய்

சுருங்குகின்றனரே - அவர்

துன்பத்தை நீக்க வழியில்லையோ?

த.செ. ஞானவேல்

அடிமை இந்தியாவில் வேலைவாய்ப்பு இல்லாமல் பிஜு தீவுக்குச் சென்று கரும்புத் தோட்டத்தில் மாடுகளைப் போல உழைத்த சொந்த நாட்டுச் சகோதர சகோதரிகளை எண்ணிக் கண்ணீர் வடித்து பாரதி எழுதிய பாடல் இது. பாரதி குமுறிய அடிமை இந்தியாவுக்கும் இன்றைய சுதந்திர இந்தியாவுக்கும் பெரிய வேறுபாடு இல்லை.

" வெளிநாட்டுக்கு வேலைக்குப் போற வாய்ப்பு வந்திருக்கு. மாசம் 25 ஆயிரம் சம்பளம். குடும்ப கஷ்டம் எல்லாம் தீர்ந்துடும். ஆனா, 80 ஆயிரம் கேட்கிறாங்க. நிலம், நகையெல்லாம் வித்தாலும் 50 ஆயிரம்தான் தேறுது. 30 ஆயிரம் ரூபாய் கடனா கொடுத்தா, என் பையன் வேலைக்குப் போன மூணே மாசத்துல அடைச்சுடுவேன்" என்று கந்து வட்டிக்காரர்களிடம் கையேந்தி நிற்கும் பாமரத் தாய்மார்கள் உங்கள் கிராமங்களிலும் இருப்பார்கள்.

"தங்கச்சிக்குக் கல்யாணம் பண்ணணும், கூலிக்கார மாப்பிளையா இருந்தாலும், பத்து சவரன் நகை கேட்கிறாங்க. பல்லைக் கடிச்சுக்கிட்டு மூணு வருஷம் வெளிநாட்டுல வேலை பார்த்துட்டா தங்கசிக்குக் கல்யாணம் பண்ணிடுவேன்" என்று வாழ்க்கையைப் பணயம் வைக்கும் பாசமுள்ள அண்ணன்மார்கள் நம் ஊர்களில் தடுக்கி விழுந்தால் தட்டுப்படுவார்கள்.

நிலத்தை விற்று, தாலியை அடகு வைத்து, கந்து வட்டிக்குக் கடன் வாங்கி, வெளிநாட்டு வேலைக்கு கிளம்புகிற எத்தனையோ இளைஞர்கள் சவுக்கடித் தழும்புகள் ஆறாமல், மொட்டை அடிக்கப்பட்டு, உயிரைக் கையில் பிடித்தபடி சென்னை விமான நிலையத்தில் வந்து இறங்கிக் கதறிக் கண்ணீர் வடிக்கும் செய்திகள்

நாளேடுகளில் இடம் பெறுவதை ஆறு மாதத்துக்கு ஒருமுறையேனும் பார்க்கலாம்.

மனம் நிறைய கனவுகளோடு லெபனான் நாட்டுக்கு வேலைக்குப் போனவர்கள், சில மாதங்களுக்கு முன் வெறுங்கையோடு திரும்பிய காட்சி ஞாபகம் இருக்கிறதா? பஹ்ரைன் ஆயில் நிறுவனத்தில் வேலை பார்க்கப் போய், தீயில் பலியானவர்களை மறக்க முடியுமா? மலேசியாவில் கட்டுமானத் தொழிலுக்குச் சென்றவர்கள் ' போலி பாஸ்போர்ட்' வைத்திருந்ததாகச் சிறை முகாமில் சித்ரவதை செய்யப் பட்டதையும் செய்தித்தாள்களில் படித்துக் தெரிந்து கொண்டோமே!

பிறந்த மண்ணில் வேலைவாய்ப்பு இல்லாமல் வறுமைக்குப் பயந்து வாழ்க்கையையே பணயம் வைத்து வெளிநாடு போகும். படிப்பறிவில்லாத தமிழர்களில 60 சதவிகிதம் பேருக்கு வெளிநாட்டு வேலை என்பது கசப்பான அனுபவமாகவே அமைந்து விடுகிறது. ஆங்கிலேயர்களின் ஆட்சிக் காலத்தில் அவர்கள் ஆளுகிற நாடுகளில் சாலைகள் போட, பங்களாக்கள் கட்ட, தண்டவாளங்கள் அமைக்க, மரம் வெட்ட என மிருகங்களைவிட மோசமாக வேலை வாங்க தமிழர்கள்தான் தகுதியானவர்கள் என்று இலங்கை, மலேசியா, சிங்கப்பூர் போன்ற நாடுகளுக்கு ஏழைத் தமிழர்களை அனுப்பிவைத்தார்கள் வெள்ளை எஜமானர்கள். விடுதலை பெற்ற பிறகும் அந்த நிலைமை மாறவில்லை. ஆமைகள், பாம்புத் தோல், தந்தங்கள் போன்றவற்றைச் சட்ட விரோதமாக வெளி நாட்டுக்குக் கடத்துவதைப் போலவே மனிதர்களின் அறியாமையைப் பயன்படுத்திக் கடத்துகிறார்கள்.

அமெரிக்காவின் ஒரு குடிமகனுக்கு ஏதாவது பிரச்னை என்றால், அமெரிக்கத் தூதரகமே திரண்டு வந்து பிரச்னையைத் தீர்த்து வைக்கிறது. ஆனால், வேலைக்குப் போன இடத்தில் நம்மவர்கள் ஏமாற்றப்பட்டு கூட்டமாகச் சிறையில் வாடுகிறார்கள் என்று பத்திரிக்கைகள் பலமுறை சுட்டிக்காட்டிய பிறகே, அங்கு போய் நிற்கும் நம் அரசு இயந்திரம். 2000-ம் ஆண்டுக் கணக்கெடுப்பில் அரசாங்கமே ஒப்புக்கொண்ட உண்மை... 'வெளிநாட்டுக்கு வேலைக்குச் சென்று சம்பாதிப்பவர்களால் நாட்டுக்கு 12 பில்லியன் டாலர் வருமானம் கிடைக்கிறது. கடந்த ஐந்து ஆண்டுகளில் இந்தத் தொகை 30 மடங்கு அதிகரித்திருக்கிறது.' ஆனால், இந்த வருமானம் அரசாங்கத்துக்குக் கிடைக்க, கொத்தடிமைகளைப் போல எத்தனை எத்தனை இந்திய பிரஜைகள் கேவலமாக நடத்தப்பட்டு, அவமானப் படுத்தப்படுகிறார்கள் என்று தெரியுமா?

ஓட்டல் வேலைக்கு, கம்பெனி வேலைக்கு என்று அழைத்துக்கொண்டு போய் ஆடு, மாடு மேய்க்க, மூட்டைத் தூக்க, துப்புரவு வேலை செய்ய... என அந்த நாட்டுக் குடிமக்கள் எதை எல்லாம் இழிவாகக் கருதுகிறார்களோ அந்த வேலைகளை எல்லாம் நம் சகோதரர்கள்தான் செய்கிறார்கள். அதிலும் பேசிய சம்பளத்தைத் தராமல் பாதி அளவே கொடுப்பதும், அதையும் மாதா மாதம் தராமல் ஒரு வருடத்துக்குச் சேர்த்துத் தருவதுமாக அநியாயம் நடக்கிறது. வாங்கிய கடனை அடைப்பதற்காகவேனும் தொடர்ந்து அந்த அவமானங்களையும் அநியாயங்களையும் நமது சகோதரர்கள் சகித்துக்கொள்ள வேண்டியிருக்கிறது.

தமிழகத்திலிருந்து சுமார் 2 லட்சம் பேர் வெளிநாடுகளில் வேலைக்குச் சென்றிருக்கிறார்கள். இந்தியாவிலிருந்து சில குறிப்பட்ட

ஏஜென்ஸிகள்தான் தொழிலாளர்களை வெளிநாட்டுக்கு வேலைக்கு அனுப்ப முடியும். அதற்கு மத்திய அரசிடம் முறையான அனுமதி பெற்று, இவ்வளவு பேரைத்தான் அனுப்ப முடியும், அதற்கு இவ்வளவுதான் சர்வீஸ் கட்டணம் வாங்க வேண்டும் என்பது வரை விதிமுறைகள் இருக்கின்றன.

தொழில்நுட்பம் சாராத வேலைக்கு ரூ.2000. குறிப்பிட்ட தொழில்நுட்பம் சார்ந்த வேலைக்கு ரூ.3000. தொழில்நுட்பம் சார்ந்த வேலைக்கு ரூ.5000. மற்ற வேலைகளுக்கு ரூ.10000 ஆகிய அளவில்தான் ஏஜென்ஸிகள் கட்டணம் வசூலிக்க வேண்டும் என்று அரசு நிர்ணயம் செய்துள்ளது. ஆனால், 80,000 ரூபாய் வரை ஏழைகளிடம் வசூலித்து விடுகிறார்கள் ஏஜென்ட்டுகள். இது அதிகாரிகளுக்கும் நன்றாகத் தெரியும். அவர்களுக்கும் ஒரு பங்கு போய்விடுவதால், அவர்கள் ஊமைகளாகி விடுகின்றனர். வீட்டு வேலைக்கென இங்கிருந்து பெண்களை அனுப்ப, விபசாரத்துக்கு விற்பதை உலகம் முழுவதும் ஒரு பெரிய கும்பல் முழுநேர வேலையாகவே செய்துவருகிறது.

யார் வெளிநாட்டு வேலைக்குப் போவதாக இருந்தாலும் பாஸ்போர்ட் எடுக்கிற பொறுப்பை ஏஜென்ட்டிடம் விடாமல் இருப்பது நல்லது. போலி பாஸ்போர்ட் மூலம் வெளிநாடு அனுப்பிவைத்துவிட்டுத் தலைமறைவாகி விடுவார்கள். இரண்டு நாட்டு அரசாங்கங்களும் அதைக் குற்றமாக அறிவித்து, ஏமாந்தவர்களுக்கே தண்டனை அளிக்கும். மாவட்ட தலைமை தபால் அலுவலகம் மூலமே இப்போது பாஸ்போர்ட் வாங்கிவிட முடியும். அரசால் அங்கீகரிக்கப்பட்ட ஏஜென்ட்தான் தன்னை வெளிநாடு அனுப்புகிறாரா என்பதையும் பார்த்துக்கொள்ள வேண்டும்.

நாளிதழ்களில் வருகிற விளம்பரங்களில் அவர்களுடைய அங்கீகார லைசென்ஸ் எண் இருக்கும். அதைக் குறித்து வைத்துக்கொள்ள வேண்டும். தன்னை வேலைக்கு அனுப்புகிற விசாதானா என்பதை பரிசோதிக்க வேண்டும். டூரிஸ்ட் விசா என்று தெரிந்தால், ஏஜென்ட் சொல்லும் எந்தச் சமாதானத்தையும் ஏற்கக் கூடாது. தன்னை வேலைக்கு அமர்த்தும் நிறுவனத்தின் வேலைக்கான ஒப்பந்த ஆணையின் ஒரு நகலைப் பெற்றுக் கொள்ளவேண்டும். தனக்கான இன்ஷூரன்ஸ், வங்கிக் கணக்கு போன்ற விவரங்களையும் தெரிந்து கொள்வது முக்கியம்.

வேலைக்கான எல்லா ஒப்பந்தங்களும் இங்கேயே முடிந்துவிடுவதால், அங்கே சென்று புதிதாக எந்த ஒப்பந்தத்திலும் கையெழுத்திடக் கூடாது. அப்படி ஏதேனும் பிரச்சனை வந்தால், உடனடியாகத் தெரிவிக்க இந்தியத் தூதரகத்தின் முகவரி, தொலைபேசி எண் ஆகியவற்றைத் தெரிந்துவைத்துக் கொள்வதும், வீட்டில் இருப்பவர்களிடம் குறித்துக் கொடுப்பதும் முக்கியம். தங்களுடைய வேலைக்கான ஒப்பந்தத் தேதி எப்போது முடிகிறது என்பதைத் தெளிவாகத் தெரிந்துகொண்டு, அந்தத் தேதிக்கு முன்னால் தாயகம் திரும்புகிற நடவடிக்கையை எடுக்க வேண்டும். இல்லாமல் போனால், அது சட்ட விரோதமாகும்.

சிறப்புப் பொருளாதார மண்டலங்கள் அமைக்கப்போவதாக மத்திய அரசு அறிவித்து, அதற்கான நடவடிக்கைகள் நாடு முழுவதும் தொடங்கிவிட்டன. ஏற்கெனவே பிச்சை எடுத்துக்கொண்டும், தற்கொலை செய்துகொண்டும் இருக்கிற விவசாயிகளை கூண்டோடு அழிக்கிற முயற்சியை அரசே மேற்கொள்கிறது. ஆயிரக்கணக்கான விவசாய நிலங்களைக் கையகப்படுத்திப் பெரிய பணக்காரர்களுக்கு

சலுகை விலையில் தந்து ஷாப்பிங் மால்கள் முதல் ஃபேன்ஸி அயிட்டங்கள் வரை அத்தனை நாகரிக அடையாளங்களும் நாடு முழுவதும் வரப்போகின்றன. சோற்றுக்கே வழி இல்லாதவன் எதை ஷாப்பிங் செய்வது?

ஒசூருக்கு அருகே நான்கு ஊராட்சிகளை உள்ளடக்கிய 3,600 ஏக்கர் விவசாய நிலங்களைச் சிறப்புப் பொருளாதார மண்டலமாக மாற்றும் திட்டம் இருக்கிறது. இதில் 15 ஏரிகள், 20,000 கால்நடைகள், ஆயிரக்கணக்கான விவசாயிகளை இழந்தால்தான் ஷாப்பிங் மால் கட்டமுடியும். நாடு முழுவதும் இது போன்ற 94 சிறப்புப் பொருளாதார மண்டலங்கள் அமைக்க அனுமதி வழங்கப்பட்டுவிட்டது.

நாடு முழுவதும் உள்ள அரசு வேலைவாய்ப்பு அலுவலகங்களில் பதிவு செய்துள்ள படித்த இளைஞர்களின் எண்ணிக்கை 1999-ம் ஆண்டுக் கணக்கெடுப்பின்படி 4 கோடிப் பேர்! படிக்காத, பதிவு செய்யாத வேலையற்ற இளைஞர்களின் எண்ணிக்கை இன்னும் பல மடங்கு அதிகமாக இருக்கும். இந்தியாவின் பொருளாதார வளர்ச்சிக்கு இணையாக வேலை வாய்ப்புகள் அதிகரிக்கவில்லை. சொந்த நிலத்தில் கரும்பை அறுவடை செய்து வாழ்ந்த தமிழன், அதே நிலத்தை விற்று ஆஸ்திரேலியா சென்று அங்குள்ள கரும்புத் தோட்டத்தில் அடிமையாக வேலை செய்கிறான்.

அன்றைய அடிமை இந்தியாவில், வெளிநாடுகளில் அடிமைகளைப் போல நடத்தப்படும் சகோதரர்களுக்காகக் கண்ணீர் வடிக்க மகாகவி பாரதியாவது இருந்தார். இப்போது அந்த ஆதரவும் இல்லாமல் போனதுதான் பெரும்சோகம்!

38. பி.எஸ்.ரவீந்திரன்

அரசியல் விமர்சகர்

இது தகவல் யுகம். திரும்புகிற திசையில் எல்லாம் தகவல்களே நிரம்பியுள்ளன. உட்கார்ந்த இடத்திலிருந்தே கணிப்பொறியில் சில பட்டன்களை அழுத்தினால், எல்லைகள் கடந்த தகவல்கள் உங்கள் முன் குவிக்கப்படும். நீங்கள் ஒரு கேள்விக்கு விடை தேடினால், நூறு விதமான பதில்களைக் கொண்டுவந்து கொட்டுகிற தொழில்நுட்பங்கள் இருக்கின்றன. இன்று நிஜமாகவே உலகம் ஒவ்வொருவரின் விரல் நுனியில் இருக்கிறது. ஆனால், தகவல்கள் என்கிற பெயரில் நம் முன்னால் அதிகம் கொட்டப்படுபவை தேவையற்ற குப்பைகளே என்பதுதான் கசப்பான உண்மை!

குடிமகனுக்குரிய உரிமைகளைப் பெறத் தேவையான அடிப்படைத் தகவல்கள் திட்டமிட்டே மறைக்கப்படுகின்றன. ஒரு நகராட்சி அலுவலகத்துக்குள் நுழைந்து, நாம் செலுத்த வேண்டிய வரி நிலுவையைத் தெரிந்து கொள்வதற்குள், நமக்கு ரத்தஅழுத்தமே வந்துவிடும். காவல் நிலையத்துக்குள் நுழைந்து, 'இந்த மாதம் பதிவாகியுள்ள வழக்குகளின் எண்ணிக்கை விவரம் தர முடியுமா?' என்று கேட்டால், உங்கள் மேல் ஒரு வழக்குப் பாயும். 'அரிசி தீர்ந்துவிட்டது' என்கிற ரேஷன் கடைக்காரரிடம். 'ஏன், இந்த மாதம் போதுமான அளவு அரிசி வரவில்லை?' என்று கேட்க முடியாது. 'நீ என்ன கலெக்டரா, கேக்க வந்துட்டே?' என்பார்கள் ' பள்ளியில் கூரை மாற்ற பணம் ஒதுக்கப்பட்டு ஒரு வருடமாகிறது. ஏன் இன்னும் கூரை போடவில்லை?' என்று சம்பந்தப்பட்ட அதிகாரிகளிடம் கேட்டால், ' போய் மினிஸ்டருக்கு பெட்டிஷன் போடு' என்று பதில் வரும்.

இன்றைய அரசியல் நிலவரத்தை நினைத்தால் கொஞ்சம் கலவரமாகத்தான் இருக்கிறது. நமக்கு இருக்கிற ஒரே நம்பிக்கை நம் அரசியல் சாசனம். யார் ஆட்சிக்கு வந்தாலும், சட்டம் என்ன சொல்கிறதோ அதன்படிதான் ஆட்சி செய்ய முடியும். மீறுகிறவர்களைத் தண்டிக்கிற உரிமை சட்டத்துக்கு உண்டு. இத்தகைய வலுவான ஜனநாயகப் பாதுகாப்பு இருந்தபோதிலும் ஆளுகிறவர்களும், அதிகாரிகளும் சட்டத்தை நடைமுறைப் படுத்துவது இல்லை. 'ஏன் சட்டம் நடைமுறைப் படுத்தப்படவில்லை?' என்று கேள்வி கேட்கிற அதிகாரம், 2006 அக்டோபர் மாதம் 12-ம் தேதி வரை நீதிமன்றங்களிடம் மட்டுமே இருந்தது. இப்போது இந்த நாட்டின் குடிமகனாக இருக்கிற யாரும் ஆளுகிறவர்களை, அதிகாரிகளைக் கேள்வி கேட்க, 'தகவல் அறியும் உரிமைச் சட்டம்' கொண்டுவரப்பட்டு,

ஓராண்டு நிறைவடைந்துவிட்டது. மக்கள் இந்தச் சட்டத்தைப் புரிந்துகொண்டு நடைமுறைப்படுத்தினால், நாட்டில் ஒரு புதுப் புரட்சியே வரும்.

நிர்வாகம், சட்டமன்றம், நீதிமன்றம் என்கிற மூன்று ஜனநாயக அமைப்புகள்தான் நம்மை ஆட்சி செய்கின்றன. இவை மூன்றுமே அரசின் அங்கங்கள். இவற்றை நிர்வகிக்கிற அங்கத்தினர்கள் எப்படி இருக்கிறார்கள்? 'கழுதை மேய்ச்சாலும் கவர்மென்ட்ல மேய்க்கணும்' என்று ஒரு பழமொழியே உண்டு. 'அரசு வேலைக்குப் போய்விட்டால், யாரும் நம்மை எந்தக் கேள்வியும் கேட்க முடியாது. வேலையும் அவ்வளவாக இருக்காது. அதிக விடுமுறை கிடைக்கும். பென்ஷன் வரும்' என்கிற காரணங்களால்தான் பலரும் அரசாங்க வேலையை விரும்புகிறார்கள். தகவல் அறியும் சட்டம் பற்றிய விழிப்பு உணர்வு நம் எல்லோருக்கும் வந்துவிட்டால், உண்மையாகவே நம் நாட்டில் மக்களாட்சி மலர்ந்துவிடும். பொறுப்பில் இருப்பவர்கள் அவர்களுடைய கடமையைச் செய்யாமல் இருக்க முடியாது, அத்துமீறியும் நடக்க முடியாது.

மத்திய அரசின் ஊரக வளர்ச்சித்துறை, வங்கிகள் மூலம் மக்கள் நலத் திட்டங்களைச் செயல்படுத்த 31,000 கோடி ரூபாய் ஒதுக்கியது. ஊரகத் துறையின் உயர் அதிகாரி ஒருவர், அந்த ஒப்பந்தத்தை ஒரு குறிப்பட்ட வங்கிக்கு ஒதுக்க சிபாரிசு செய்திருக்கிறார். இதற்கு முன், உயர்மட்டத்தில் இருக்கிறவர்களின் மனம் நோகாமல் நடந்துகொள்வதற்காகக் கீழிருப்பவர்கள் யாரும் மறுப்பு சொல்ல மாட்டார்கள். ஆனால் இப்போதோ, 'நாங்களும் உடன் சேர்ந்து ஒப்புதல் அளிக்க வேண்டி இருக்கிறது. நாளை தகவல் அறியும் உரிமைச் சட்டத்தின் அடிப்படையில், நாம் டெண்டர் அளித்த தகவலை

யாராவது கேட்டால், முறைப்படி தர முடியாது. நாங்களும் உடந்தையாக இருந்ததாகப் பிரச்சனைகள் வரும். அதனால், முறைப்படி தகுதியான வங்கிக்கு டெண்டரைத் தந்துவிடலாம்' என்று உயர் அதிகாரியின் சிபாரிசை நிராகரித்து இருக்கிறார்கள் அவருக்குக் கீழ் உள்ள அதிகாரிகள்.

உத்தரப்பிரதேசத்தின் ஒரு பஞ்சாயத்தில் சாலை போட்டிருக்கிறார்கள். அந்த ஊரிலிருந்து ஒருவர், 'சாலைபோட எந்த வகையான மெட்டீரியல் பயன்படுத்தப்பட்டுள்ளது?' என்ற தகவலைக் கேட்டதும், ஒரு வாரத்தில் பதில் தருவதாகச் சொல்லி அனுப்பிவிட்டு, அந்த சாலையைப் போட வேண்டிய சரியான மெட்டீரியலைப் பயன்படுத்திப் புதிதாகப் போட்டிருக்கிறார்கள்.

இப்படி பல உதாரணங்கள். முதியோர் உதவித் தொகை வாங்குவதில்கூட லஞ்சம் கேட்கிற அதிகாரிகளில் தொடங்கி, ' எதன் அடிப்படையில் இந்த இடத்தில் பாலம் கட்டுகிற முடிவை எடுத்தீர்கள்?' என்று அரசியல்வாதிகள் வரை அத்தனை பேரையும் ஒரு சாமானியன்கூடக் கேள்வி கேட்க வழி பிறந்திருக்கிறது.

தவறான முடிவுகள் எடுத்ததைத் தண்டிக்கத்தான் பெரும்பாலான சட்டங்கள் பயன்படுகின்றன. ஆனால், தகவல் அறியும் உரிமைச் சட்டமோ ஆரம்பத்திலேயே தவறு நிகழா வண்ணம் தடுக்க உதவுகிறது. அரசு நிர்வாகம் தொடர்பாக மட்டுமல்ல, ' என் வழக்கு ஏன் இவ்வளவு நாளாக இழுத்தடிக்கப்படுகிறது?' என்று நீதிமன்றத்தைக்கூடக் கேள்வி கேட்க முடியும். யாரைவிடவும் மக்களை அதிகாரம் உடையவர்களாக மகுடம் சூட்டும் சட்டம் இது. தகவல் கேட்ட 30 நாட்களுக்குள் சம்பந்தப்பட்டவர்கள் பதில் சொல்லியாக வேண்டும். தகவல்

கேட்பவரின் உயிர், உரிமை தொடர்பான அவசர தேவைகளாக இருந்தால், 48 மணி நேரத்துக்குள் தகவல் வழங்கப்பட வேண்டும். அரசு மருத்துவமனையில் சிகிச்சை அளிக்கப்பட்ட விவரங்களை அவசரம் கருதிக் கேட்டால், உடனடியாகத் தந்தாக வேண்டும். சம்பந்தப்பட்டவர் விடுமுறையில் போயிருக்கிறார் என்றெல்லாம் அலட்சியமாகப் பதில் சொல்லமுடியாது.

இதற்காக மத்திய, மாநில அரசாங்கங்களின் ஒவ்வொரு துறையிலும் தகவல் வழங்கும் அதிகாரிகளை தேவையான அளவு நியமித்தாக வேண்டும். தகவல் கேட்கிறவர்களுக்கு உரிய தகவலை உரிய காலத்துக்குள் வழங்குவது அவருடைய பொறுப்பு. இல்லையென்றால், தகவல் வழங்க முடியாமல் போனதற்குத் தான் காரணமல்ல என்று நிரூபித்து, யார் காரணமோ அவர்கள் மீது நடவடிக்கைக்கு அவர் பரிந்துரைக்க வேண்டும். இதைக் கண்காணிக்க ஒவ்வொரு மாநிலத்திலும் தகவல் உரிமைத் தலைமை ஆணையர், ஜனாதிபதியால் நியமிக்கப்படுவார். ஐந்தாண்டுகளுக்கு அவருக்கு அந்தப் பதவி. அரசியல் குறுக்கீடு, பணிமாற்றம் போன்ற வழக்கமான தொல்லைகள் எதுவும் தலையிட முடியாது. நீதிமன்றத்தின் மூலம், குடியரசுத் தலைவரின் ஒப்புதல் பெற்றுத்தான் அவரைப் பதவிநீக்கம் செய்ய முடியும்.

இந்த தகவல் அறியும் உரிமை விண்ணப்பத்தை நேரில் சென்றுதான் தர வேண்டும் என்று இல்லை. இ-மெயிலில் கேள்வி கேட்டாலும் பதில் தர வேண்டும். அந்த ஆவணத்தைச் சரிபார்க்க 5 ரூபாயிலிருந்து 50 ரூபாய் வரை தகவலின் தன்மைக்கு ஏற்ப சொற்பக் கட்டணம் வசூலிக்கப்படும். பாதிக்கப்பட்டவர் மட்டும்தான் அவருடைய தகவலைக் கேட்க வேண்டும் என்கிற எந்தக் கட்டுப்பாடும் கிடையாது.

பாதிக்கப்பட்டவரின் சார்பாக யாரும் எந்தத் தகவலையும் கேட்டுப் பெற முடியும்.

உளவுத் துறை, பாதுகாப்பு, ராணுவம், வெளிநாட்டு விவகாரங்கள் உள்ளிட்ட நாட்டின் இறையாண்மை தொடர்பான ஏழு துறைகளைத் தவிர, மற்ற அனைத்துத் துறைகளையும் இச்சட்டம் கட்டுப்படுத்தும்.

உண்மையான மக்களாட்சியைக் கொண்டுவருகிற இந்தச் சட்டம் பற்றிய விழிப்பு உணர்வு இன்னும் தமிழகத்தில், சென்னை போன்ற மாநகரத்திலேயே அவ்வளவாக மக்களிடம் இல்லை என்பது கவலைக்குரிய விஷயம். தன்னார்வத் தொண்டு நிறுவனங்கள், சுய உதவிக் குழுக்கள் போன்று பலர் ஒன்று கூடுகிற அமைப்புகள் ஒரு கூட்டமாகவே ஒன்றிணைந்து இந்தச் சட்டத்தை வெற்றிகரமாக நடைமுறைப் படுத்தலாம்.

நாம் நமது உரிமைகளைத் தற்காத்துக்கொள்ள ' தகவல் அறியும் உரிமைச் சட்டம்' என்கிற வலுவான ஆயுதம் தயார். நாம் தயாரா?

39. வா.செ.குழந்தைசாமி

தமிழ் இணையப் பல்கலைக்கழகம்

'நாட்டுக்காக இறப்பது என்கிற பெருமையை விட, இறப்பதற்கு ஒரு நாடு இருக்கிறது என்கிற பெருமை உயர்வானது' என்பார்கள். 'நாடும் மொழியும் நமது இரு கண்கள்' என்றார் பாரதியார். நாடு, மொழி, இனம் என்பதெல்லாம் வெறும் வார்த்தைகள் அல்ல, பண்பாடு, பாரம்பரியத்தின் அடையாளங்கள். தன் நாடு, தன் மொழி, தன் இனம் என்று சொல்லிக்கொள்ளும் வாய்ப்பில்லாமல் மருகி நிற்கும் மனிதர்களின் எண்ணிக்கை பல லட்சங்கள்.

உலகில் 6,000 மொழிகள் வழக்கில் இருக்கின்றன. அத்தனை மொழிகளில் ஆறே மொழிகள்தான் உலகத்திற்கு நாகரிகம் சொல்லிக்

கொடுத்த பாரம்பரியம் உடைய செம்மொழிகள். அவற்றில் தமிழ், சீனம், அண்மையில் ஹீப்ரு ஆகிய மொழிகள்தான் அறிவியல் யுகத்துக்கும் ஈடுகொடுத்து, தம்மைப் புதுப்பித்துக் கொண்டே இருக்கின்றன. கிரேக்கம், லத்தீன், வடமொழி ஆகியவை இன்று வழக்கொழிந்துவிட்டன. பாடம் கற்கிற ஊடகமாகவும், பயன்பாட்டுக்குரிய வாழ்க்கை மொழியாகவும் தமிழ் நமக்கு வாய்த்திருக்கும் பெருமையை இன்னும் முழுமையாகத் தமிழ்ர்களே உணரவில்லை. ஆனால், உலகம் நன்றாக உணர்ந்திருக்கிறது. ஒரு மாநிலத்துக்குறிய மொழியாக இல்லாமல், பல்வேறு நாடுகளில் வாழும் தமிழர்கள் பேசும் உலக மொழியாகவே தமிழ் சர்வதேச அளவில் மதிக்கப்படுகிறது. அதற்கு மூன்று முக்கிய உதாரணங்களைச் சொல்ல முடியும். உலகம் முழுவதும் 40 மொழிகளில் தனது ஒலிபரப்பைச் செய்கிற பி.பி.சி. நிறுவனம் இந்திய மொழிகளில் தமிழ், இந்தி ஆகிய மொழிகளில் மட்டும்தான் ஒலிபரப்பைத் தருகிறது. 42 மொழிகளில் ஒலிபரப்பைத் தரும் சீன வானொலியும் இந்த இரண்டு மொழிகளுக்குத்தான் பெருமை சேர்க்கிறது. சர்வதேச மொழிகளில் நடத்தப்பட்டு வந்த யுனஸ்கோ கூரியர் பத்திரிகை இந்திய மொழிகளில் தமிழிலும், இந்தியிலும் மட்டுமே வெளிவந்தது.

உலக வரைபடத்தில் இன்று 60-க்கும் மேற்பட்ட நாடுகளில் தமிழ் பேசும் மக்கள் வாழ்கிறார்கள். தமிழகத்துக்கு வெளியே இலங்கை, சிங்கப்பூர் ஆகிய இரண்டு நாடுகளில் தமிழ் ஆட்சிமொழியாக இருக்கிறது. இன்று சர்வ வல்லமை பெற்றதாக உருவாகும் இணையதளத்தில் பயன்பாட்டு மொழியாக, இந்திய மொழிகளில் தமிழ் ஏறத்தாழ முதலிடம் வகிக்கிறது.

தாய் மொழியின் வளர்ச்சிக்காக ஒவ்வொரு நாடும், இனமும், நூறாண்டுகள் மிஞ்சிய தொலைநோக்கில் சிந்திப்பதும், செயல்படுவதும் நடந்தேறுகிறது. வழக்கொழிந்து போன ஹீப்ரு மொழியை மீட்டெடுத்து, அரிச்சுவடி முதல் டாக்டர் பட்டம் வரை கல்வி கற்கும் மொழியாக, ஆட்சி மொழியாக யூதர்கள் நவீனப்படுத்தினார்கள். ஆனால், தமிழ் காலந்தோறும் இடையூறுகளைத் தகர்த்துத் தன்னைத் தானே காப்பாற்றி வளர்ந்து வந்திருக்கிறது.

மேலை நாடுகளுக்கும் நம்மைப் போன்ற வளரும் நாடுகளுக்கும் ஒரு முக்கிய வேறுபாடு இருக்கிறது. மேல் நாடுகளில் ஒரு புதிய தொழில்நுட்பம் கண்டுபிடிக்கப்பட்டால், அதன் பயன்பாடு உடனடியாகக் கடைசி மனிதன் வரை சுலபமாகச் சென்று சேர்கிறது. நம் நாட்டில் 'போலியோ' சொட்டு மருந்தை அரசு இலவசமாகத் தந்தாலும், அதன் முக்கியத்துவம் தெரிந்து தாமாக முன் வந்து மக்கள் பயன்படுத்தும் நிலை இன்னும் உருவாகவில்லை. மருந்தின் விலையைவிட அதிகமான செலவு செய்து விளம்பரம் செய்ய வேண்டியிருக்கிறது. நமது தொழில்நுட்பங்களும், கண்டுபிடிப்புகளும் இன்னமும் வகுப்பறைகளுக்குள்ளும், சோதனைச் சாலைகளுக் குள்ளுமே இருக்கின்றன. காரணம், பரவலான படிப்பறிவு இல்லாத சமுதாயத்தில் அறிவியல் யுகத்தின் பயன்பாடுகளைக் கொண்டுசேர்ப்பது அவ்வளவு எளிதான செயலாக இல்லை. நம்முடைய பின்னடைவு அங்குதான் ஆரம்பிக்கிறது.

இந்தியாவில் ஏழ்மையும் அதிகம். படிப்பறிவின்மையும் அதிகம். இரண்டும் இரண்டு தண்டவாளங்கள். கல்வி கடைக்கோடி மனிதனையும் சென்று சேராமல் இருப்பதற்கு முக்கியக் காரணம்

தாய்மொழி வழியில் கல்வி இல்லை என்பதுதான்! தங்களுக்கு ஆங்கிலம் தெரியவில்லையே என்கிற தாழ்வு மனப்பான்மையில் வாழ்கிற நம் சமூகத்தின் பார்வை மாறவேண்டும். தமிழ் ஆட்சி மொழியாக, அனைத்துத் துறைகளிலும் பயன்பாட்டு மொழியாக, அறிவியல் தொழில்நுட்ப மொழியாக முழுமையாக மாற, இன்னும் நீண்ட தூரம் செல்ல வேண்டும். தமிழ் படித்தால் பொருளாதார உலகில், சமூக தளத்தில் ஒரு குடிமகனுக்கு எந்த வகையிலும் தாழ்வு நிலை வராது என்கிற நிலையை உருவாக்குவதில் நாம் வெற்றி கண்டால், வளர்ச்சியின் பாதை எளிமையாகிவிடும். பிறகு கூடுதல் தகுதியாக எத்தனை மொழிகளையும் நம்மால் பயில முடியும்.

எல்லா நாடுகளிலும், அனைவரும் எழுத்தறிவு பெற்ற நிலையை எட்டியபின்தான் பொருளாதார வளர்ச்சி தொடங்கியது. நமது அண்டை நாடுகளான மலேஷியா, இந்தோனேசியா, பிலிப்பைன்ஸ் போன்றவை, நாம் சுதந்திரம் பெற்ற கால கட்டத்தில், பொருளாதார வளர்ச்சியில் நம்மையொத்த நிலையில்தான் இருந்தன. இன்று நம்மைவிட அவை பொருளாதாரத்தில் பெருமளவு முன்னேறி விட்டன. காரணம் அங்கு ஏறத்தாழ அனைவருமே கல்வி கற்றவர்களாக இருப்பதுதான். அந்நாடுகளில் தாய்மொழி வழிக்கல்வி நடைமுறையில் இருக்கிறது. மொழியின் வளர்ச்சியும். பயன்பாடும்தான் ஒரு நாட்டு மக்களின் வளர்ச்சியாகவும் பண்பாடாகவும் அமையும்.

தமிழ் இணையப் பல்கலைக்கழகம் பற்றி இங்கு குறிப்படவேண்டும். எனக்குத் தெரிந்து, உலகத்திலேயே மொழிக்கென்றே ஓர் இணையப் பல்கலைக்கழகம் செயல்படுவது தமிழ் மொழிக்கு மட்டும்தான். தமிழகத்துக்கு வெளியே பல்வேறு

நாடுகளில் வாழ்கிற தமிழர்களுக்குத் தமிழ் மொழி பொருளாதாரத் தேவையாக இல்லை. சமுதாயத் தேவையாக, பண்பாட்டுத் தேவையாகவே இருக்கிறது. தென்னாப்ரிக்கா, மொரீஷியஸ் போன்ற நாடுகளுக்குப் பல தலைமுறைகளுக்கு முன்பே புலம் பெயர்ந்து சென்ற தமிழர்களின் பிள்ளைகளுக்குத் தமிழில் பெயர் இருக்கிறது. அங்கிருக்கிற முருகன் கோயிலில் 'ஏறு மயில் ஏறி விளையாடும் முகம் ஒன்று' என்ற தொடங்கிப் பல பக்திப் பாடல்களைப் பொருள் தெரியாமலே பாடுகிறார்கள். அவர்களுக்குத் தமிழ் கற்றுக்கொள்ள வேண்டும் என்று ஆர்வம் இருக்கிறது. ஆனால், தமிழ் படிக்கும் வசதி பரவலாக இல்லை. அந்தக் குறையைத் தீர்த்துவைக்கும் முயற்சியாகத் தமிழக அரசால் தொடங்கப்பட்டதே தமிழ் இணையப் பல்கலைக்கழகம். இதன் மூலம் இன்று 54 நாடுகளிலிருந்து 5,000-க்கும் மேற்பட்ட மாணவர்கள் தமிழ் படிக்கிறார்கள்.

திருக்குறளின் பெருமையாக உள்ள பரிமேலழகர் உரை தொடங்கி மு.வரதராசனாரின் எளிய உரை வரை இணையதளத்திலேயே அனைத்தையும் படித்து விட முடியும். பெரிய பெரிய புத்தகங்களை அலமாரியில் அடுக்கி வைக்க வேண்டிய தேவையின்றி, அவற்றைக் குறுந்தகடுகளாகவும் வெளியிடுகிறார்கள். சங்கப் பாடல்களில் அன்று இருந்த மலர்கள், பறவைகள் ஆகியவற்றைக் குறிப்பிட்டால், கண்ணிமைக்கும் நேரத்தில் அவை இடம்பெறும் பாடல்களின் பட்டியலை எடுத்துவிட முடியும். இணையப் பல்கலைக்கழகத்தால் தமிழுக்கு ஒரு பெரிய இணையதள நூலகமே கிடைத்திருக்கிறது.

நாம் கூறிய வசதிகள் அனைத்தையும் பயன்படுத்திக்கொள்ள அடுத்த தலைமுறைக்குத் தமிழ் தெரிய வேண்டாமா? ஒரு குழந்தை 26 ஆங்கில எழுத்துக்களை உள்வாங்கிக் கொள்வதற்கும், 247 தமிழ்

எழுத்துக்களை உள்வாங்கிக் கொள்வதற்கும் நிறைய வேறுபாடுகள் உள்ளன. தீக்குச்சிகளை அடுக்கி வைத்தே ஆங்கில மொழியின் எழுத்துக்களை எழுதிவிட முடியும். தமிழில் முடியுமா? இன்று எழுத்தறிவு பெற்றவர்களுக்கும், பெறாதவர்களுக்கும் இருக்கிற வேறுபாடு ஒன்றுதான். எழுத்தறிவு பெற்றவர்களுக்கு மொழியும் தெரியும், மொழியின் வரி வடிவமும் தெரியும். எழுத்தறிவு பெறாதவர்களுக்கு மொழி தெரியும், ஆனால் வரி வடிவம் தெரியாது. மொழியின் வரி வடிவத்தைத் தெரிந்துகொள்ளாமல் இருப்பதாலேயே 'படிக்காத தற்குறி' என்கிற அவச்சொல்லைச் சுமக்க வேண்டியிருக்கிறது. இந்த நிலையைப் போக்க வேண்டுமானால், தமிழ் வரி வடிவத்தை இன்னும் எளிமையாக்க வேண்டும். தற்போது 247 தமிழ் எழுத்துக்களை 107 குறியீடுகள் மூலம் எழுதிக்கொண்டு இருக்கிறோம். இதற்கு மாறாக, அதிகபட்சம் 39 குறியீடுகளை மட்டுமே பயன்படுத்தி ஒரு எழுத்துக்கூடக் குறையாமல் 247 தமிழ் எழுத்துகளையும் எழுதமுடியும்.

சென்ற நூற்றாண்டின் தொடக்கம் வரை தமிழகத்தில் கல்வி கற்பது என்றால். அது மொழியைப் படிப்பதாக மட்டுமே இருந்தது. சில நீதிப் பாடல்களும், அடிப்படைக் கணிதமும்தான் அந்தக் காலத்தில் கல்வி. இந்த அறிவியல் யுகத்தில் 25-க்கும் மேற்பட்ட அறிவுத் துறைகளை யுனேஸ்கோ வரையறுத்திருக்கிறது. அத்தனைத் துறைகளையும் தமிழில் படிக்கவும், புரிந்துகொள்ளவும் கலைச் சொற்களில் தொடங்கி, கல்வித் திட்டம் வரை தமிழ் நிறைவு பெற வேண்டும்.

தமிழ்ச் சமூகத்தில் அனைவரையும் கல்வி கற்றவர்களாக மாற்ற வேண்டுமெனில் தாய்மொழி வழிக் கல்வியும், தமிழ் கற்பதைக் கணிசமாக எளிமைப்படுத்துவதும் அவசரத் தேவை!

40. ப.கல்யாணி

சமூக களப்பணியாளர்

'காக்கா கூட்டத்தைப் பாருங்க. அதுக்குக் கத்துக்கொடுத்தது யாருங்க?' என்னும் எளிமையான பாடலைத் தமிழகத்தின் ஒவ்வொரு வீதியிலும் பெரிய பலகையில் எழுதி வைக்கலாம்.

பகுத்தறிவு இல்லாத காக்கைகள் ஒன்றாகச் சேர்ந்து குரல் கொடுக்கத் தெரிந்து வைத்திருக்கின்றன. ஆனால், நாம் ஒவ்வொரு பிரச்னை பற்றியும் தனித்தனியாகப் புலம்ப மட்டுமே பழகியிருக்கிறோம்.

'தனி மரம் தோப்பாகாது!' என்கிற பழமொழியின் அர்த்தத்தை நாம் உணர்ந்துவிட்டால் போதும்... தெருவிளக்கு எரியவில்லை என்கிற ஒரு

தெருவின் பிரச்னை தொடங்கி, காவிரிக்குத் தண்ணீர் வரவில்லை என்கிற ஒரு மாநிலத்தின் பிரச்னை வரை எல்லாமே தீர்ந்துவிடும்!

'கல் தோன்றி மண் தோன்றா காலத்தே' தோன்றியதாகப் பெருமைப் பட்டுக்கொள்ளும் தமிழினத்துக்கு ஒன்று சேர்ந்து போராடுகிற பக்குவம் மட்டும் வரவே இல்லை.

'மக்களே ஆயுதம்! மக்களே கேடயம்!

ஓரணியில் திரண்டு, கடந்த காலத்தின்

சூழ்ச்சிகள் பலவற்றை முறியடித்தோம்.

சாதனைகள் பல படைத்தோம்...'

என்கிற பாடல் திண்டிவனம் பகுதியில் உள்ள எல்லாக் கடைகளிலும், வீடுகளிலும் துண்டுப் பிரசுரமாக இருக்கும்.

விழுப்புரம் மாவட்டத்தின் பெரிய நகரங்களில் திண்டிவனமும் ஒன்று. 1986-ம் ஆண்டு வரை அங்கே அரசு பெண்கள் உயர்நிலைப் பள்ளி இல்லை. 'பெண்கள் நாட்டின் கண்கள்' என்று அரசு விளம்பரங்கள் வெளியிட்டால் மட்டும் போதாது, பெண் குழந்தைகள் படிக்கப் பள்ளி வேண்டும் என்கிற கோரிக்கையுடன் திண்டிவனத்தில் உள்ள அனைத்துத் தரப்பு இயக்கங்களும் ஒன்று சேர்ந்து போராடினோம்.

சீருடை முதல் நோட்டுப் புத்தகங்கள் வரை குத்தகை விட்டு, ஏழை மக்களின் ரத்தத்தை உறிஞ்சி வந்த தனியார் பள்ளிகளின் முதலாளிகள், அரசு பள்ளி வருவதை எல்லா வகையிலும் தடுக்கப் பார்த்தார்கள். அதிகார மட்டம், அரசியல் வட்டம் என எல்லாத் தரப்பையும்

சரிக்கட்டிக் கொடிகாட்டிப் பறந்தவர்களை எதிர்க்க 'நகரக் கல்வி மேம்பாட்டுக் குழு' என்கிற ஓர் அமைப்பைத் தொடங்கினோம். அதில் ஆசிரியர்கள், வழக்கறிஞர்கள், தொழிலதிபர்கள், அரசியல் பிரமுகர்கள், பெண் பிரதிநிதிகள் என அனைத்துத் தரப்பும் இடம் பெற்றனர்.

'நம் வீட்டுப் பிள்ளைகள் படிக்க யாரோ சிலர் தடையாக இருப்பதா?' என தெருமுனைக் கூட்டங்கள் போட்டுப் பேசினோம். ஆளுங்கட்சியைத் தவிர்த்த அனைத்து அரசியல் கட்சிகளும், தொண்டு நிறுவனங்களும் ஒன்றிணைந்து பணம் படைத்த, பலம் படைத்தவர்களுக்கு எதிரான போராட்டத்தைத் தொடங்கினோம். ஒன்றிணைந்த மக்கள் சக்திக்கு முன் அரசும், அதன் அதிகாரங்களும் பணிந்தன. இன்று திண்டிவனம் பெண்கள் மேல்நிலைப் பள்ளியில் பல ஆயிரம் பெண்கள் படித்து ஜெயித்திருக்கிறார்கள்.

ஒரு பள்ளிக்காக ஒரே முறை ஒன்று திரண்ட மக்களின் சக்தி, பிறகு ஒவ்வொரு பிரச்னைக்காகவும் போராட ஆரம்பித்தது. அரசு உதவி பெறும் தனியார் பள்ளிகளில் நன்கொடை என்கிற பெயரில் பகல் கொள்ளை அடிப்பதை எதிர்த்து, 'நகரக் கல்வி மேம்பாட்டுக்குழு' போராடியது. அரசு நிர்ணயம் செய்த கல்விக் கட்டணங்களையும், ஒவ்வொரு தனியார் பள்ளியும் வசூலிக்கிற கட்டணங்களையும் குறிப்பிட்டு ஆயிரக்கணக்கான துண்டுப் பிரசுரங்கள் அச்சடித்து வீடு வீடாகக் கொடுத்தோம்.

98 ரூபாய் கட்டணத்துக்குப் பதில் 500 ரூபாய் கட்டணம் வாங்குகிறார்கள் என்று ஆதாரங்களுடன் சொன்னதால், எல்லாப் பள்ளிகளும் பின்வாங்கின.

தங்கள் பள்ளியில் 100% தேர்ச்சி என்று பெருமையடித்துக் கொள்வதற்காக, தன் பள்ளி மாணவர்களையே காப்பி அடிக்கவைத்த சிறுமைத்தனத்தை சில பள்ளிகள் செய்து வந்தன. அதையும் நேர்மையோடும் நெஞ்சுறுதியோடும் கண்டித்தது, நகரக் கல்வி மேம்பாட்டுக் குழு. அது பெரிய விவகாரமாகி, தேர்வு அதிகாரி நியமிக்கப்பட்ட நிலையில், அந்த ஆண்டு நடந்த தேர்வில் அந்தப் பள்ளிகளில் 50% அளவுகூட தேர்ச்சி இல்லை. ஒவ்வொரு பள்ளியின் கல்வித்தரமும் வெட்ட வெளிச்சமாகியது. அவர்களைவிட அரசுப்பள்ளி நல்ல தேர்ச்சி விகிதம் காட்டியது.

இப்படிக் கல்வியில் தொடங்கி அடிப்படை விஷயங்கள் ஒவ்வொன்றுக்காகவும் போராட ஆரம்பித்தோம். 1992-ல் திண்டிவனம் அரசுக் கல்லூரிக்குச் செல்ல, 25 லட்சம் செலவில் 3 கி.மீ. தூரத்துக்குச் சாலை போடப்பட்டது. இது 15 ஆண்டுகாலக் கோரிக்கை. ஏமாற்ற வாய்ப்பு தராமல் இருக்க, 'சாலை கண்காணிப்புக் குழு' அமைக்கப்பட்டது. அதில் மாணவப் பிரதிநிதிகளும் இடம்பெற்றனர். 'இப்படி ஒரு குழு சாலை போடுவதைக் கண்காணிக்கிறது' என்பதை நெடுஞ்சாலைத் துறைக்குத் தெரிவித்தோம். இவ்வளவு முன்னெச்சரிக்கையாக இருந்துமே, ஊழலிலேயே ஊறிப்போன ஒப்பந்தக்காரர் 60 லாரிகள் சல்லிக்கல் கொட்ட வேண்டியதற்குப் பதில் 28 லாரிகள்தான் கொட்டினார். உடனடியாகப் புகார்கள் பறக்கத் தொடங்கியதோடு, கல்லூரி மாணவர்கள் போராட்டத்தில் குதித்துப் பேரணி நடத்தினர். இதற்குப் பொதுமக்களும் ஆதரவு அளிக்க, தயாரானது தரமான சாலை.

சுகப் பிரசவம் ஆக வேண்டிய ஒரு பெண்ணுக்குப் பணத்தாசையால் சிசேரியன் செய்தது ஒரு தனியார் மருத்துவமனை. அதில் அந்தப்

பெண் இறந்துபோனார். சுகப் பிரசவம் என்றால் 5 ஆயிரம் ரூபாய்தான் கட்டணம். சிசேரியன் என்றால், குறைந்தது 20 ஆயிரம் ரூபாய் கட்டணம். உயிர் காக்கும் மருத்துவத்தின் பெயரால் மனித உயிர்களைப் பணயம் வைத்து அடிக்கப்படும் கொள்ளைக்கு எதிராகவும் ஒரு குழு அமைக்கப்பட்டது. அந்த மருத்துவமனைக்கு எதிராகக் கொடுக்கப்பட்ட வழக்கை காவல் நிலையத்தில் ஏற்க மறுத்தார்கள். உயர்நீதிமன்றம் வரை போராட்டம் தொடர்ந்தது. 'யாருக்கோ நடந்தது தானே என்று ஒவ்வொரு முறையும் எல்லோரும் அமைதியாக இருக்கிறோம். இன்று யாருக்கோ நடந்தது நாளை நமக்கும் நடக்கும்' என்பதை வீதி வீதியாகச் சென்று விளக்கினோம்.

தனியார் கொள்ளையர்களை மட்டும் எதிர்க்காமல், அரசின் ஊழலையும், அதிகாரத்தின் ஊழலையும் துணிச்சலுடன் ஒன்றிணைந்து எதிர்த்தோம். 'நடைமுறையில் பெரும்பாலும் காவல் துறையினர் குற்றம் இழைத்தவர்களுக்கு பாதுகாப்பாகவும், பாதிக்கப்பட்டவர்களுக்கு மேலும் மேலும் பாதிப்புகளை ஏற்படுத்தியும் சட்டம். ஒழுங்கைச் சீர் குலைக்கின்றனர்' என்று 'காவல் துறையினரால் பாதிக்கப்பட்டோர் மனித உரிமை மாநாட்டை நடத்தினோம். போலீஸாரால் பாதிக்கப்பட்டவர்களை மக்கள் முன் தகுந்த ஆதாரங்களுடன் நிறுத்தினோம். அப்பாவிகள் மீது சித்ரவதை நடந்த காவல் நிலையம், சித்ரவதை செய்த அதிகாரிகளின் பெயர்களை வெளியிட்டோம். உண்மையை மட்டுமே முன்வைத்துப் போராடியதால் ஒவ்வொரு முறையும் வெற்றியே கிடைத்தது. மனசாட்சிக்கு விரோதமாக யார் மீதும் புகார் சொல்லாததோடு, நேர்மையோடு நடந்துகொள்கிற அதிகாரிகளையும் வெளிப்படையாக மேடை போட்டுப் பாராட்டியதில் போராட்டத்தின்

அர்த்தம் முழுமை அடைந்தது. காவல் துறையின் அத்துமீறல்களை வெளிக்கொண்டு வந்து கறைபடிந்த போலீஸ்காரர்களைச் சட்டத்தின் முன் நிறுத்தி தண்டனை வாங்கித் தந்ததும் எங்களின் ஒற்றுமைதான். செஞ்சி சிறையில் நீதிமன்றக் காவலில் காவல் துறையினரால் கற்பழிக்கப்பட்ட ரீட்டா மேரி, தனி காவல் நிலையங்களில் சூறையாடப்பட்ட கல்பனா சுமதி, சிதம்பரம் பத்மினி, அத்தியூர் பழங்குடி இருளர் பெண் விஜயா எனப் பெண்களுக்கு இழைக்கப்பட்ட அநீதியை, மனித உரிமை மீறலை எதிர்த்துப் போராட்டங்களை முன்னெடுத்து வெற்றி அடைந்து இருக்கிறோம்.

மதவெறி நோக்கத்துடன், திண்டிவனம் நீதிமன்ற வளாகத்தில் பிள்ளையார் சிலை வைக்கப்பட்டபோது, மத வேறுபாடு இல்லாமல் அனைவரும் எதிர்த்தோம். அதற்காக 'மத நல்லிணக்கக் குழு' ஒன்றை அமைத்துப் போராடினோம்.

பல்வேறு இயக்கங்களின் கூட்டுமுயற்சி, பலம் வாய்ந்த அதிகார அநீதியை வேரோடு பிடுங்கி எறிந்தது. தனித் தனிப் பிரச்னைகள் மட்டுமின்றி தடா, பொடா, போன்ற மனித உரிமைக்கு எதிரான சட்டங்களை மத்திய அரசு கொண்டுவந்தபோதும், மாநில அரசு அதைப் பயன்படுத்தியபோதும், திண்டிவனம் நகரம் கூட்டாக இணைந்து செயலாற்றி வெற்றியடைந்திருக்கிறது.

இத்தனை உதாரணங்களும் கற்பனையானவை அல்ல, கண் எதிரே நிகழ்ந்தவை. இந்திய வரைபடத்தில் ஒரு சின்னப் புள்ளியாக இருக்கும் மிகச் சிறிய ஒரு நகரத்தின் கூட்டு முயற்சி சாதனை இது.

ஏழைப் பிள்ளைகளுக்குப் போடுகிற சத்துணவில்கூட புழுத்த அரிசியையும், அழுகிய முட்டையும் போட்டு லாபம் தேடுகிற

சுயநலவாதிகள் இருக்கிற சமூகம் இது. எனவே, எங்களின் முயற்சிகளுக்கும் போராட்டங்களுக்கும் இடையூறுகள் இல்லாமல் இல்லை. அடிக்கடி நீதிமன்றம் ஏறி இறங்க வேண்டியிருக்கிறது. ஆனால், ஒவ்வொரு முறை ஏறி இறங்குகிறபோதும் ஒரு தலைமுறைக்கு விடிவு கிடைக்கிறதே!

'ஒன்றுபட்டால் உண்டு வாழ்வு!' என்பதை எங்களின் ஒன்றிணைந்த போராட்டங்களின் அனுபவம் இப்படி மாற்றிச் சொல்ல வைக்கிறது...

'ஒன்றுபட்டால் மட்டுமே உண்டு வாழ்வு!'

41. ஆஷா பாரதி

தமிழ்நாடு அரவாணிகள் சங்கம்

பார்வையற்ற ஒருவர் வீதியில் போனால், கைப்பிடித்து அழைத்துக் கொண்டு போக உங்கள் நல்ல மனசு முன்வருகிறது. கால் ஊனமான ஒருவர் நடந்து போவவதைப் பார்த்ததும், கண்களில் கருணை பொழிய உங்கள் டூ-வீலரில் இடம் தருகிறீர்கள். ஒவ்வொருவருக்குள்ளும் உறைந்து கிடக்கும் மனித நேயத்தை வெளிப்படுத்தும் வாய்ப்பு கிடைக்கும்போது தவறாமல் பயன்படுத்திக் கொள்கிறீர்கள். மிகமிகப் பாராட்டுதலுக்குரிய விஷயம் இது. ஆனால்...

ஏய்... 'ஒம்போது!' ஹே, உஸ்ஸு வருதுடா...! - இப்படி வார்த்தைகளால் தினம்தினம் துகிலுரியப்பட்டு அவமானத்துக்கு

ஆளாகும் அரவாணிகளைப் பற்றி எப்போதேனும் உங்கள் மனிதாபிமான மனம் சிந்தித்திருக்கிறதா? இயற்கையின் அச்சுப்பிழையாகப் பிறந்துவிட்ட ஜீவன்களைப் பற்றி நீங்கள் அக்கறை கொள்ளவில்லை என்றாலும் பரவாயில்லை... 'ஏன்தான் இந்தப் பொறப்பு பொறந்தோமோ?' என்று அரவாணிகளைக் கூனிக் குறுக வைக்கிற அலட்சியப் பார்வை பார்க்க வேண்டாமே,

ப்ளீஸ்! இரக்கத்துக்குக் கூடத் தகுதியற்றவர்களாக மாறுவதைப் போன்ற வாழ்க்கைத் துயரம் வேறென்ன இருக்க முடியும், சொல்லுங்கள்?

சீராட்டிப் பாராட்டி வளர்த்த வீடும், உறவுகளும் திடீரென்று தூக்கியெறிவதும், துரத்தியடிப்பதும் விலங்குகளுக்குக்கூட நடைபெறாது. ஹார்மோன்களின் விபரீத விளையாட்டில் ' ஜோக்கர்' ஆக்கப்பட்ட ஜீவன்களைப் புரிந்துகொள்கிற பக்குவம் செம்மொழி பேசும் தமிழ்ச் சமூகத்துக்கு எப்போது வரும்? 'அரிது அரிது மானிடராய்ப் பிறத்தல் அரிது. அதிலும் கூன், குருடு, செவிடு, பேடு நீங்கிப் பிறத்தல் அரிது' என்று பாலியல் திரிபையும் ஓர் ஊனமாகவே பார்த்த தமிழ் இலக்கியத்தின் முதிர்ச்சி, தமிழர்களின் வாழ்வில் இன்னும் வரவே இல்லை. மூளைக் குறைபாட்டோடு பிறந்த ஒரு குழந்தையை ஏற்றுக்கொள்ளும் பக்குவம் உள்ள குடும்பம், ஆணாகப் பிறந்து பெண் தன்மையுடன் வளரும் ஒரு குழந்தையைச் சகித்துக்கொள்ளக்கூடத் தயாராக இல்லை. வெறுக்கும் பெற்றோர், கேலி செய்யும் நண்பர்கள் என எல்லோரையும் துறந்து வேறு வழியின்றி தன் அரவாணி சமூகத்தைத் தேடி வெளியூர், வெளிமாநிலம் சென்று பிச்சையெடுப்பதிலும், பாலியல் தொழில் செய்வதிலும் மொத்தமாகத் தொலைந்து போகிறார்கள் அரவாணிகள்.

'பேடி, அலி, உஸ்ஸு, ஒம்போது' என வார்த்தைகளால் காயப்படுத்தாமல் 'அரவாணி' என்று கௌரவமாக அழைக்க வேண்டும் எனச் சமூகத்துக்கு வேண்டுகோள் வைத்து, எங்களுக்குப் பெயர் சூட்டியவர் ரவி என்கிற ஐ.பி.எஸ். அதிகாரி. 1997-ம் ஆண்டு விழுப்புரம் மாவட்டம், கூவாகம் திருவிழா மேடையில், 'அரவானின் மனைவிகளான இவர்களை இனி அரவாணி என அழைக்க வேண்டும்'' ' என்று வேண்டுகோள் விடுத்தார் அந்தக் காவல்துறை உயர் அதிகாரி. ஆனால், சமூகத்தில் அரவாணிகளை அதிகம் துன்புறுத்துவதில் காவல்துறையினருக்கும் கணிசமான பங்குண்டு, விபசார கேஸ் முதல் கஞ்சா கேஸ் வரை வழக்குப் போட ஆட்கள் சிக்கவில்லையென்றால், அரவாணிகள்தான் ஆபத்பாந்தவர்கள். அவர்கள் மீது அக்கறை கொண்டு கேள்வி கேட்க இங்கே என்ன நாதி இருக்கிறது?

திரைப்படங்களில் குதிரைகளை, நாய்களை, பறவைகளைப் பயன்படுத்தினால், 'அந்த ஜீவராசிகளைத் துன்புறுத்தவில்லை' என்று ப்ளூகிராஸ் சங்கத்திடம் சான்றிதழ் வாங்கித் தந்ததால்தான் அந்தப் படத்தை வெளியிட முடியும். கண்களில் விளக்கெண்ணெய் விட்டுக்கொண்டு விலங்குகள் துன்புறுத்தப்படுகின்றனவா என்று பார்க்கிற சென்சார் போர்டு உறுப்பினர்களுக்கு, அரவாணிகளை வைத்து எடுக்கப்படும் அருவருப்பான நகைச்சுவைக் காட்சிகள் மட்டும் கண்களில் படவே படாது. அப்படி விலங்குகளின் மீது காட்டுகிற அக்கறையைக்கூட அரவாணிகளுக்குக் காட்ட முடியாமல் இறுகிப் போயிருக்கிறது நம் சமூகத்தின் மனம்.

தாழ்த்தப்பட்ட சாதியைச் சேர்ந்த ஒருவரை, அவமானப்படுத்தும் நோக்கத்துடன் அந்தச் சாதியின் பெயரைச் சொல்லித் திட்டினால், வன்கொடுமை தடுப்புச் சட்டத்தின் கீழ் கைது செய்ய முடியும். ஆனால்,

'டேய் ஒம்போது' என்று எல்லோரும் திரும்பிப் பார்க்கும்படி கூப்பிட்டால், அதற்குப் பெயர் நகைச்சுவை. ஒரு பெண்ணை வார்த்தைகளில் கிண்டல் செய்தாலே 'ஈவ் டீஸிங்' வழக்கில் கடுமையாகத் தண்டிக்க முடியும். ஆனால், அரவாணிகளின் உடலைத் தொட்டுப் பலருக்கு முன்னால் பாலியல் தொந்தரவு செய்தாலும், அது அனைவருக்கும் சிரிப்பு வரவழைக்கும் பொழுதுபோக்கு சாதிப் பாகுபாடு பார்ப்பது, அவமதிப்பது மனித உரிமை மீறல்! அதை வலியுறுத்த அரசு, நீதிமன்றம், அறிஞர்கள், அமைப்புகள் எனப் பல ஆதரவுக் குரல்கள் உள்ளன. ஆனால், இன்னும் மனிதர்களாகவே அங்கீரிக்கப்படாத அரவாணிகளின் உரிமை பற்றிப் பேச எத்தனை பெரிய மனிதர்கள், அரசியல் கட்சிகள், மனிதநேய சிந்தனையாளர்கள் இருக்கிறார்கள்?

கம்ப்யூட்டர் சாஃப்ட்வேர் வேலை பார்ப்பதற்கும் அரவாணியாக இருப்பதற்கும் எந்தச் சம்மந்தமும் இல்லை. ஆனால், இங்கே எவ்வளவுதான் கூர்மையான அறிவுத்திறன் கொண்டவராக இருந்தாலும், அவர் அரவாணியாக இருந்தால் வேலை பார்க்கிற சூழல் அவரை ஒப்புக்கொள்வதில்லை. கரியாலி ஐ.ஏ.எஸ் அவர்கள் இரண்டு அரவாணிகளுக்கு அரசு சார்பு நிறுவனத்தில் உதவியாளர் வேலை வாங்கித் தந்தார். கொஞ்ச நாளிலேயே அந்த வேலை வேண்டாம் என்று வந்துவிட்டனர் அவர்கள். 'படித்தவர்களும் மனிதத் தன்மையோடு இருப்பதில்லை' என்பதே அவர்கள் சொன்ன காரணம்.

சமூகம் தருகிற நிர்பந்தங்களால்தான் அரவாணிகள் தவறான பாதையில் போகின்றனர். 2,000 ரூபாய் வாடகை தரக்கூடிய வீட்டுக்கு 4,000 ரூபாய் தருவதாக இருந்தாலும், அரவாணிகளுக்கு வீடு மறுக்கப்படும் தேசத்தில் எங்கே போய் வாழ்வது?

மத்தியப் பிரதேசத்தில் கமலா ஜான் என்கிற அரவாணி மேயராகத் தேர்ந்தெடுக்கப்பட்டபோது, அதை எதிர்த்து வழக்குத் தொடுத்தார்கள். ஷப்னம் என்கிற அரவாணி அதே மாநிலத்தில் சட்டமன்ற உறுப்பினராக மக்களால் தேர்ந்தெடுக்கப்பட்ட வழக்கிலும் சட்டம் அரவாணிகளைச் சமமாகப் பாவிக்கவில்லை. அரவாணிகளுக்கு எந்தச் சட்டப் பாதுகாப்பும் இல்லை என்பதுதான் பெரிய சோகம். 'எங்களை ஏன் இப்படிப் படைத்தாய்? என்று கோயிலுக்குச் சென்றும் கடவுளைக் கேட்க முடியாது. காய்ச்சல் என்றால் மருத்துவமனைக்குப் போக முடியாது. உரிமை கேட்க நீதிமன்றமும் போக முடியாது. படிக்க பள்ளிக்குப் போக முடியாது. ஆத்திர அவசரத்துக்குக் கழிப்பிடம்கூடப் போக முடியாது. அரவாணிகள் எங்கு போனாலும் அவர்களைக் கறுப்பு நிழல்கள் போலத் துரத்திக்கொண்டு இருக்கின்றன அவமானங்கள்.

மேல் நாடுகளில் அரவாணிகளுக்குச் சட்டப் பாதுகாப்பு இருக்கிறது. அங்கே அவர்கள் ஒரு நிறுவனத்தில் படித்து வேலை பார்ப்பதில் பிரச்சனைகள் இல்லை. சின்னச்சின்ன அவமானங்களைத் தவிர, அவர்களும் அங்கே மனிதர்களாக மதிக்கப்படுகிறார்கள். ஆண், பெண் போல 'பால் மாறியவர்கள்' என மூன்றாவது ஒரு பிரிவாக அரவாணிகளைச் சட்டபூர்வமாக அங்கீகரித்திருக்கிறது ஜப்பான் அரசு. நமது அரசாங்கங்களோ பலவீனமானவர்களைப் பலியாடுகளாக்கும் தந்திரத்தை அரவாணிகள் விஷயத்திலும் செய்கின்றன. மும்பை மாநகராட்சியில் வரி வசூல் செய்ய அரவாணிகளைப் பயன்படுத்தினர். அவர்களுக்குச் சமூக அந்தஸ்து கிடைக்க வேண்டும் என்பதல்ல நோக்கம். 'அரவாணிகள் ஆபாசமாகப் பேசுகிறவர்கள், அவர்கள் தினம்தினம் கடைகள், வீடுகள் ஏறி வருவதை யாரும் விரும்ப

மாட்டார்கள். உடனே வரி கட்டிவிடுவார்கள்' என்கிற குயுக்தியான நோக்கத்தில் ஒரு அரசே செயல்பட்டது.

தமிழகத்தில் மகளிர் சுய உதவிக் குழுக்கள் போல அரவாணிகளும் சுய உதவிக் குழுக்கள் அமைக்க அனுமதி வழங்கப்பட்டு இருக்கிறது. அது போதாது! இன்னும் அங்கன்வாடி பணியாளர்களாக, அலுவலக உதவியாளர்களாக, சுய தொழில் முனைவோர்களாக அரவாணிகள் பணிபுரிய சமூகமும், அரசும் ஆவன செய்ய வேண்டும். இப்போது அரவாணிகளின் பிரச்சனைகள் கொஞ்சம் கொஞ்சமாக வெளிச்சத்துக்கு வந்துகொண்டு இருக்கின்றன. அதற்கு, நம் சமூகம் பண்பட்டு வருகிறது என்பதல்ல காரணம்! உலகமே கண்டு அஞ்சுகிற எய்ட்ஸ் நோய்தான் காரணம். பாலியல் தொழிலாளர்களாக இருக்கிற அரவாணிகளைத் தவிர்த்து எய்ட்ஸ் விழிப்பு உணர்வுப் பிரசாரம் செய்ய முடியாது. அந்த வகையில் ஒதுக்கப்படுகிற பணம், அரவாணிகளின் பிரச்னைகளுக்குத் தீர்வு தருகிற அம்சமாக மாறிவருகிறது. மனிதர்களுக்கு நன்றி கூற முடியாமல், எய்ட்ஸுக்கு நன்றி தெரிவிக்க வேண்டிய துர்பாக்கியசாலிகளாக இருக்கும் அரவாணிகள் இந்தச் சமூகத்தின் முன் வைக்கிற கேள்வி ஒன்றே ஒன்றுதான்...

'அனைவரும் சமம்,' என்று சொல்கிற அரசியல் சாசனத்தின் அர்த்தம் மிகுந்த வார்த்தைகளில் உள்ள 'அனைவரும்' என்ற சொல்லில் அரவாணிகளும் இருக்கிறார்களா, இல்லையா?

நாகரிகம் அடைந்தவர்கள் பதில் சொல்லட்டும்!